TẠP CHÍ VIÊN GIÁC
SỐ 261 - 6/2024

VIÊN GIÁC

TẠP CHÍ CỦA NGƯỜI VIỆT TỴ NẠN VÀ PHẬT TỬ VIỆT NAM TẠI CỘNG HÒA LIÊN BANG ĐỨC
Zeitschrift der vietnamesischen Flüchtlinge und Buddhisten in der Bundesrepublik Deutschland

CHỦ TRƯƠNG (HERAUSGEBER)
Congregation d. Vereinigten Vietn. Buddh. Kirche (gem.) e. V.
Karlsruher Str. 6 - 30519
Hannover - Deutschland

QUẢN LÝ TÒA SOẠN
Thị Tâm Ngô Văn Phát

CHỦ NHIỆM SÁNG LẬP
Hòa Thượng Thích Như Điển

CHỦ BÚT
Nguyên Đạo

KỸ THUẬT
Nguyên Đạo – Quảng Hạnh Tuệ

BAN BIÊN TẬP & CỘNG TÁC VIÊN
* **Đức:** HT. Thích Như Điển - Tích Cốc Ngô Văn Phát - Nguyên Đạo - Từ Hùng Trần Phong Lưu - Dr. Trương Ngọc Thanh - Trần Đan Hà - Đỗ Trường - Lương Nguyên Hiền - Nguyễn Quý Đại - Nguyên Hạnh HTD – Hương Cau – Hoa Lan Thiện Giới – Thi Thi Hồng Ngọc – Phương Quỳnh – Dr. Văn Công Trâm – Tịnh Ý - Quỳnh Hoa – Trần Thế Thi – Hoàng Quân – Đại Nguyên Nguyễn Quý Đại.
* **Pháp:** Dr. Hoang Phong Nguyễn Đức Tiến – Chúc Thanh
* **Thụy Sĩ:** TT. Thích Như Tú - Trần Thị Nhật Hưng – Song Thư LTH – Lưu An Vũ Ngọc Ruẩn.
* **Bỉ:** Nguyên Trí Hồ Thanh Trước.
* **Ý:** Huỳnh Ngọc Nga – TS. Elena Pucillo Trương & Trương Văn Dân.
* **Hoa Kỳ:** Tuệ Nga – Họa Sĩ ViVi Võ Hùng Kiệt & Cát Đơn Sa – Diễm Châu – Lâm Minh Anh – thylanthao – Nguyễn Minh Nguyễn Minh Tiến – Dr. Bạch Xuân Phẻ.
* **Canada:** Dr. Thái Công Tụng – GS. Trần Gia Phụng – DVM Nguyễn Thượng Chánh.
* **Úc Châu:** TT. Thích Nguyên Tạng – Dr. Lâm Như Tạng – Quảng Trực Trần Viết Dung.
* Và chư Tôn đức Tăng Ni, Cư sĩ Phật tử cũng như văn, thi, họa sĩ… tán đồng chủ trương của Viên Giác.

CÙNG SỰ CỘNG TÁC CỦA (Mitwirkung von)
Hội Phật Tử VNTN tại Cộng Hòa Liên Bang Đức
Vereinigung der Buddhistische-Vietnamflüchtlinge i. d. BRD

TÒA SOẠN
Chùa/Pagode Viên Giác
Karlsruher Str. 6 - 30519 Hannover
Tel. 0511 - 87 96 30 . Fax : 0511 - 87 941 200
Website: https://www.viengiac.info
Email Chùa: todinh@viengiac.info
Email văn phòng: pagodevg2020@gmail.com
Email kỹ thuật: baoviengiac@yahoo.de
Email bài vở: chubut.viengiac@gmail.com

- Tạp chí Viên Giác phát hành mỗi hai tháng vào những tháng chẵn. Viên Giác bảo tồn và phát huy truyền thống Văn Hóa Phật Giáo và Dân Tộc Việt Nam ở hải ngoại, không có tính thương mại. Mọi hỷ cúng và ủng hộ để phụ giúp trang trải các chi phí ấn loát, điều hành, bưu phí… chúng tôi xin đón nhận và chân thành cảm tạ.
- Ngoài số ấn bản in trên giấy mỗi kỳ, Tạp chí Viên Giác còn phát hành trên mạng toàn cầu Amazon và phổ biến rộng rãi trên các trang mạng Phật Giáo lớn trên thế giới.
- Ủng hộ hiện kim cho Tạp chí Viên Giác, khi có yêu cầu chúng tôi sẽ gởi đến quý vị biên nhận để làm đơn xin quân bình thuế lương bổng, lợi tức hằng năm ở sở thuế.
- Nội dung bài viết hay quảng cáo thuê đăng trên Tạp chí Viên Giác không nhất thiết là quan điểm hay chủ trương của Ban Biên Tập. Các tác giả hay những cơ sở thuê đăng quảng cáo chịu trách nhiệm về nội dung hay bản quyền trích dẫn theo quy định tác quyền (copyright).

Trương mục ngân hàng:
Congr. d. Verein Vietn. Buddh. Kirche Abteilung i.d. Sparkasse
Hannover Konto Nr. 910 4030 66
BIC: SPKHDE2HXXX.   IBAN: DE40 2505 0180 0910 4030 66

MỤC LỤC số 261

3 Thư Tòa Soạn

● Phật Giáo & Đời Sống
5 Hãy Làm Một Cuộc Cách Mạng (Dalai Lama, Hoang Phong)
9 Suy Tư Tịnh Tĩnh (Lâm Minh Anh)
14 Artificial Intelligence (AI), Trí Thông Minh Hay Trí Tuệ (Hồ Thanh Trước)
17 Trái Đất & Con Người (Thái Công Tụng)

● 60 Năm Hành Đạo – HT Thích Như Điển
20 Xa Quê Ngẫu Nhĩ Gặp (Thơ Minh Đức Triều Tâm Ảnh)
21 Từng Nghe! (Nguyên Đạo Văn Công Tuấn)
23 Ngôi Chùa Huyền Sử (Hoa Lan)
26 Nhân Duyên Hội Ngộ (Nguyễn Hữu Huấn)
33 Thầy Tôi (Nguyên Hạnh HTD)
35 Niềm Tri Ân (Trần Thị Nhật Hưng)
36 Theo Bước Chân 60 Năm (Song Thư)
40 Bóng Hoàng Y Của Thầy (Chúc Thanh)

● Phật Giáo & Tuổi Trẻ
42 Một Ngày Kia… Đến Bờ (Bs Đỗ Hồng Ngọc) [VN & DE]
47 Truyện Cổ Phật Giáo: Phước Đức Của Quy Y Tam Bảo – Die Verdienste des Zuflucht Nehmens zu den Drei Juwelen (Tịnh Ý giới thiệu) - [VN & DE]
52 Gia Đình Mình Là Con Phật (Thi Thi Hồng Ngọc)
53 Việt Nam! Việt Nam! (Hoàng Quân)

● Truyện ngắn – Sáng tác
54 Kỷ Niệm Một Chuyến Đi (Thích Như Điển)
59 Dưới Ánh Đèn Rạng Rỡ (Diễm Châu Cát Đơn Sa)
64 Những Truyện Ngắn & Rất Ngắn (Steven N.)
66 Tới Nhật Bản Để Xin Một Chiếc Lá Vàng (Lương Nguyên Hiền)

● Thông Tin – Thông Báo
74 Trang Y Học & Đời Sống (Bs. Trương Ngọc Thanh phụ trách)
77 Đại Hội Tăng Già P.G. Đức DBO (Thích Chân Đàn) [VN & DE]
80 Hồn Việt Xứ Mỹ (Thích Chúc Hiếu)
82 Tin Sinh Hoạt Cộng Đồng (Đại Nguyên phụ trách)
84 Tin Thế Giới – Tin Việt Nam (Quảng Trực phụ trách)
90 Hộp Thư Viên Giác – Phân Ưu, Cảm Tạ
91 Phương Danh Cúng Dường

● Thơ
13 Khúc Giao Mùa (Tôn Nữ Mỹ Hạnh)
16 Hoa Rụng Thềm Xuân (Tịnh Bình)
23 Viên Giác Cảnh Chùa (Đan Hà)
25 Hương Trời Vạn Kỷ (Diệu Minh Tuệ Nga)
58 Sang Mùa (Nguyễn Hoàn Nguyên)
73 Mẹ ơi, Mẹ Đẹp Tuyệt Vời! (Thu Lý)
86 Mơ Hoa (Nguyễn Minh Hoàng)

Bìa: Họa sĩ Đình Khải
Hình minh họa: Cát Đơn Sa, Lương Nguyên Hiền, U. Ostlaender
Ấn loát: Gutenberg Beuys Feindruckerei GmbH

* VG số 262 kỳ tới, chủ đề: Vu Lan & Giỗ đầu Cựu Chủ Bút Phù Vân sẽ phát hành vào 8/24. Hạn chót nhận bài là 10.07.24.
* Vì số trang báo có giới hạn nên một số bài viết cũng như Phương danh Cúng dường… không thể đăng hết trong một kỳ. Chúng tôi sẽ lần lượt đăng trong các số báo tới. Xin quý vị thông cảm.

Thư Tòa Soạn
(Báo Viên Giác số 261 tháng 6 năm 2024)

Năm nay thời tiết đổi thay bất chợt, lúc nắng, lúc mưa, lúc tuyết rơi, lúc nóng bỏng, cũng chỉ nằm vào thời điểm của tháng tư dương lịch. Ngạn ngữ Đức nói rằng: "April April, er macht was er will" (Tháng tư, tháng tư, Ông (trời) làm những gì như Ông muốn). Quả thật chữ "Trời" ở đây có ý nghĩa thật đầy đủ quyền uy như vậy. Đó là: lúc mưa, lúc nắng, lúc lụt lội, lúc bão tuyết, lúc nắng cháy bỏng da thịt v.v… là chuyện của Ông Trời, chứ con người tuyệt nhiên không thể can dự vào đó được.

Ông Trời là một danh từ trừu tượng, dùng để chỉ cho một sự việc, một quyền năng mà con người phải phục tòng, phải thán phục, phải kêu Trời, khi không còn có khả năng dùng tự lực để chinh phục thiên nhiên nữa. Người ta có thể biến nước mặn thành nước ngọt, biến sa mạc thành chỗ trồng trọt, chăn nuôi. Khoa học ngày nay có thể bay lên đến mặt trăng, rồi sẽ có thể bay đến mặt trời hay những thiên hà cách xa quả đất này hằng tỷ tỷ cây số; nhưng ở đó con người cũng chưa thấy cái tận cùng của vũ trụ là gì. Từ đó người ta quy hết quyền năng cho Ông Trời là vậy.

Đạo Phật thực tiễn ở mọi giá trị và quan niệm sống của mình trên quả địa cầu này theo Pháp Duyên Sinh. Có nghĩa là: cái này có thì cái kia có; cái này sanh thì cái kia sanh. Cái này diệt thì cái kia cũng diệt. Chúng tự thay đổi vị trí như gió thổi, như mây bay vậy. Ai đó có hỏi gió từ đâu đến hay mây bay đi về đâu? Nhưng điều ấy cũng chỉ là phù phiếm, vì không thực tế và ai cũng không dám chắc được kết quả để trả lời. Đôi khi cũng đúng mà đôi khi cũng sai. Do vậy nhà Bác Học Albert Einstein, là người Đức gốc Do Thái, mang quốc tịch Hoa Kỳ, cha đẻ của Thuyết Tương Đối, có lần đã nói rằng: "Phật Giáo không cần thẩm định lại giá trị khoa học của mình nữa, vì những gì Đức Phật dạy đã vượt lên trên khỏi sự chứng minh của khoa học rồi". Vào thế kỷ thứ 20, Albert Einstein được hơn bảy tỷ người công nhận Thuyết Tương Đối của Ông và Ông ta đã nhận định như thế về Đạo Phật và khoa học như trên, thiết tưởng chúng ta cũng không cần phải tiếp tục bàn cãi làm gì nữa.

Sân bay Dubai vào tháng 4 năm 2024 đã ngập nước. Sa Mạc Sahara tuyết rơi, gió lốc ở Tiểu Bang Texas, Oklahoma, Hoa Kỳ, lụt lội kinh hoàng cũng như mưa quá tải tại các nước Phi Châu, động đất tại Đài Loan, Thổ Nhĩ Kỳ v.v… có phải do Ông Trời tạo ra hay do con người tàn phá thiên nhiên; nên mới ra nông nỗi ấy? Câu trả lời không khó. Đó là do con người chúng ta. Nhưng con người muốn gì? Chắc chắn rằng ai cũng muốn sống, mà chỉ sống cho mình, vào thời điểm của mình xuất hiện ở cõi nầy thì quá ích kỷ, chỉ lo tư lợi cho cá nhân; còn những thế hệ về sau nữa thì sao đây? Có lẽ họ bất cần; nên không quan tâm đến chăng? Đạo Phật có lý Duyên Sanh và Luật Nhân Quả; nên người Phật Tử phải biết rằng mình phải làm gì và nên làm gì để bảo vệ quả đất nầy cho tương lai nữa; chứ không phải "chết sống mặc ai"; còn mình thì ung dung thụ hưởng những tiện nghi vật chất hằng ngày đang có được.

Đồng bằng sông Cửu Long đã cạn, nước ngọt chảy xuống từ thượng nguồn sông Mekong, do Trung Quốc ngăn đập, đắp đê. Do vậy đất cát phù sa không tiếp tục dòng chảy ấy vào Cửu Long giang và nước mặn lại tràn vào, khiến người dân thiếu nước để cày cấy, trồng trọt và chăn nuôi, kể cả nước uống và những tiện nghi cần đến nước hằng ngày. Vậy thì Trời bao giờ mưa? Ai biết được. Ngày xưa thời của vua chúa cầm quyền, nếu hạn hán tiếp theo nhiều năm tháng, vua chúa đại thần phải ăn chay, niệm Phật, làm lễ cầu mưa; còn ngày nay những người lãnh đạo cộng sản, không có đức tin vào tôn giáo, nhiều khi còn gọi Ông Trời là "thằng trời" để chứng minh cho cái ngông cuồng của kẻ chiến thắng một thời; nhưng họ đâu có biết rằng, đó cũng là sự trừng trị của thiên nhiên cho những người không tin vào Luật Nhân Quả.

Đức Phật ra đời vì chỉ muốn khai mở tri kiến của chúng sanh để nhập vào tri kiến Phật; nhưng sự hiểu biết của con người, cũng như sự thực hành giá trị căn bản đạo đức ấy vẫn còn xa tầm tay với. Nên Ngài Thân Loan (Shinran) của Nhật Bản, Tổ Tịnh Độ Chân Tông ở vào thế kỷ thứ 13 có nêu một ví dụ tương đối dễ hiểu mà khó thực hiện. Ngài ví dụ rằng: có một người đang đứng trên một tảng đá cao, thòng một sợi dây xuống dưới vực sâu để cho người đang bị nạn nằm phía dưới đáy ấy có thể nắm bắt và người bên trên có thể kéo ngay lên; nhưng tiếc thay, người bị nạn ấy vẫn ham mê những thú vui gợi cảm đang xảy ra chung quanh mình ở dưới đáy vực ấy; nên quên hẳn đang có sợi dây cứu tử đang chờ đợi mình. Người có năng lực đang đứng trên cao là biểu tượng cho Đức Phật A Di Đà; còn kẻ đắm chìm trong cơn mê ở đáy vực là chúng ta. Sợi dây cứu tử ấy là câu Phật hiệu Nam Mô A Di Đà, luôn nhắc ta quay về nẻo giác; nhưng chúng ta, chính chúng ta đã làm ngơ. Vậy lỗi ấy không phải do người đứng bên trên tảng đá đang chờ ta, mà do chính ta không hay chưa ý thức được hậu quả của sanh tử vậy. Cũng như thế, chặt phá rừng, con người cứ chặt đốn; nhưng lại không trồng tiếp rừng cây khác, mà cứ hy vọng ở một ngày mai rừng sẽ xanh tươi trở lại, là chuyện sẽ không bao giờ có.

Ở Việt Nam bây giờ lãnh đạo bị khủng hoảng trầm trọng, hết trảm tướng nầy đến trảm tướng khác. Đó là một sự sai lầm nghiêm trọng. Nếu muốn trảm, hãy trảm ngay lòng tham không đáy của những người lãnh đạo từ cấp thấp nhất, lên đến cấp cao. Không dạy cho họ biết nguyên nhân từ đâu, mà chỉ nhắm vào kết quả, là một sự sai lầm đáng trách. Việc nầy là kết quả chủ quan về chủ nghĩa cũng như đường lối lãnh đạo của những người đứng đầu nhà nước CS VN. Phải phân quyền và hành xử đúng luật pháp, dân chủ thì mới mong nước Việt Nam thay đổi trong tương lai, giống những nước lân cận như: Thái Lan, Mã Lai hay Nam Dương. Ngược lại, nếu sự suy nghĩ của cái đầu thuộc về tư bản chủ nghĩa mà hai chân thì chỉ chuyển động theo bước chân của xã hội chủ nghĩa, thì chắc rằng mười kiếp làm người nữa, dân tộc Việt Nam chúng ta vẫn đi vào con đường bế tắc, vô phương cứu chữa vậy.

Từ đó chúng ta thấy rằng Ngài Nagarjuna (Long Thọ), một bậc Đại Sư của Ấn Độ ở vào thế kỷ thứ 3, thứ 4 sau Tây Lịch, nhắn gửi chúng ta qua tác phẩm Đại Trí Độ Luận rằng: "Hãy đừng mong ai đó bọc nhung quả địa cầu nầy để cho ta đi hai chân được êm, mà hãy tự bọc nhung hai chân của mình lại để đi được êm trên quả địa cầu nầy". Đó là lời dạy, là một triết lý sống. Nếu chúng ta áp dụng vào đời sống hằng ngày, chắc rằng chúng ta sẽ không thất vọng về bất cứ một vấn đề gì khi xử thế, kể cả những vấn đến khó khăn như chính trị, kinh tế, văn hóa, giáo dục v.v…

"Thời gian và thủy triều chẳng đợi chờ ai". Đó là câu ngạn ngữ của tiếng Anh. Nghĩa là khi thời gian trôi qua rồi, sẽ không bao giờ trở lại giống như cũ nữa và mỗi ngày thủy triều lên xuống hai lần, không có lần nào giống lần nào cả. Cho nên nếu chúng ta có muốn lợi dụng thì hãy nên lợi dụng thời gian để làm một việc gì đó cho có ý nghĩa trong 24 tiếng đồng hồ của mỗi ngày. Ai trong chúng ta mỗi ngày cũng chỉ có 24 tiếng đồng hồ, không thêm, không bớt. Hài nhi mới sinh ra, chúng có 24 tiếng mỗi ngày; học sinh, sinh viên, ông Giám Đốc, Thầy giáo, Bác Sĩ, Kỹ sư. Người nông dân, cô thợ may, người Tăng sĩ, nhà Bác học v.v… tất cả chúng ta đều giống nhau và bình đẳng về thời gian, kể cả người lớn cho đến trẻ con. Vậy chúng ta hãy tận dụng hết sức mình trong khoảng thời gian mà chúng ta còn hiện hữu trên cõi đời nầy để làm những công việc hữu ích, có lợi cho tha nhân, ấy mới là điều đáng quý. Nếu ngược lại chúng ta chỉ ngồi đó, than thân trách phận, giận trời, hờn đất v.v… những điều ấy chỉ làm mất thời gian mà thôi.

Tờ báo Viên Giác số 261 nầy của tháng 6 năm 2024, đánh dấu 45 năm báo đã đi vào lòng người, Phật Tử cũng như không Phật Tử. Đây là một trong những tờ báo Đạo có tuổi thọ sống lâu dài nhất, kể cả bên trong lẫn bên ngoài nước. Do vậy Ban Biên Tập vô cùng niệm ân Quý độc giả xa gần cũng như những nhà văn, nhà báo đã cộng tác một cách chân tình không mệt mỏi và vì lợi ích cho tha nhân; nên tờ báo mới còn hiện diện nơi trần thế nầy. Ân nầy xin tạc dạ vậy. Năm nay cũng là năm đúng 60 năm xuất gia hành đạo của Hòa Thượng chủ nhiệm sáng lập và kỷ niệm lần sinh thứ 75 của Thầy; nên Ban Biên Tập dành nhiều trang báo để viết về Thầy, mà điều đó cũng nên thực hiện vậy. Thầy thường bảo rằng: "ngày sinh nhật đúng ra nên tưởng niệm về người Mẹ đã mang mình ra đời nhiều hơn, giống như chữ Hán gọi là: Mẫu nan nhật. Ngày ấy Mẹ mình khó khăn lắm mới mang mình vào đời. Nếu làm được vậy thì ý nghĩa biết là dường bao".

Lễ Phật Đản vào tháng 5 năm 1978 cố Hòa Thượng Thích Minh Tâm từ Paris đã đến Hannover để chứng minh lễ An Vị Phật Niệm Phật Đường Viên Giác tại đường Kestnerstr. số 37 và mùa Vu Lan báo hiếu cùng năm đó vào tháng 8, Hội Sinh Viên và Kiều bào Phật Tử Việt Nam được thành lập. Hội Trưởng đầu tiên của nhiệm kỳ 1978-1980 là Bác Sĩ Thị Minh Văn Công Trâm và nhiều nhiệm kỳ sau đó nữa và người kế nhiệm chức vụ nầy trong những năm đầu thập niên 1980 là Kỹ Sư Thị Chơn Ngô Ngọc Diệp. Công đức của những người tiền nhiệm không nhỏ; nhưng vô thường cũng đã đến với Bác Sĩ vào ngày 28 tháng 4 năm 2024 vừa qua với tuổi đời 77 năm nơi trần thế. Bác Sĩ cũng là người có công làm giấy bảo lãnh cho Hòa Thượng Chủ Nhiệm báo Viên Giác từ Nhật sang Đức vào ngày 22 tháng 4 năm 1977. Mới đó mà cũng đã 47 năm rồi. Trong thời gian ấy có biết bao nhiêu việc phải làm và bao nhiêu việc đã thành tựu cũng như trôi đi; nhưng tấm lòng, sự nhận biết, tình Thầy trò, bạn hữu của tuổi thanh xuân sẽ không bao giờ bị quên lãng. Ân và nghĩa, Đời và Đạo danh từ tuy có khác nhau; nhưng tấm lòng đối với Đạo thì không khác. Mong rằng Bác Sĩ Thị Minh sẽ an nghỉ nghìn thu nơi cõi Tịnh, bên chân của Đức Từ Phụ A Di Đà.

Thay mặt toàn ban Biên Tập báo Viên Giác kính chúc chư tôn Thiền Đức Tăng Ni cùng quý độc giả xa gần luôn hưởng được nhiều pháp lạc trong cuộc sống hằng ngày. ∎

Ban Biên Tập Báo Viên Giác

ĐỨC ĐẠT LAI LẠT MA
SOFIA STRIL-REVER

HOANG PHONG chuyển ngữ

HÃY LÀM MỘT CUỘC CÁCH MẠNG!
LỜI KÊU GỌI TUỔI TRẺ CỦA ĐỨC ĐẠT LAI LẠT MA

(Tiếp theo VG260)

Ananda Viet Foundation
2018

Chương 1: Tôi đặt hết lòng tin nơi các bạn.
Chương 2: Hãy biến mình thành những con người bất khuất vì hòa bình.
Chương 3: Cuộc cách mạng từ bi.
Chương 4: Các bạn có thể làm được gì cho thế giới.
Chương 5: Thế giới từ bi là có thật.
Tuyên Ngôn Về Trách Nhiệm Toàn Cầu.

LỜI GIỚI THIỆU CỦA NGƯỜI CHUYỂN NGỮ

Phật giáo không phải là chỉ để dành riêng cho những người lớn tuổi chuẩn bị cho cái chết của mình, mà còn mở ra một chân trời mới cho tuổi trẻ. Giáo Huấn của Đức Phật không phải là những lời cầu khẩn và van xin mà là lý tưởng, bổn phận và hành động, giúp con người và nhất là tuổi trẻ biến cải cuộc đời mình, bảo vệ sự sống và sự tồn vong của cả hành tinh này.

Bà Sofia Stril-Rever, văn sĩ, chuyên gia tiếng Phạn, Tây Tạng học..., là đệ tử của Đức Đạt-lai Lạt-ma, đã góp nhặt những lời ghi chép trong một cuộc phỏng vấn mà Ngài đã dành riêng cho mình, thành một quyển sách nhỏ mang tựa: "HÃY LÀM MỘT CUỘC CÁCH MẠNG! Lời kêu gọi tuổi trẻ của Đức Đạt-lai Lạt-ma". Quyển sách bắt đầu thành hình ngay sau buổi phỏng vấn diễn ra tại Bodhgaya (Bồ-đề Đạo tràng) ngày 3 tháng giêng năm 2017, hoàn tất ngày 2 tháng 10 tại Dharamsala trên miền Bắc Ấn Độ, nơi lưu vong của Đức Đạt-lai Lạt-ma và sau cùng đã được xuất bản tại Pháp ngày 26 tháng 1, 2017 vừa qua.

Quyển sách thật trong sáng, ngập tràn lòng từ bi này của một người tu hành lớn tuổi viết là để dành riêng cho thế hệ trẻ, thế nhưng cũng có thể làm xúc động cả những con tim chai đá và khô cằn của những người kém trẻ trung hơn. Quyển sách gồm năm chương, và trong mỗi chương bà Sofia Stril-Rever trích ra một đoạn ngắn để đưa lên trang mạng của bà.

Bures-Sur-Yvette, 24.12.17
Hoang Phong

Chương 2:
HÃY BIẾN MÌNH THÀNH NHỮNG CON NGƯỜI BẤT KHUẤT VÌ HOÀ BÌNH

Đã 82 tuổi rồi, quả là đã đến lúc mà tôi phải nói lên lời từ giã: Bye bye, my dear younger brothers and sisters *(trong nguyên bản là tiếng Anh: "Xin tạm biệt các anh chị em trẻ tuổi thân mến của tôi!")*. Với tuổi tác đó, quả tôi đã là người của thế kỷ XX. Thế nhưng vì niềm ước vọng hòa bình đã thấm sâu trong tâm hồn tôi khiến tôi cảm thấy mình vẫn còn thuộc vào tương lai, cùng lứa với tuổi trẻ của thế giới này. Trên bình diện đó chúng ta đều có cùng một tuổi đời như nhau, cái tuổi mà mọi sự có thể bắt đầu trở lại. Đoạn cuối của đời và bước đầu của cuộc đời các bạn cùng gặp gỡ nhau.

Cuộc hội ngộ giữa chúng ta cũng chẳng khác gì một thoáng phù du trong một buổi sáng tinh sương, khi bóng tối và các tia sáng đan vào nhau giữa trời. Không còn là đêm tối nữa, nhưng cũng chưa phải là ban ngày. Đấy là lúc một ngày mới đang bắt đầu ló dạng. Nơi chân trời một trang sách đang được lật qua, mở ra một trang mới. Bây giờ thì đến lượt các bạn đấy nhé, hỡi những người bạn trẻ của tôi, các bạn hãy viết lên trang giấy trinh nguyên đó dòng lịch sử mới mẻ của thế kỷ này, và tôi ước mong rằng đấy sẽ là dòng lịch sử đẹp nhất và hạnh phúc nhất trong ký ức con người.

Tôi từng ấp ủ viễn tượng của nền hòa bình đó từ khi tôi còn trên quê hương Tây Tạng của tôi. Thuở thiếu thời, tôi chỉ biết đến quê hương của các bạn qua những hình ảnh trong các tạp chí đến được Lhassa *(thủ đô của xứ Tây Tạng trước đây)* mà tôi cứ lật đi lật lại một cách thèm thuồng *(có nghĩa là ước muốn được viếng các nơi ấy)*. Thế rồi trong chuyến du hành đầu tiên trên lưng bò yak *(một loại bò núi)* và ngựa, tôi đã đến nước Ấn năm 1956, *(Đức Đạt-lai Lạt-ma vượt biên bằng cách băng ngang rặng Hy Mã Lạp Sơn)*. Lúc trên đường tôi nghĩ rằng biết đâu từ các đỉnh đèo cao nhất của hành tinh này tôi sẽ trông thấy được các tòa nhà chọc trời ở Nữu Ước. Thật vậy tôi hy vọng sẽ trông thấy được các tòa nhà ấy qua chiếc viễn vọng kính bằng đồng mà tôi thừa hưởng từ vị tiền nhiệm của tôi. Trước đây nơi sân thượng của ngôi đền Potala, với chiếc viễn vọng kính này tôi vẫn thường ngắm nhìn các miệng hố trên mặt trăng. Thuở ấy tôi cũng đã bắt đầu tìm hiểu các nền văn minh tân tiến và tham gia vào các trào lưu tư tưởng thời bấy giờ, thế nhưng chưa bao giờ tôi xao lãng trước sự quyết tâm "không lay chuyển vì hòa bình" của tôi. Với kinh nghiệm suy tư của cả một đời người, tôi có thể nói với các bạn một điều là nếu các bạn dấn thân vào sự hung bạo thì các bạn sẽ không tránh khỏi chứng kiến cảnh hấp hối của nhân loại. Thế kỷ XXI sẽ là thế kỷ hòa bình nhưng cũng có thể là ngược lại.

Hỡi những người trẻ trên khắp thế giới, tôi kêu gọi các bạn hãy kiến tạo một thế hệ hòa bình đầu tiên cho Địa cầu huynh đệ này *(suốt trong lịch sử nhân loại chưa bao giờ ngưng chiến tranh và xung đột. Phải chăng con người là sinh vật hung dữ và ích kỷ nhất trên hành tinh này? Xin đừng gây chiến nữa)*. Hãy kiến tạo một thể chế công dân thế giới! Đấy không phải là một điều không tưởng mà là một chiến lược với một chủ tâm rõ rệt, tức là một cách đánh thức bổn phận của mỗi người trong các bạn, phải làm thế nào cho thế kỷ XXI này không còn tạo ra các cảnh khổ đau, tàn phá, ngập tràn xương máu như trong quá khứ nữa *(có nghĩa là khi đã là công dân của một thế giới chung thì sẽ không còn sự tranh chấp giữa các quốc gia và dân tộc nữa)*. Tôi vững tin các bạn ngay trong kiếp sống này sẽ kiến tạo được hòa bình và phát huy được tình huynh đệ, đấy là các ước vọng sâu xa nhất của con tim con người.

Hãy tạo ra một thế hệ không bế tắc

Các vấn đề khó khăn mà các bạn đang phải gánh chịu ngày nay không phải là do các bạn tự tạo ra cho mình. Đấy là các khó khăn lưu lại từ thế hệ của tôi và của cha mẹ các bạn, tức là các thế hệ của thế kỷ XX. Hãy tạo ra một thế hệ với thật nhiều lối thoát. Cha mẹ của các bạn nào có cố tình phá hoại môi trường đâu. Phần đông trong số họ khi ý thức được sự tác hại rộng lớn của thảm họa này thì đã muộn. Tại sao? Chẳng qua vì sự suy thoái môi trường thiên nhiên diễn tiến một cách tuần tự, vì thế chỉ có thể nhận thấy được sự suy thoái đó sau một thời gian dài. Năm 2011 tôi đã quy tụ được các chuyên gia quốc tế cùng họp với tôi tại Dharamsala để bàn thảo về chủ đề "Môi sinh, Đạo đức và Nguyên lý Tương liên" *(Hội nghị Mind & Life XXIII, Oct 2011. Các cuộc hội họp Mind & Life/Tâm thức và Sự sống là nhằm kết hợp giữa Phật giáo và Khoa học với chủ đích phát huy sự hiểu biết về bản chất của hiện thực, w.w.w.mindandlife.org - ghi chú trong sách)*. Một trong các chuyên gia trên đây cho biết thán khí (CO_2) là một loại khí không có mùi cũng không có sắc, điều này thật đáng tiếc, bởi vì nếu thán khí có màu xanh hay màu hồng, hoặc bốc mùi, thì người ta sẽ nhận biết nó dễ dàng hơn. Nhờ đó những người làm chính trị cũng như quần chúng sẽ cảm thấy dễ dàng hơn sự nguy hại khi nồng độ của nó tăng cao.

Nửa đùa nửa thật trong buổi họp ấy tôi gợi ý một cách hóm hỉnh như sau: giả thử nếu kết hợp được tất cả các nguyên thủ quốc gia trong một gian phòng đóng kín và sau đó xịt thán khí vào phòng cho đến khi tất cả đều cảm thấy khó thở và bực bội - mục đích không phải là để làm cho họ bị chết ngạt mà chỉ để ý thức họ là phải sớm tìm các biện pháp ngăn ngừa. Thật vậy đây là lần đầu tiên trong lịch sử con người, quyền sống của các bạn và con cái các bạn đang bị lâm nguy.

Hoan hô sáng kiến của các bạn trẻ trong lứa tuổi từ 9 đến 20 ở Mỹ đã đứng lên nhân danh các thế hệ tương lai! Hoan hô các bạn trẻ vị thành niên đó đang tranh đấu cho quyền hạn căn bản của mình đã được ghi hẳn hoi trong Hiến pháp là được quyền sống an toàn trong một môi trường không bị ô nhiễm bởi các loại khí gây ra các hiệu ứng nhà kính *(vụ kiện "Juliana chống lại Chính phủ Mỹ về môi trường"/Juliana vs US Lawsuit" trước Tòa án Tiểu bang Oregon, tháng 9, năm 2015, với sự ủng hộ của nhà khí tượng học James Hansen, w.w.w.ourchildrentrust.org - ghi chú trong sách)*! Vị Thẩm phán của phiên tòa căn cứ vào các phúc trình khoa học về sự gia tăng thán khí trong bầu khí quyển sẽ không bảo đảm cho trẻ em trong thiên niên kỷ này sống an toàn đến tuổi trưởng thành và đã cho các em thắng kiện. Các vụ kiện cáo như thế không chỉ riêng xảy ra ở Mỹ, mà là cả một phong trào quốc tế về pháp lý liên quan đến khí hậu, đang bùng lên khắp nơi trên thế giới, từ Bắc Mỹ đến Phi Luật Tân, từ Tân Tây Lan đến Ấn Độ và cả xứ Na Uy, bắt buộc các chính phủ và các xí nghiệp phải chịu trách nhiệm về các biến đổi môi sinh. Hỡi các bạn trẻ, các bạn hãy đứng lên như những người tiên phong bảo vệ công lý cho môi trường, chẳng qua vì các bạn chính là các nạn nhân trực tiếp!

Sự tham gia đông đảo của các bạn sẽ giúp tôi phấn khởi và lạc quan hơn. Các vấn đề mà các bạn đang gặp phải dù thuộc lãnh vực môi trường, sự hung bạo nói chung hay khủng bố nói riêng, không phải do Thượng Đế, Đức Phật hay những người bên ngoài hành tinh này tạo ra. Những khó khăn ấy cũng không phải từ trên trời rơi xuống hay từ dưới đất chui lên. Đó là các vấn đề mà nguyên nhân là do nhân loại tự tạo ra cho mình từ đầu đến cuối. Thế nhưng đấy cũng lại là một điều đáng mừng, bởi vì nếu chúng ta đủ khả năng tạo ra các vấn đề đó thì cũng thật hết sức hữu lý khi cho rằng chúng ta cũng sẽ có đầy đủ phương tiện để giải quyết các vấn đề ấy. Các cuộc khủng hoảng mà chúng ta đang phải đối đầu không phải là định mệnh. Hãy cứ tự hỏi như thế này: "Vậy thì tình huynh đệ có thể giải quyết được các cuộc khủng hoảng đấy hay không?".

Tôi chọn cho tôi khẩu hiệu "Tự do, Bình đẳng và Tình huynh đệ"

Tôi vẫn còn nhớ lần đầu tiên tôi được nghe thuật lại cuộc Cách mạng Pháp. Lúc đó tôi còn bé, còn ở trong ngôi đền Potola, tại Lhassa. Ngoài ra tôi cũng còn được nghe thuật lại cuộc Cách mạng Nga. Tôi rất say mê các câu chuyện ấy vì thế mỗi khi gặp được một vài người ngoại quốc hiếm hoi đến được nơi này thì tôi liền gạn hỏi họ [về các câu chuyện cách mạng ấy], quả đúng họ là các vị thầy của tôi trong các lãnh vực hiểu biết thế tục. Ngoài ra tôi cũng còn nhớ đến một cuộc cách mạng khác mà lần đầu tiên tôi được trực tiếp theo dõi nhờ tin tức đưa vào Tây Tạng. Đó là cuộc Cách mạng Hung Gia Lợi năm 1956. Tuy cách xa Budapest trên phương diện thân xác, thế nhưng về mặt xúc cảm thì tôi lại cảm thấy rất gần với những người trẻ đang vùng lên.

Lý tưởng của cuộc Cách mạng Pháp đã khiến tôi xúc động mạnh, quả là một khẩu hiệu tuyệt vời nêu lên thể chế Cộng Hòa: Tự do, Bình đẳng và Tình huynh đệ. Và đấy cũng là phương châm mà tôi đã chọn cho tôi. Là một người Phật giáo, tôi hiểu rằng mục đích của việc tu tập là giải thoát tôi khỏi vô minh căn bản tạo ra các thứ ảo giác, tách rời tôi với kẻ khác và cả môi trường chung quanh, sự tách rời đó cũng chính là cội nguồn của tất cả mọi thứ khổ đau. Bình đẳng cũng là một nguyên tắc căn bản trong Phật giáo, chẳng qua vì tất cả chúng sinh, dù là con người hay không phải con người cũng vậy, đều hàm chứa một tiềm năng giác ngộ như nhau. Bình đẳng có thể hiểu như là một sự công bằng *(impartiality/không thiên vị)* hay bình thản *(equanimity/thanh thản, bình lặng, không phân biệt)*. Sau hết là tình huynh đệ, đó là sự phát lộ của tình thương yêu và lòng từ bi khi được nuôi nấng trong từng ngày. Hiến pháp của Ấn Độ có thể bổ khuyết cho câu châm ngôn của nước Pháp trên đây bằng cách thêm vào một tiêu đề thứ tư là Công lý. Điều này theo tôi thật hết sức chính đáng, bởi vì một xã hội hay một nền kinh tế không có công lý thì tình huynh đệ cũng chỉ vỏn vẹn là một khẩu hiệu cao quý, nhưng trên thực tế không mang một ý nghĩa nào cả.

Vừa được tấn phong chức vụ lãnh đạo chính trị và tín ngưỡng của xứ Tây Tạng tại Lhassa năm 1950, thì tức khắc sau đó tôi đưa ra một nghị quyết nhằm xây dựng một xã hội dựa trên tình huynh đệ. Tôi nhận thấy trong các nhà giam không xa ngôi đền Potala, các tù nhân bị kết án mang gông, là một khối gỗ tròng vào cổ, vừa dầy vừa nặng. Chiếc gông bằng gỗ cứng đè gẫy cả xương gáy họ. Tôi bèn ra lệnh đại xá toàn bộ tù nhân trên toàn lãnh thổ Tây Tạng. Sau đó tôi bắt tay vào việc cải tổ xã hội phong kiến của chúng tôi bằng cách thiết đặt một nền tư pháp độc lập. Tôi đề cử một Ủy ban phân phối đất đai và xóa bỏ chế độ nợ nần cha truyền con nối, biến tầng lớp nông dân thành nô bộc của giới quý tộc. Thế nhưng chưa được bao lâu thì người Trung Quốc xâm lược nắm quyền bính, áp đặt một chế độ đi ngược lại với thể chế dân chủ trong chương trình canh tân hóa xứ Tây Tạng.

Vì sinh mạng bị đe dọa, tôi phải bỏ trốn năm 1959. Trong khi lưu vong tại Ấn, tôi đã tái lập lại tinh thần dân chủ cho các thể chế trong chính phủ của chúng tôi. Ngày 2 tháng 9, 1960, và cũng là lần đầu tiên trong lịch sử của xứ Tây Tạng, các Nghị sĩ đã phải tuyên thệ tại Dharamsala *(trên đất Ấn)*. Sau đó tôi cũng đã soạn thảo bản Hiến Pháp công bố sự phân quyền, sự bình đẳng giữa người dân trước luật pháp, bầu cử tự do và một nền chính trị đa nguyên. Căn cứ vào Bản Tuyên ngôn Quốc tế Nhân quyền năm 1948, bản Hiến Pháp của chúng tôi đã được soạn thảo theo nguyên tắc căn bản của một Quốc gia thế tục, nhưng đồng thời cũng kết hợp với các giá trị tín ngưỡng của chúng tôi, và đó cũng là cả một sự cam kết long trọng giữ vững tinh thần phi-bạo-lực và hòa bình.

Tôi đã phải vận dụng tất cả uy tín sẵn có của mình để thuyết phục người dân Tây Tạng chấp nhận các cải cách nhằm giới hạn các quyền lực đã được quy định theo truyền thống lâu đời đối với chức vụ lãnh đạo của tôi. Sự quý trọng và lòng tôn kính quá mức của họ là cả một trở ngại trong việc tập cho họ quen dần với tinh thần dân chủ. Mãi đến năm 2011, tôi mới có thể quyết định với tất cả niềm hãnh diện trao lại các trọng trách chính trị nhằm thế tục hóa hoàn toàn nền dân chủ lưu vong của chúng tôi. Hỡi các bạn trẻ của tôi, các bạn thấy đó, người dân Tây Tạng nào cần phải làm Cách mạng như tổ tiên của các bạn đâu, tức là phải hy sinh cả tính mạng mình vì dân chủ, kể cả phải xử trảm vua của mình.

Các cuộc cách mạng trong quá khứ không biến cải được tâm thức con người

Vì mang danh là Lạt-ma Tây Tạng nên một số người lấy làm ngạc nhiên khi thấy tôi phát biểu về chính trị. Thế nhưng tôi cũng là một môn đệ của cuộc Cách mạng Pháp. Tôi không hề bỏ qua bất cứ một dịp nào - chẳng hạn như mỗi khi đến Pháp, hoặc tiếp xúc với các bạn trẻ người Pháp - mà tôi lại không nói lên điều đó. Dù không rành từng chi tiết về cuộc Cách mạng Pháp, thế nhưng tôi nghĩ rằng chính cuộc Cách mạng này đã đưa đến sự hình thành của Bản Tuyên Ngôn Nhân Quyền đầu tiên cho toàn thế giới, và sau đó thì các nguyên tắc căn bản trong bản tuyên ngôn này lại được đưa vào Bản tuyên ngôn quốc tế nhân quyền năm 1948. Có một điều mà các bạn có thể không hề biết đến là tại Tây Tạng có lệnh cấm cất giữ Bản tuyên ngôn này. Vi phạm sẽ bị ghép vào tội mưu phản và bị kết án nặng nề, tương đương với tội vi phạm an ninh quốc gia, tức có thể bị tù và tra tấn. Sở dĩ tôi nêu lên điều này là để thấy tầm quan trọng của bản tuyên ngôn trên đây. Tôi có cảm giác qua dòng lịch sử các nhà trí thức Pháp luôn cho thấy mình có một khả năng lý luận thật phóng khoáng, một tầm nhìn toàn cầu thật cởi mở về thế giới. Những người nổi bật nhất trong số họ thường là những người có tư tưởng bất khuất, khả năng phán đoán sắc bén, quả họ là những người mà thế kỷ XXI rất cần đến, chẳng qua là vì ngày nay những gì cần phải làm là vặn cổ các ý thức hệ của thế giới già nua từng gây ra cho chúng ta mọi thứ khổ đau.

Không những là đệ tử của Đức Phật và Cách mạng Pháp mà tôi còn là đệ tử của Karl Marx. Chính Karl Marx từng xem nước Pháp là một nước cách mạng tuyệt vời nhất và ông ta cũng đã giải thích thật chính xác về các động cơ thúc đẩy đã đưa đến sự nổi dậy năm 1789. Xã hội cũ rích của thời đại bấy giờ không còn đủ sức để thích ứng với hiện thực của nền kinh tế mới, tình trạng đó đã đưa đến các sự kình chống thật hỗn loạn giữa các giai cấp trong xã hội, nhằm giành lại quyền lực và các sự ưu đãi nằm gọn trong tay giới quý tộc. Cách suy luận này cũng có thể áp dụng cho cuộc Cách

mạng Bolshevik tại nước Nga của các Nga hoàng. Thật vậy cuộc cách mạng Nga cũng là một phong trào tranh đấu chống lại sự khai thác quá đáng tầng lớp vô sản. Các cuộc tranh đấu mang tính cách giải phóng và đòi hỏi công bằng xã hội cho thấy luôn phải cần đến một cuộc cách mạng, nhất là khi mà các người nắm giữ quyền hành chính trị tìm cách ngăn chận mọi sự đổi thay. Qua góc nhìn của tình huynh đệ và sự chia sẻ thì quả tôi là người mác-xít, thế nhưng tiếc thay Lenine và sau đó là Staline đã làm cho tư tưởng nguyên thủy của Karl Marx trở nên tồi tệ, biến lý tưởng cộng sản thành chủ nghĩa độc tài.

Tôi từng nói với các bạn thật hết sức quan trọng là phải nghiên cứu lịch sử để tránh các sai lầm của quá khứ. Nếu các bạn phân tích các cuộc cách mạng thì các bạn sẽ thấy rằng tất cả đều phát sinh từ sự tranh giành quyền lợi, và đó cũng là nguyên nhân đưa đến hận thù, giận dữ và mất mát. Tất cả các thứ ấy sẽ trở nên ngày càng gay gắt hơn, và đến một lúc nào đó thì sẽ không còn kìm hãm được nữa và không sao tránh khỏi rơi vào vòng lôi kéo của sự nổi loạn. Dù đấy là cuộc Cách mạng Pháp, cuộc Cách mạng Bolshevik hay cuộc Cách mạng Văn hóa thì cũng vậy, tất cả đều đưa đến những cảnh đẫm máu, tàn phá và kinh hoàng. Dù có thể hạ bệ được một thủ lãnh chính trị hay thay đổi được cả một thể chế đi nữa, nhưng các cuộc cách mạng ấy không thể nào biến cải được tận gốc tâm thức con người *(bản năng sinh tồn đưa đến tranh giành quyền lợi. Tranh giành quyền lợi đưa đến hận thù, giận dữ và mất mát. Hận thù, giận dữ và mất mát sẽ đưa đến bạo loạn, cách mạng và chiến tranh. Chuỗi dài lôi kéo đó không biến cải được tâm thức con người mà chỉ đưa đến khổ đau chồng chất mà thôi. Hạt mầm của bản năng sinh tồn vẫn còn nguyên bên trong tâm thức, nó nảy mầm, bắt rễ, ăn sâu vào tâm thức và cả trên da thịt mình. Tranh giành quyền lợi, nổi loạn, chiến tranh, cách mạng chỉ là hậu quả bùng ra bên ngoài. Đức Phật diệt ngay hạt mầm đó của bản năng sinh tồn một cách thật đơn giản: một chiếc bình bát trên tay).*

Các cuộc cách mạng vào cuối thế kỷ XX cho thấy một đặc điểm chung là rất ôn hòa, chẳng qua cũng vì những người nổi dậy là những người trẻ yêu chuộng hòa bình. Đấy là lý do tại sao trước những sự thách đố của thời đại chúng ta, tôi lại kêu gọi các bạn hãy làm một cuộc cách mạng chưa từng có trong lịch sử con người. *(hết Chương 2)* ∎

Lâm Minh Anh

SUY TƯ
tịnh tĩnh

Mỗi sáng sớm ông Lý có thói quen đi dạo vài vòng quanh công viên vắng vẻ để vừa vận động, vừa ngắm nhìn cây cỏ hoa lá, tìm sự yên tĩnh giữa thiên nhiên tươi mát. Hôm nay, vừa về đến nhà, thấy ông Tư đã đứng chờ trước cửa từ bao giờ, ông Lý ngạc nhiên hỏi:

- Ủa! Tôi tưởng bác vẫn còn tham gia khóa tu thiền ở chùa Tịnh Quang gần nhà bác chứ?

Ông Tư tươi cười đáp:

- Khoá tu hoàn mãn hôm kia rồi, dù chân tôi có bị đau nhưng tôi vẫn hoan hỉ vì tìm được một chút Tĩnh lặng trong tâm hồn. Tuy nhiên, trong lúc hành thiền, đôi khi tôi cảm thấy tâm mình không được Tịnh lắm. Phải chăng tâm Tĩnh thì thân mới Tịnh hay là ngược lại?

Ông Lý mở cửa mời bạn vào vừa nói đùa:

- Bác đi tu thiền thế nào mà về nhà cứ hết Tịnh lại Tĩnh loạn cả lên thế?

Ông Tư ngượng ngùng nói lảng:

- Chả là như thế này, hôm qua vợ chồng cháu Tân và Lam Ngọc đến thăm, tôi có đề cập chữ Tịnh và Tĩnh. Ba người bàn thảo mãi nhưng vẫn không nói được một cách đúng đắn và chính xác về hai chữ này. Cuối cùng, hai cháu nó đồng thanh bảo tôi đến nhờ bác giải thích hộ theo góc nhìn của bác.

Ông Lý khiêm tốn nhã nhặn nói:

- Cảm ơn sự tin tưởng của bác và hai cháu nhưng tôi biết sức hiểu biết của mình chỉ là hạt cát nhỏ trong đại dương mà thôi. Thôi thì biết đến đâu nói đến đó vậy! Trước hết mời bác " Tịnh tâm " dùng tách trà xanh này đã.

Hai ông chậm rãi cùng nâng chén trà từ tốn thưởng thức hương vị thơm ngát, ông Tư chợt phát hiện ra rằng ngay khi ăn uống mà tâm Tịnh thì cái gì cũng ngon cả. Cửa sổ mở rộng, đâu đây mùi hoa bưởi nồng nàn, tiếng chim hót vui tươi lảnh lót giữa không gian Tĩnh lặng làm lòng người cũng cảm thấy dịu lại, thanh thản hơn. Ông Lý bắt đầu chậm rãi nói:

- Trước hết Tĩnh và Tịnh nguyên là những chữ " tượng thanh " cần chiết tự để giải thích, ở đây tôi chỉ nói sơ lược thôi:

* Tĩnh 靜: Bên trái chữ Thanh 青 (sắc xanh) chỉ sự tươi mát, dễ nhìn. Trên là Phong 丰 (sắc cỏ) chỉ sự tươi tốt, xinh đẹp. Dưới là chữ Đan 丹 sắc đỏ (son) của châu sa hoặc đá, chỉ màu sắc ngày xưa các bậc vua chúa rất ưa chuộng như "đan trì" 丹墀 (thềm vua) , "đan bệ" 丹陛 (bệ vua), chữ "sơn son thếp vàng" trong cung đình là nói về màu "son" đỏ châu sa này. Ghép trên dưới với bộ "đan thanh" để chỉ nét vẽ đẹp gọi là "nét đan thanh". "Đan thanh" còn gọi cho phong tư thanh nhã nơi dáng người. Bên phải là chữ Tranh 争, theo Giáp cốt văn, hình vẽ hai bàn tay móng vuốt đối đầu với nhau ám chỉ sự đối kháng, tranh giành đoạt lấy, quyết liệt hơn thua trong cuộc sống. Khi ghép với chữ Thanh 青, người xưa ngụ ý rằng: Thanh thản bất tranh (Tĩnh 靜) tất sẽ có sự an ổn, nhàn hạ, thanh thản hơn. Tóm lại, Tĩnh là chỉ cho tính chất trong trẻo, trạng thái, tính cách yên ổn, bình lặng, êm đềm…

* Tịnh: 净 = 淨. Bên trái là bộ Thuỷ 水 hoặc bộ Băng 冫. Theo Giáp cốt văn, hình vẽ ba chấm dọc theo nhỏ li ti, biểu thị vật trôi chảy lăn tăn. Chỉ rằng: Khi nhìn thấy vật ấy tức dòng nước thì phân rẽ nhánh (kiến nhi phân chi 見而分之). Trong "Thái Bình Ngự Lãm, Nhã Lạc, thượng" 太平御覽, 雅樂法品 viết: Doanh do, Ích dã. 盈 猶 益也. Nghĩa là: Nước với tính chất nhu hoà, tràn đầy khắp chốn nuôi dưỡng thiện ích cho muôn vật. Cũng như Lão Tử viết: Thượng thiện nhược thủy. Thủy thiện lợi vạn vật nhi bất tranh 尚善若水. 水善利萬物而不争 (Nước là thiện hành nhất. Nước khéo làm lợi ích cho vạn vật mà không tranh với vật nào). Khi ghép chung với chữ Tranh 争, người xưa ngụ ý rằng: Sao không như dòng nước trôi chảy êm đềm, từ chỗ cao đổ xuống thấp tự nhiên, yếu nhược mà mạnh mẽ, chấp nhận mọi chướng ngại, tẩy sạch sự dơ bẩn của muôn vật, tìm ngõ ngách len lỏi tránh né các vật cản trên đường đi để đến đích. Đó là tính chất của nước. Nói tóm, Tịnh là chỉ cho sự trong suốt, trạng thái tinh khiết, cũng là tính cách sạch sẽ.

Nói đến đây, ông Lý ngưng lời bởi ông Tư đẩy tách trà sang, ông nhấp chút trà thấm giọng rồi tiếp tục:

- Kế tiếp, xin giải thích ngữ nguyên của Tĩnh và Tịnh theo điểm xuất xứ trong lịch sử kinh điển văn học.

Ông Tư nghe qua lời này liền tỏ ra rất quan tâm chăm chú. Ông Lý từ tốn nói:

* Về chữ Tĩnh, xuất hiện rất sớm trong từ điển Nhĩ Nhã, được định nghĩa: Ninh 寧 (lặng lẽ), Mật 密 (yên lặng), Khương 康 (yên ổn)… Tĩnh dã 靜也, (là yên tĩnh). Nguyên điển xuất xứ, theo Chu Dịch, Quần Thư trị yếu, viết: Chí tĩnh nhi đức phương. 周易,群書治要,曰: 至靜而德方 Nghĩa là, đạt đến chỗ rốt ráo tĩnh lặng, thì đức sẽ toả muôn phương. Trong Hậu Hán Thư, Tuần Lại Liệt Truyện, viết: Ngô dụng cảnh tĩnh nhi lưu phương. 後漢書, 循吏列傳, 曰: 吳用景靜而 留芳. Nghĩa là, trong sự náo loạn nêu lên cảnh thanh tĩnh để lưu truyền khắp nơi. Chữ Tĩnh 靜 trong văn học, Kinh Thi, Bội Phong đã sớm sử dụng chữ này để miêu tả mối tình chân quê mộc mạc trong bài thơ rất dễ thương như sau:

Tĩnh nữ
Tĩnh nữ kỳ xu
Sĩ ngã ư thành ngu
Ái nhi bất kiến
Tao thủ trì trù
靜女
靜女其姝,
俟我於城隅.
愛而不見,
搔首踟躕

Dịch nghĩa:
Nàng phong tư thanh nhã
Hẹn nàng góc thành hoang,
Mong mãi mà không gặp
Giậm chân, bứt tóc than.

Trong Đường thi cũng có một bài thơ "Tĩnh Dạ Tứ" 靜夜思. (Cảm nghĩ trong đêm yên tĩnh) rất nổi tiếng của Thi Tiên Lý Bạch hoặc Thi Phật Vương Duy đã mượn "hoa" để ẩn dụ ý diễn tả tâm tư của một thiếu nữ trong trắng qua bài thơ:

Hồng Mẫu Đơn
Lục diễm nhàn thả tĩnh
Hồng y thiển phục thâm
Hoa tâm sầu dục đoạn
Xuân sắc khởi tri tâm
紅牡丹.
綠艷閒且靜
紅衣淺復深
花心愁欲斷
春色豈知心

Tạm dịch:
Thanh nhàn khoe sắc xanh tươi
Áo hồng đậm nét đang thời xuân xanh
Nhưng hoa buồn rũ trong tâm
Chúa Xuân có biết hồn xuân chăng là

Còn Thi hào Nguyễn Du của nước ta cũng có bài thơ " Sơn Cư Mạn Hứng" 山居漫興 có câu:" Sài môn trú tĩnh sơn vân bế" 柴門晝靜山雲閉.(Ngày yên tĩnh, mây núi che kín cửa tre)

* Về chữ Tịnh, không thấy có trong những từ điển cổ như: Nhĩ Nhã, Tiểu Nhĩ Nhã, Dật Nhã, Quảng Nhã, thậm chí trong Lễ Ký không có chữ Tịnh mà chỉ có chữ Tĩnh, viết; Tri chi nhi hâu định, định nhi hậu năng tĩnh, tĩnh nhi hậu năng an (知止而後定定而後能靜靜而後能安). Nghĩa là biết được mục đích cần đạt, sau đó mới có kiên định, định rồi mới yên tĩnh, tĩnh rồi mới yên tâm. Như thế có lẽ chữ Tịnh được xuất hiện sau khi đạo Phật được du nhập vào Trung Nguyên nhưng không rõ chính xác vào thời kỳ nào? Có thể sớm nhất là sau triều đại Hán Minh Đế, (Công nguyên 60) ông là người đầu tiên mở đường để đạo Phật được hoằng dương chánh pháp tại Trung Nguyên, cũng là người cho xây dựng ngôi chùa đầu tiên có tên là Bạch Mã, tại kinh đô Lạc Dương. Theo Thông Điển, viết: Hà Nam doãn công Tào Sử tịnh trát ngôn: 河南尹 功 曹 史 淨 扎 言. Nghĩa là, quan doãn Hà Nam Tào Sử lời trong công văn thanh nhã. Trong Sử ký, Tần Thuỷ Hoàng bổn ký, Tư Mã Thiên viết: Chiêu cách nội ngoại, mỹ bất thanh tịnh 昭隔内外, 靡不清淨 nghĩa là làm sáng tỏ sự cách biệt giữa trong ngoài, không thể không nghiêng tức ngã về phía an tịnh (triều đình hoặc xã hội…). Trong Hoàng Đế Âm Phù Kinh chú viết: Chí tịnh giả vô nhiễm 至淨者無染, nghĩa là, người đã đạt thanh tịnh rốt ráo thì không còn ô nhiễm nữa. Chữ Tịnh 淨 là một trong 4 Đức tính được đề cập trong kinh Đại Niết Bàn. Ba Đức tính kia là Thường 常, Lạc 樂, Ngã 我. Tịnh 淨, trong văn học vào cuối đời nhà Đường có nữ sĩ Ngư Huyền Cơ 魚玄機 với bài thơ miêu tả cảnh sắc hoang liêu thanh tĩnh nơi trúc viện để đợi người tri âm thật cảm động

感懷寄人
月色苔階净
歌聲竹院深
門前紅葉地
不掃待知音

Cảm Hoài Ký Nhân
Nguyệt sắc đài giai tịnh
Ca thanh trúc viên thâm
Môn tiền hồng diệp địa
Bất tảo đãi tri âm

Tạm dịch:
Thanh tịnh ánh trăng tỏa trên thềm
Khúc ca vườn trúc thật êm đềm
Lá đỏ rơi đầy nơi cửa trước
Biếng quét, tri âm ngóng đến tìm.

Hoặc chí sĩ Ngô Thời Nhậm (quân sư của vua Quang Trung) cũng có bài thơ rất hay về chữ Tịnh như sau:

雲門寺
春天攜手到雲門
一座禪林淨六根
碗灶苔生僧不在
柴扉雨落佛無言

Vân Môn Tự
Xuân thiên huề thủ đáo Vân Môn
Nhất tọa thiền lâm tịnh lục căn
Uyên táo đài phong tăng bất tại
Sài phi vũ lạc Phật vô ngôn

Tạm dịch:
Chùa Vân Môn
Vãng chùa Vân Môn tiết xuân thanh
Ngồi thiền tâm Tĩnh, Tịnh sáu căn
Rêu phong bếp lạnh, sư đi vắng
Hiên củi, mưa rơi, Phật lặng thinh.

Ông Tư gật đầu tấm tắc khen bài thơ hay quá, rồi chợt nhớ ra điều gì đó, ông góp lời:

- Cảm ơn bác nãy giờ đã chịu khó giải thích cho tôi hiểu được chút ít về hai chữ Tịnh và Tĩnh. Tôi cũng có nghiên cứu phần nào về Nho gia chỉ rằng: Tĩnh không phải là mặt nước đóng băng (ý nói bản thể sự vật không còn sinh động), cũng chẳng phải là mặt nước phẳng lặng (ý nói bên dưới còn có sóng ngầm) mà Tĩnh tại mặt nước hồ thu (ý nói dù trên có gió xao động). Còn Tịnh không lấy sự được mất làm cứu cánh mà phải biết dung nạp hài hòa, thuận thời giữa người và trời đất để kiểm soát chính tâm, thành ý mà tự phát, thể hội Đạo tự an lạc. Với Phật gia chỉ rằng: Tĩnh chọn gốc dòng nước trôi chảy êm đềm, điều phục bên trong bản thân những mâu thuẫn rối rắm, tưởng như mềm yếu mà kiên định để làm chủ cảm xúc, như rừng lá cây tịnh lặng khi đứng gió. Tịnh là sự điềm nhiên, không gây sự rối loạn, sợ hãi, lấy sự bao dung, không chấp trước thường, đoạn, ngã, tha…, lòng khơi bi xả, trí trong suốt, thể hiện sự bình thản, độ lượng đối với chúng sinh. Thật ra, ý của tôi là mong bác từ góc nhìn hai tính chất, tính cách của Tĩnh và Tịnh, có thể giải thích sự liên quan mật thiết giữa Tâm với Tĩnh, Thân với Tịnh sao cho người ta tu tập hành trì để thân và tâm đều được tĩnh lặng, thuần khiết.

Ông Lý trầm ngâm một lúc lâu rồi thong thả nói:

- Tôi hiểu thâm ý của bác khi muốn tìm về suối nguồn nội tâm thanh tịnh. Nhưng khi bàn về đề mục " Tâm tĩnh, thân tịnh", tôi nghĩ là trong Phật gia hay nói " Thân tĩnh, Tâm tịnh" thì đúng hơn, đây là một trong nghĩa căn bản cốt lõi của Phật pháp (ở đây bao gồm cả Tâm pháp và Thân pháp) là đề cập về "chân không diệu hữu" của giáo lý Duyên khởi (nếu không muốn nói theo sau còn giáo lý nhân quả, luân hồi, nghiệp lực, nghiệp báo…). Thật rõ, những điều trên quá thâm sâu, bao hàm nhiều phương diện. Vậy nên không khéo đi sâu vào rừng cây lại không thấy rừng, ra xa ngàn khơi lại không thấy biển. Do đó, với hiểu biết của tôi làm sao có thể giải thích Pháp trên thấu triệt.

Ông Tư tha thiết khẩn khoản nói:

- Tôi cũng hiểu được ý thận trọng, khiêm tốn của bác. Thôi thì bác cứ nói theo sở học, hiểu biết, nói với tâm thành, tâm Tịnh của bác, tôi tin là chắc chắn có giúp ích phần nào ít nhất cho tôi trong bước đầu tu tập. Bác là người đọc sách Thánh hiền rất nhiều, đương nhiên lý Đạo mầu rất cao thâm, uyên áo khó mà giảng cho hết ý, nhưng bác nghĩ xem, nếu ai cũng ngại, sợ nói sai, sợ mắc lỗi thì thế gian này làm gì còn đuốc Chánh Pháp để mà đi?

Ông Lý cảm thấy ông Tư nói cũng đúng. Nhưng ông vẫn dè dặt, nói một cách nghiêm túc:

- Cái khó nhất về Pháp "thân tĩnh, tâm tịnh" là người tu tập phải thật nhẫn nại, hành trì miên mật, dứt ái dục, trừ phiền não, tinh tấn tu hành, năng thức tích năng lượng, đả thông khí huyết kinh mạch để trở thành minh điểm trí tuệ. Nếu ai có chút tìm hiểu về " Du già sư địa luận" (Ngài Di Lặc giảng, Ngài Vô Trước ghi, Ngài Đường Tam Tạng dịch) sẽ thấy những điều tôi vừa nói trên chỉ là sơ lược, còn trong sách thì giảng giải tỉ mỉ hơn nhiều. Điều này cũng gần giống như tu hành " giới, định, tuệ", nói một cách khác. "Bát Chánh Đạo" hoặc "Lục ba la mật" cũng là Pháp hành dẫn đến " thân tĩnh tâm tịnh". Nói là như vậy, nhưng chỉ có " ai uống nước mới tự biết nóng lạnh", chỉ bản thân hành giả mới cảm thọ, thấu hiểu được sở đắc của mình. Nhưng chắc chắn rằng khi đạt đến chỗ rốt ráo của " thân tĩnh, tâm tịnh" thì tất cả vắng lặng, tinh khiết, "công đức" viên mãn. Khi xưa, Lương Võ Đế lầm tưởng chuyện xây chùa, đúc tượng, in kinh là "công đức" nên rất tự hào về những việc làm này. Chính vì thế mà ông vô cùng buồn phiền khi tổ Bồ Đề Đạt Ma nói rằng: " Bệ hạ chẳng có "công đức" gì cả". "Công đức" 功德 là mình tự làm những việc từ thiện nhưng với tâm Tịnh làm như không làm, không làm mà làm, không chấp ngã, không mong cầu. "Phước đức" 福德 thì ngược lại.

Ông Tư hài lòng, cười vui, rót trà ân cần mời ông Lý, tỏ lòng cảm ơn vì bạn thể tình mình mà nói pháp. Ông Lý đỡ tách trà nói vài câu khiêm tốn, hai ông đồng dùng trà trong "chánh niệm". Thấy ông Tư trân trọng lắng nghe, ông Lý vui vẻ nói tiếp:

- Pháp giới 法界 tức định tuệ là pháp tu tập của chư Bồ Tát để đạt quả vị cuối cùng là Vô thượng chánh đẳng chánh giác. Đó cũng là một cách nhắc nhở người tu tập nhập vào vũ trụ " bản lai vô diện mục" để nhận ra Pháp thân. Thật ra, theo tinh thần Như Lai thanh tịnh, nhất thiết Pháp nào cũng thuộc về Phật pháp 佛法. Điểm này tôi không thể giải thích một cách tường tận vì bản thân tôi, nghiệp nặng trí thấp nên chưa thấu rõ được. Mong bác hiểu được đại khái sơ lược những gì tôi nói trong góc nhìn hạn hẹp mà thôi.

* Nói về Thân Pháp, 關於身法. Trong từ ngữ Tam thân của nhà Phật chỉ rằng: Như như bất động thuộc về Pháp thân; thanh tịnh vô lậu thuộc về Báo thân; Thân tâm nhất nguyên, thiên nhân nhất quán chỉ về Hoá thân (biến hóa vô cùng, không thể nghĩ bàn). Theo tri kiến của Thiền, Mật, Tịnh tông, thân và tâm bất nhị, cũng như sự vật và "cái tôi" cùng một bản thể, thân tĩnh tức tâm tịnh, thân tâm đều tịnh tức là cõi tịnh độ. Riêng ở thân tứ đại trong Pháp vô ngã chỉ rằng: vô ngã thì thân tâm mới tịnh. Một khi đạt đến cảnh giới thân tâm hợp nhất thanh tịnh tức là đã chứng được Pháp thân. Cũng có sách nói: Pháp thân bất trụ phương phân, bất ly phương phân 法身不住方分不離方 tức Pháp thân như như hư không, không trụ bốn giới, đồng hư không giới, không do Tứ đại tác thành). Các vị cổ đức còn nói:

Thiền tông bất trước Không 禪宗不著空 (Tâm không xa cách tức gần tánh Không)

Mật tông bất trước Tướng 密宗不著相 (tâm không xa cách tức gần tánh Tướng)

Nghĩa là Tâm, Tánh và Tướng đều là một.

Theo Kinh Lăng Nghiêm nói: Tâm không thể tìm thấy bên trong cũng như bên ngoài thân tứ đại. Tâm nương vào nơi nào thì chỗ đó có Tâm. Nhờ có thân mà tâm nương vào đó để tác động. Phải chăng đó cũng là nghĩa thân và tâm bất nhị? Theo Kinh Viên Giác:

1/ Chấp vào cái Tướng Tứ đại là Thân mình.

2/ Chấp vào cái Duyên Lục trần là Tâm mình

* Nói về Tâm Pháp 關於心法, trong Vô Thượng Du Già Pháp chỉ rằng: Một là Tâm Pháp bao gồm đại thủ ấn pháp viên mãn với Thiền Pháp, từ không tánh tức không có tự tánh song vận với thủ ấn huyệt đạo thuật trong sáng, tức tịnh hóa thuộc về vô sinh, tâm khí mạch bất nhị, rồi từ "tâm pháp" này nhất biện quán thông thân tâm thanh tịnh. Một nữa là chân khí pháp tức kinh qua "quán đỉnh" (của Mật tông), tu tập khí mạch công năng, cùng thủ ấn với tâm ý lạc tức tịnh lạc với tâm khí bất nhị, (ý

nói tâm tịnh tức khí tự chuyển động, khi biến hóa thông thì tâm càng tịnh, tức hỗ tương tác dụng cho thân tâm), rồi từ "thân pháp" này, nhất biện quán thông thân tâm thanh tịnh. Đó cũng là một trong phương cách quán "chỉ tức" của quán tưởng bất thủ bất xả, bước thêm nữa là đề cập pháp Tịnh niệm. Theo Thiên Thai Tông, chỉ rằng: Thật tướng tâm tánh với " Nhất niệm tam thiên" là xuất phát từ tâm pháp, bao hàm chúng sanh pháp và Phật pháp nên có câu: Tâm, Phật, Chúng sinh tam vô sai biệt là vậy. Nói cách khác, dù tâm có vô lượng nhưng "chính giác tâm" chỉ có một (tức duy tại vô pháp nhất thiết tâm 維在無法一切心). Theo Ngài Khuy Cơ, thật tướng tâm tính trên mà người có khả năng lãnh thọ, được gọi là tịnh nhẫn. Bấy giờ người (cảm) lãnh thọ chẳng còn không gian tướng, thời gian tướng, ngã tướng, nhân tướng, thọ giả tướng. Nói tóm, nương tựa vào Tánh và Tướng của các pháp đều không phải là chân thật.

Nói đến đây, ông Lý nhớ đến Kinh Duy Ma Cật Sở Thuyết, trong phẩm " Nhập pháp môn bất nhị", ông đến bên tủ sách, lấy xuống một quyển sách cũ, chữ Nho, giấy đã ngã màu, nhưng quyển sách nhìn thẳng thắm, sạch sẽ chứng tỏ đã được chủ nhân trân trọng giữ gìn. Ông bảo ông Tư đến cạnh, nhẹ nhàng lật từng trang rồi dừng lại ở trang cần tìm, thong thả đọc:

- Bấy giờ Ngài Duy Ma Cật hỏi các Bồ tát rằng: " Chư hiền giả, Bồ tát làm sao nhập được Pháp môn bất nhị? Hãy tùy sở ngộ của mình mà trình bày."

* Đức Đỉnh 德 頂 Bồ Tát nói: Cấu bẩn với thanh tịnh là hai. Thấy được thật tướng của cấu bẩn thì tướng không tịnh, cũng là thuận theo tướng diệt. Ấy là pháp môn bất nhị

* Thiện Túc 善 宿 Bồ Tát nói: Động với niệm là hai, bất động thì không niệm. Không niệm thì chẳng phân biệt. Thông đạt lý này là nhập vào pháp môn bất nhị.

* Tâm Vô Ngại 心 無 礙 Bồ Tát nói: Thân với Thân diệt là hai. Thân tức là thân diệt. Tại sao? Người mà thấy thật tướng thân thì chẳng thấy có thân và thân diệt. Thân với thân diệt chẳng hai chẳng khác. Đối với pháp chẳng khác này không khiếp sợ. Đó là Pháp môn bất nhị.

Chư Bồ Tát nói xong bèn hỏi Ngài Văn Thù: "Thế nào là Bồ Tát nhập vào Pháp môn bất nhị? Ngài Văn Thù đáp: Theo ý tôi, nơi tất cả pháp vô ngôn, vô thuyết, vô chỉ thị, vô thức vốn vượt ngoài vấn đáp. Đó là Pháp môn bất nhị".

Liền sau đó, Văn Thù hỏi Duy Ma Cật: "Giờ đến Hiền giả cho biết thế nào là Bồ Tát nhập vào Pháp môn bất nhị". Duy Ma Cật im lặng, Văn Thù tán thán: Lành thay! Tuyệt thay! Chẳng thuyết lời nào mới là Pháp môn bất nhị.

Ông Lý ngừng lại, trầm ngâm, ông Tư khẽ nói:
- Theo suy nghĩ của tôi, bởi lẽ văn tự và ngôn thuyết không có tự tánh thì mới giải thoát. Và tướng của giải thoát là các pháp.

Ông Lý gật đầu, chậm rãi nói tiếp:
- Sự im lặng của Ngài Duy Ma Cật trong lịch sử Phật học được gọi là " Mặc như lôi" 默 如 雷 (sự im lặng sấm sét). Nhiều vị cổ đức còn chỉ rằng: Sự im lặng này gây chấn động trong tâm thức còn hơn cả sấm sét trong cõi im lặng. Phải chăng, đạt đến sự im lặng trên cũng là lúc đạt được cảnh giới " thân tĩnh, tâm tịnh " hoàn toàn.

Hai ông thốt nhiên cùng yên lặng không nói thêm một lời nào vì chợt nghe xa xa có tiếng sấm rền báo hiệu cơn mưa đầu mùa sắp đến. ■

*Chú thích:

Tham khảo Duy Ma Cật Kinh Sở Thuyết Chú: Diêu Tần Tam Tạng Cưu Ma La Thập Đại Sư dịch từ Phạn ra Nho ngữ. Tăng Triệu và Trúc Đạo Sinh Đại Sư chú giải, Đài Loan Cao Hùng Tịnh Tông học hội ấn tống.

Thơ Tôn Nữ Mỹ Hạnh

KHÚC GIAO MÙA

Buổi sáng nghe tiếng chim
Chào bình minh thức giấc
Thanh âm chạm vào tim
Rộ trên đồi hoa cúc.

Hoa nở trong vườn Phật

Hương thiền thoảng bay xa
Thấy lòng hiền như đất
Cuộc đời vốn phù hoa.

Giật mình nghe tiếng lá
Khẽ chạm vào hư không
Chén trà sen thơm lạ
Chuông chùa vẳng bên sông.

Giữ lòng mình ấm lửa
Tình người suốt thu đông

Trái tim luôn mở cửa
Đón hoa cỏ thơm nồng.

Khúc giao mùa đầu hạ
Xanh biếc màu nắng trong
Gột sạch bao phiền muộn
Cội phúc khéo vun trồng.

Tôn Nữ Mỹ Hạnh

Nguyên Trí - Hồ Thanh Trước

Artificial Intelligence (AI),
TRÍ THÔNG MINH HAY TRÍ TUỆ?

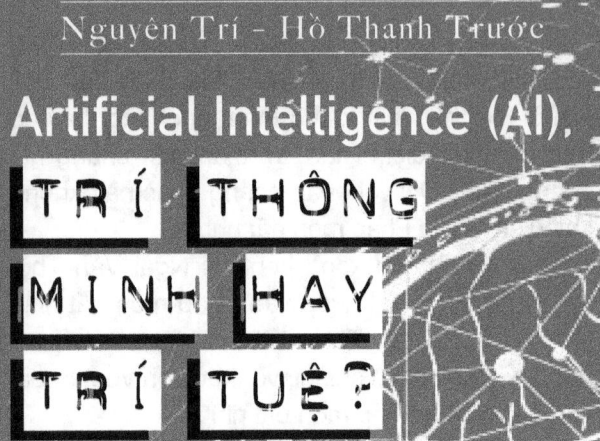

Grafik: Pixabay

Dưới cái nhìn của người phật tử, chúng ta tự hỏi, **Artificial Intelligence (AI)** là Trí Thức, Trí Thông Minh hay Trí Tuệ?

Nhưng trước tiên, xin nhắc lại các định nghĩa về Trí Thức, Trí Tuệ, Trí Thông Minh trong Phật Giáo:

- Theo định nghĩa Phật giáo, trí thức là do sự học hỏi, huân tập, tích tụ kinh nghiệm trong đời sống, trong những môi trường chung quanh. Như hấp thụ kinh nghiệm qua các lãnh vực của đời sống từ trong gia đình, nhà trường và xã hội. Phật giáo gọi đây là Hữu sư trí. Tức thứ trí do vay mượn bên ngoài đem vào mà tạm có.

- Trí tuệ trong Phật Giáo còn gọi là Vô sư trí, tức trí tuệ không do sự vay mượn bên ngoài. Tự nó sẵn có, nhưng sở dĩ nó không hiển lộ được là do phiền não che ngăn. Một khi phiền não không còn, thì trí tuệ sẽ hiện bày. Trí Tuệ được phát khởi do nghiêm trì giới luật và giữ tâm tịch tĩnh.

- Trong Kinh Bát Nạn, Đức Phật dạy rằng: nạn thứ bảy đối với người tu phạm hạnh là tuy được sanh vào chốn văn minh, không điếc, không câm, không dùng tay thay lời, có thể hiểu, nói nghĩa thiện ác, có Trí Thông Minh được học hỏi nhưng lại có tà kiến, điên đảo, không tin chính pháp, không biết tu hành để được giải thoát sinh tử khổ đau.

Tóm lại, trí thức, trí thông minh còn trong phạm vi phân biệt, chấp trước bởi do tích tụ kinh nghiệm vay mượn bên ngoài mà có. Đây là thứ trí thức thuộc Hữu lậu pháp. Ngược lại, trí huệ là cái trí sẵn có không do vay mượn bên ngoài. Trí tuệ không còn vô minh phiền não che ngăn, thì gọi đó là trí huệ cứu cánh.

Artificial Intelligence (AI) trong Việt ngữ thường được gọi là *Trí tuệ nhân tạo* là một lĩnh vực hấp dẫn giúp thu hẹp khoảng cách giữa trí thông minh con người và hệ thống máy tính.

Dưới cái nhìn của người Phật tử, chúng ta tự hỏi **AI** có nên được gọi là Trí Tuệ Nhân Tạo hay chỉ là Trí Thông Minh Nhân Tạo?

Nhưng Trí tuệ nhân tạo là gì?

AI đề cập đến các hệ thống máy tính có khả năng thực hiện các nhiệm vụ tương đương trí thông minh của con người như nhận dạng giọng nói, nhận dạng mẫu, tự đưa ra quyết định trước một vấn đề, với độ chính xác cao và nhanh chóng hơn. Ngày nay, trí tuệ nhân tạo có mặt ở khắp mọi nơi xung quanh chúng ta. Chúng ta không thể không nhận thức được nó và không thể không sử dụng nó trong cuộc sống hàng ngày của chúng ta.

Nếu **AI** gây ra nhiều tranh luận thì đó là vì nó vừa tạo được thành quả đáng kinh ngạc trong nhiều lãnh vực y khoa hoặc truyền thông, thông tin, v.v…, nhưng đồng thời gây không ít điều đáng lo sợ trong một vài lãnh vực áp dụng khác.

Chúng ta thử tạm xét nghiệm các ưu và nhược điểm của **AI**.

A. Ưu điểm của AI

Không thể phủ nhận có rất nhiều lợi ích khi sử dụng **AI**. Lý do khiến nó trở nên phổ biến như vậy, đó là kỹ thuật **AI** về nhiều mặt giúp cuộc sống của chúng ta tốt hơn, dễ dàng hơn hoặc ít lỗi lầm hơn.

Con người thật tuyệt vời. Thực sự, chúng ta rất tuyệt vời. Nhưng chúng ta không hoàn hảo. Sau vài giờ ngồi trước màn hình computer, chúng ta có thể hơi mệt mỏi, hơi cẩu thả. Thông thường với trí thông minh của chúng ta, không có điều gì mà sau một bữa ăn trưa, một ly cà phê và dạo một vòng quanh khu công viên gần nhiệm sở mà không tìm được giải pháp, nhưng việc không tìm được một giải pháp vẫn xảy ra.

Ngay cả khi chúng ta tươi tỉnh vào đầu ngày, chúng ta có thể hơi bị phân tâm bởi những gì đang diễn ra ở nhà, trong cuộc sống gia đình. Có thể chúng ta đang trải qua một cuộc chia tay khó khăn, hoặc đội banh của chúng ta đã thua đêm qua, hoặc ai đó đã cản đường chúng ta trên đường đi làm.

Bất kỳ vì lý do là gì đi nữa thì việc tâm trí chúng ta luôn chuyển đổi thiếu chú ý là điều bình thường, trong Phật Giáo gọi là Tâm Viên Ý Mã.

Những sự thiếu chú ý này có thể dẫn đến sai lầm. Gõ sai số trong phương trình toán học, thiếu một dòng trong việc lập chương trình computer hoặc trong trường hợp việc nặng nhọc như trong nhà máy, những sai lầm lớn hơn có thể dẫn đến thương tích hoặc thậm chí tử vong.

Nói về sự mệt mỏi, **AI** không gặp phải tình trạng thiếu đường hay cần một chút caffeine để vượt qua cơn suy thoái lúc 3 giờ chiều. Chỉ cần bật nguồn, algorithms có thể hoạt động 24 giờ một ngày, 7 ngày một tuần mà không cần nghỉ ngơi.

Chương trình **AI** không chỉ có thể chạy liên tục mà còn chạy ổn định. Nó sẽ làm những nhiệm vụ giống nhau, theo cùng một tiêu chuẩn, mãi mãi.

Đối với những công việc lặp đi lặp lại, **AI** trở thành nhân viên tốt hơn nhiều so với con người. Nó dẫn đến ít lỗi hơn, ít thời gian ngừng hoạt động hơn và mức độ an toàn cao hơn. Phân tích lượng dữ kiện lớn - nhanh chóng hơn chúng gấp bội phần.

Chúng ta không thể sánh được với **AI** khi phân tích các tập dữ kiện lớn. Để một con người xem qua 10.000 dòng dữ kiện trên bảng tính sẽ mất vài ngày, nếu không phải là vài tuần. **AI** có thể làm điều đó trong vài phút hoặc ngắn hơn.

B. Nhược điểm của AI

Nhưng không phải tất cả đều mang một màu sắc trong sáng. Tất nhiên có những nhược điểm nhất định khi sử dụng **AI** trong công việc của chúng ta. Điều đó không có nghĩa là chúng ta không nên sử dụng **AI**, nhưng điều quan trọng là chúng ta phải hiểu những hạn chế của nó để có thể triển khai nó theo đúng cách.

1. Thiếu sáng tạo

AI đưa ra quyết định dựa trên những gì đã xảy ra trong quá khứ. Theo định nghĩa thì việc tìm ra những sáng tạo mới để xem xét các vấn đề hoặc tình huống hiện hành là không còn phù hợp. Hiện nay, theo nhiều cách, quá khứ là một hướng dẫn rất tốt về những gì có thể xảy ra trong tương lai, nhưng nó sẽ không hoàn hảo. Tuy nhiên **AI** vẫn còn trong thời kỳ phát triển nên vấn đề sáng tạo do **AI** có thể tiến triển trong tương lai.

2. Giảm việc làm

Chúng ta đang phân vân về vấn đề này, đây là lập luận chung chống lại việc sử dụng **AI**.

Một số ứng dụng của **AI** không ảnh hưởng đến việc làm của con người. Thí dụ: **AI** quán sát môi trường chung quanh chiếc xe của chúng ta trên đường phố và tự động điều khiển hệ thống thắng trong trường hợp có thể xảy ra va chạm bất ngờ. Điều này không thay thế một công việc của một người, ngược lại nó giúp tránh mọi tình huống xấu.

Trong khi đó một robot được trợ lực bởi **AI** lắp ráp những chiếc xe đó trong nhà máy, có lẽ nó đang thay thế con người và những người này sẽ mất việc !

Điểm quan trọng là hiện tại **AI** đang hướng tới mục tiêu thay thế các công việc nguy hiểm và lặp đi lặp lại. Do đó con người có thể chuyển sang làm công việc mang lại nhiều khả năng tư duy sáng tạo hơn, điều này có thể mang lại cảm giác thỏa mãn hơn.

Kỹ thuật **AI** cũng sẽ cho phép phát minh và nhiều công cụ trợ giúp người lao động làm việc hiệu quả hơn. Nhìn chung, chúng ta tin rằng **AI** có tác động tích cực đối với lực lượng lao động con người về lâu dài, nhưng điều đó không có nghĩa là sẽ không có một số khó khăn ngày càng tăng ở từng giai đoạn trong việc phát triển **AI**.

Điều này làm tôi nhớ lại năm đầu tiên khi bước chân vào ngành học Robotics, bài học đầu tiên là: THE THREE LAWS OF ROBOTICS APPLICATIONS.

Ba Đạo Luật Trong Việc Ứng Dụng Robotics:

-*Robots must continue to replace people on dangerous jobs. (This benefits all.)*

Robot chỉ được thay thế con người trong những công việc nguy hiểm. (Điều này mang lại lợi ích cho tất cả.)

-*Robots must continue to replace people on jobs people do not wants to do. (This also benefits all.)*

Robot chỉ được thay thế con người trong những công việc mà con người không muốn làm. (Điều này mang lại lợi ích cho tất cả.)

-*Robots should replace people on jobs robots do more economically. (This will initially disadvantage many, but inevitably will benefit all as in the first and second laws.)*

Robot chỉ nên được thay thế con người trong những công việc mà robot làm sẽ mang lại nhiều lợi ích kinh tế hơn. (Điều này ban đầu sẽ gây bất lợi cho nhiều người, nhưng chắc chắn sẽ có lợi cho tất cả mọi người như ở định luật thứ nhất và thứ hai.)

3. Tình huống khó xử về luân lý, đạo đức

AI hoàn toàn là logic. Nó đưa ra quyết định dựa trên các thông số đặt trước, không có nhiều linh động và cảm xúc. Trong nhiều trường hợp, đây là điều tích cực vì những quy tắc cố định này là một phần cho phép nó phân tích và dự đoán lượng dữ liệu khổng lồ.

Tuy nhiên, điều này gây khó khăn cho việc kết hợp các lãnh vực như đạo đức và luân lý trong algorithm. Vì kết quả về phẩm chất của algorithm mà người tạo ra nó đặt ra, có ít nhiều sự thiên vị tiềm ẩn trong chính **AI** do họ tạo ra.

Thí dụ, hãy tưởng tượng trường hợp một chiếc xe tự động không người lái rơi vào tình huống có thể xảy ra tai nạn giao thông, khi đó nó phải lựa chọn giữa việc lao ra khỏi vách đá hoặc tông vào người đi bộ. Là người lái xe trong tình huống này, bản năng của chúng ta sẽ chiếm ưu thế. Những bản năng đó sẽ dựa trên bản năng sinh tồn cá nhân của chúng ta, không có thời gian để suy nghĩ có ý thức về hướng hành động tốt nhất.

Đối với AI, quyết định đó sẽ là quyết định hợp lý dựa trên những gì algorithm đã được lập trình để thực hiện trong tình huống khẩn cấp. Thật dễ dàng để thấy điều này có thể trở thành một vấn đề rất khó giải quyết.

C. Sự nguy hại của AI

Các nhược điểm kể trên đây cũng chưa thể so sánh với các nguy hại do việc sử dụng AI một cách sai trái. Thí dụ việc phát triển thiếu luân lý, đạo đức trong vài lãnh vực AI như:

- "Cyberattack" những tội phạm tấn công nhắm vào hệ thống computer, computer network, cơ sở, bệnh viện, computer cá nhân hoặc smartphone.

- "Spoofing" là nhiều loại tấn công lừa đảo dựa trên việc tạo Internet giả mạo hầu lừa người sử dụng để lấy dữ kiện hoặc ngân quỹ của người vào trong Internet giả mạo này. Nguy hại hơn nữa là GPS Spoofing để làm lạc hướng các phi cơ dân sự hoặc quân sự

- Chat GPT cũng là đề tài tranh luận giữa các thành viên lập pháp và tư pháp trong nhiều quốc gia. Họ đang dự thảo những đạo luật hầu giới hạn việc sử dụng Chat GPT vào mục đích xấu có hại cho xã hội.

D. Cybersecurity

Để đối lại với những nguy hại kể trên, một ngành AI mới được phát triển Cybersecurity. Nhưng thiện AI và ác AI vẫn đang song song phát triển! Vì vậy Giám đốc cơ quan NASA tuyên bố: "Không có AI, cybersecurity có thể thất bại?" Một số lập luận có thể được đưa ra để hỗ trợ quan điểm này. Cybersecurity vẫn là một cuộc chạy đua vũ trang và những kẻ tấn công sẽ tiếp tục phát triển các chương trình tinh vi và lén lút hơn bao giờ hết cũng như các công cụ hack khác cho phép chúng xâm nhập vào mạng mà không bị phát hiện. Cybersecurity sẽ phải tiếp tục nỗ lực nếu không muốn bị đánh bại.

Về phần chúng ta, nhận thức được ý thức trong giao tiếp với nhau. Các công cụ AI tốt nhất giúp chúng ta loại bỏ những công việc nhàm chán và giúp chúng ta giải quyết những vấn đề lớn hơn. Tất nhiên, chúng ta phải nhớ rằng đây là phương tiện chứ không phải mục đích: chúng ta phải xác định mục tiêu và chọn công cụ phù hợp nhất để đạt được thành quả.

Tóm lại khi còn hiện hữu sự đối lập giữa thiện và ác AI chúng ta có thể gọi đây là Trí Thông Minh Nhân Tạo. Chỉ khi nào còn lại hoàn toàn AI thiện hầu làm lợi ích cho chúng sanh, nhân loại khi đó thật sự là Trí Tuệ Nhân Tạo.

Nguyện cho điều này sớm thành tựu. ∎

THƠ TỊNH BÌNH

HOA RỤNG THỀM XUÂN

Sương chiều rã mộng phù hư
Trăng đêm theo lối chân như tìm về
Lục trần ngũ dục bùa mê
Tâm thân rời rã nhiêu khê tháng ngày

*

Trăm năm giấc mộng trần ai
Bao nhiêu vinh nhục đắng cay vỡ tuồng

Ta về ôm lấy chữ buông
Vịn câu vô ngã không buồn không vui

*

Dòng đời nước chảy về xuôi
Đường tu lặng lẽ bùi ngùi lối riêng
Cành tâm vượn khỉ luyến thuyên
Há đâu phải dễ lặng yên gương hồ

*

Về đâu hoa đốm hư vô
Đông qua xuân đến cành khô lại cười
Pháp thân bất diệt tinh khôi
Thềm xuân rụng đóa hoa rơi năm nào...

Thái Công Tụng

Trái Đất Và Con Người

(Nhân Ngày Quốc Tế Mẹ Trái Đất
22 Avril mỗi năm)

1. TỔNG QUAN

Hành tinh Trái Đất ta ở có tổng diện tích là 510 065 700 Km2, với diện tích các đại dương là 360 700 000 Km2 (70%) và diện tích đất lục địa là 149 400 000Km2 (30%). Nhưng diện tích các lục địa không phải chỗ nào cũng ở được vì nhiều nơi là sa mạc: sa mạc Kalahari với diện tích là 900 000Km2, bao phủ phần lớn xứ Botswana, và kéo dài lên lảnh thổ Namibie và Nam Phi; sa mạc Sahara với một diện tích 16 lần nước Pháp v.v…

Đất ra đời cùng với sự sống nghĩa là từ lâu lắm, trước khi loài người xuất hiện. Và từ khi loài người hiện hữu thì đất đã cưu mang con người. Nếu sống gần đất phì nhiêu thì kinh tế phồn thịnh, dân tình ấm no, văn hóa nảy nở. Nhiều nền văn minh điêu tàn vì đất kiệt quệ, nghèo nàn. Các nền văn minh nhân loại cũng từ vùng đất phù sa phì nhiêu như dọc sông Nil, sông Tigre và Euphrate ở Trung Đông, sông Hồng ở Việt Nam, sông Hoàng Hà và Dương Tử ở Trung Quốc, sông Hằng ở Ấn Độ.

Với con người thì đất như hình với bóng: đất dưới chân ta đi, dưới nhà ta ở, dưới đường ta xây. Đất cũng trước mắt ta với muôn vàn phong cảnh: này là đồng bằng xanh mát, nọ là núi rừng âm u, kìa là bưng rạch ngổn ngang. Nhưng vượt lên trên các thơ, phú, ca dao, tục ngữ, hò đối đáp v.v... , đất là một tài nguyên quan trọng, nhưng lại ít người để ý.

Khi dân số hiện nay trên 8 tỷ người và sẽ gấp đôi chỉ trong vòng 50 năm nữa, sản lượng lương thực cũng phải theo kịp với đà tăng dân số. Trong khi đó thì tài nguyên đất suy giảm với ô nhiễm, với sa mạc hóa, mặn hóa, mất dần với đô thị hóa và kỹ nghệ hóa, chưa kể đến các yếu tố khác như biến đổi khí hậu, phá rừng, lạm thác khai thác cá, buôn bán động vật hoang dã v.v…

Loài người tác động trên hành tinh này với cái ta ăn, cái ta mua, cái ta di chuyển từ chỗ này đến chỗ nọ, cái ta sưởi nhà v.v...

Nhận thức vai trò thiết yếu của tài nguyên này nên vào năm 2009, Đại hội đồng Liên Hiệp Quốc chọn ngày 22 tháng 4 là Ngày Quốc Tế Đất Mẹ (International Mother Earth Day) để nâng cao nhận thức và giá trị của môi trường tự nhiên của Trái Đất.

2. SỰ HÌNH THÀNH CỦA ĐẤT

Trái đất ta ở có sông ngòi, có biển cả, có núi non, có thung lũng; nhưng trên hết có đất. Đất giúp cây cối có thể bám rễ vào, đất giữ được nước đủ thời gian để rễ cây có thể hút được nước nuôi thân, nuôi lá, nuôi hoa. Đất cũng chất chứa vô số vì cơ thể để hoàn thành nhiều biến đổi sinh hóa như hủy hoại các động vật chết, sự cố định ni-tơ khí quyển. Trong đất cũng còn có mối, kiến, giun đất.. Và chính nhờ các hoạt động của các loài này mà đất có một đời sống. Đất là một cơ thể sống: nhận vào, biến đổi, hủy hoại, phế thải. Đất không hiện hữu mà không có đời sống và đời sống không hiện hữu nếu không có đất. Loài người xây cất trên đất, trong đất và với đất. Đất là một cõi đi về. Đất không phải chỗ nào cũng giống nhau: sự sử dụng đất đai muôn màu muôn vẻ của con người (đồng cỏ, đô thị, ruộng lúa) đã phản ánh sự đa dạng của đất. Đất là do sự hủy hoại của các loài đá khác nhau, dưới tác động của mưa, của gió, của các sinh vật. Với thời gian, đất càng lúc càng dày hơn và tự biến

đổi; đất dung nạp các chất hữu cơ do thực vật, rễ cây chết đi, các chất sét... cũng như các biến chất khác như màu sắc (đất đen, đất đỏ, đất xám...), các tầng đất (đất mặt, đất sâu…). Nếu so với chiều sâu của quả địa cầu thì đất rất ư là mỏng, vì chỉ dày từ vài cm đến vài mét. Tuy mỏng nhưng lại rất quan trọng vì giữ nhiều chức năng cho sự sống còn của con người. Đất trồng trọt được chỉ chiếm 17% diện tích các lục địa, tức 5,5% diện tích trái đất (không tính đến diện tích rừng).

3. ĐẤT CŨNG RẤT ĐA DẠNG

Đa dạng vì đất có thể biến đổi theo loại đá, theo khí hậu, theo địa hình, theo thảo mộc và theo thời gian.

Phải mất rất nhiều năm, có khi hàng trăm năm đất mới hình thành nhưng nhiều tính chất của đất như độ xốp, độ phì nhiêu, cấu trúc, hoạt động sinh học v.v... lại có thể đổi thay nhanh chóng. Thời gian tạo thành đất thường lâu dài vì mọi quá trình như trực di, tích tụ, bào mòn, phân hủy thực vật, trao đổi cation đều rất chậm và trải dài trên hàng ngàn năm. Có đất trẻ vì được bồi tụ mỗi năm như đất phù sa ven sông suối nhưng cũng có đất già nua trong đó nhiều tính chất đất không thay đổi nữa.

4. ĐẤT ĐI LIỀN VỚI CON NGƯỜI

Ca dao, tục ngữ, thi văn cũng nhan nhản nhiều câu có chữ đất: đất thiêng, thần đất, thổ thần, thổ nghi, phong thổ, địa linh nhân kiệt v.v... Trong Phật học thì đất là một phần trong Tứ Đại: đất, nước, gió, lửa. Trong kinh Phật cũng có một kinh gọi là kinh Địa Tạng. Đất tạo ra của cải, tác động đến sự giàu có. Ngày xưa, từ đời vua Lê Đại Hành nước ta có tổ chức lễ Tịch điền là lễ cày ruộng với chính nhà vua đích thân kéo những đường cày đầu tiên trên một thửa ruộng, và đó cũng có ý nghĩa mong cầu cho việc sản xuất nông nghiệp năm mới thắng lợi. Trần Hồng Châu có thi phẩm Nhớ Đất Thương Trời; nhà sử học Tạ Chí Đại Trường có sách Thần, Người và Đất Việt; tục ngữ ta có câu Đất lành chim đậu; thi bá Nguyễn Du nói về Từ Hải là người đội trời đạp đất ở đời hoặc:

Vẫy vùng trong bấy nhiêu niên
Làm nên động địa kinh thiêng đùng đùng.

Có những khủng hoảng lớn, người ta nói là đất bằng nổi sóng. Và cũng chính Nguyễn Du cũng đã sử dụng hình ảnh đất trong câu:

Gặp cơn bình địa ba đào
Vậy đem duyên chị buộc vào cho em

Khi thề nguyền cũng đem đất ra mà chứng giám:
Một lời đã trót thâm giao

Dưới dày có đất, trên cao có trời

Tản Đà cũng nói về đất:
Đất say đất cũng lăn quay
Trời say mặt cũng đỏ gay ai cười

Vô hình chung, danh từ đất thân thương đến nỗi ăn nhập vào nói chuyện, vào lời thơ tiếng hát, vào ca dao tục ngữ tóm lại vào đời sống cả vật chất lẫn tâm linh của con người Việt như trong câu ca dao:

Đất có bồi có lở
Người có dở có hay
Em nguyền một tấm lòng ngay
Đinh ninh một dạ đến ngày trăm năm

hoặc trong câu hò nam nữ:
Nữ:
Phận em là phận má đào,
Nên chăng trời định biết sao bây giờ,
Chẳng nên riêng chịu tiếng hư,
Hỡi người quân tử bây giờ biết tính sao?
Nam:
Đất thấp, lại trời cao.
Dù cho đến chết anh nào dám quên!
Gặp nhau đây ta hãy phỉ nguyền,
Chết đi em hóa làm nước, anh liền làm (cá) để theo em.

Trong hệ thống các bài ca dao Việt Nam, ông cha ta đã dành một số lượng lớn các bài ca dao cho hoạt động sản xuất, canh tác. Trong đó, những người nông dân không chỉ rất coi trọng hoạt động sản xuất nông nghiệp của mình mà họ cũng rất có ý thức trong việc bảo ban, giúp đỡ hỗ trợ nhau trong công việc làm ăn. Trong số các bài ca dao viết về sản xuất, có bài ca dao viết về sự đồng lòng trong sản xuất cũng như niềm tin vào tương lai mùa vụ sẽ bội thu năng suất:

Rủ nhau đi cấy đi cày
Bây giờ khó nhọc có ngày phong lưu
Trên đồng cạn dưới đồng sâu
Chồng cày vợ cấy con trâu đi bừa.

Và cày bừa hay gieo hạt, cấy lúa cũng tùy theo ruộng gò hay chân ruộng thấp:

Ra đi mẹ có dặn dò
Ruộng sâu cấy trước, ruộng gò cấy sau

Trong phong tục Việt, có tục Cúng Đất, nhằm nguyện cầu đất giúp cơ nghiệp vững chãi.

5. CÁC ẨN HỌA CỦA TRÁI ĐẤT

Hiện nay môi trường đang bị đe dọa trầm trọng vì tình hình thế giới phát triển càng lúc càng cao, các nhà máy, công trình, xưởng sản xuất mỗi ngày thải ra ngoài môi trường rất nhiều khí thải, chất thải nguy hại, dẫn đến môi trường bị đe dọa ô nhiễm.

Môi trường toàn cầu hiện nay đầy những yếu tố, nào là hạn hán, đói kém, thiên tai, lũ lụt. Sau đây sẽ phân tích các vấn đề nghiêm trọng mà trái đất đang phải chống chọi, đối mặt.

5.1. nguồn nước đang bị khan hiếm.

Hiện nay trên trái đất, diện tích nước chiếm tới khoảng 70% bề mặt, tuy nhiên chỉ có khoảng 2% là nước phù hợp cho tiêu dùng, được coi là nước tinh khiết. Nước được xem là một dạng tài nguyên được sử dụng nhiều nhất trên thế giới. Nhiều khu vực vẫn phụ thuộc vào lượng nước mưa, tuy nhiên nếu khí hậu biến đổi thì nhiều nơi bị nước mặn vào sâu hơn, ảnh hưởng đến sinh hoạt. Và cũng có nơi lại lũ lụt, lũ quét làm phá hủy hệ sinh thái tự nhiên và nhân tạo trong khu vực. Ngoài ra, một trong những mối quan tâm lớn về y tế liên quan trực tiếp với vấn đề môi trường này là việc tiếp cận với nước sạch. Thiếu nước sạch sẽ gây ra một vấn đề sức khỏe nghiêm trọng cho những cư dân sống ở khu vực đó.

5.2. nạn phá rừng.

Nguồn hình: Internet

Ngày nay thiên tai lũ lụt, hạn hán ngày càng nặng nề với nguyên nhân sâu xa là do các rừng cây bị khai thác một cách vô tội vạ. Nạn phá rừng hầu như xảy ra trên toàn thế giới, các tổ chức cây xanh trên thế giới đã cảnh báo rất nhiều về việc tàn phá hệ sinh thái cây xanh sẽ ảnh hưởng đến khí hậu toàn cầu. Cuộc sống phát triển, nhu cầu tiêu thụ nhu yếu phẩm, thực phẩm tăng lên, dẫn đến con người phải phá bỏ nhiều diện tích rừng cho việc trồng trọt. Xã hội phát triển, các đô thị, thành phố lớn mọc ra khiến các cánh rừng bị thay thế bởi các tòa cao ốc. Khai thác khoáng sản, dầu và các tài nguyên khác cũng dẫn đến nạn phá rừng. Với nạn phá rừng, nhiều loài động vật có nguy cơ tuyệt chủng. Xói lở đất, biến đổi khí hậu đáng kể và trong một số trường hợp thiên tai như sạt lở đất và lũ quét có thể là do trực tiếp hoặc gián tiếp phá rừng.

5.3. biến đổi khí hậu toàn cầu.

Sự tăng nhiệt độ trái đất đáng kể trong những năm vừa qua với biến đổi khí hậu trên thế giới dẫn đến thiên tai, động đất, sóng thần, lũ lụt ngày càng xuất hiện với mật độ nhiều và nặng hơn và khối lượng đất đóng băng miền bắc địa cầu cũng giảm.

5.4. quản lý chất thải nguy hại.

Quản lý chất thải nguy hại liên kết chặt chẽ với phát triển dân số nhanh chóng trên toàn thế giới và tỷ lệ tiêu thụ, chất thải, và quản lý của nó đã trở thành một vấn đề lớn trên thế giới. Trong thực tế, các bãi chôn lấp, đặc biệt là ở các nền kinh tế phát triển trên thế giới, đang gây ra ô nhiễm, tác động lên sức khỏe của con người trong khu vực.

5.5. đa dạng sinh học và sử dụng đất.

Với dân số ngày càng tăng và các nhu cầu cơ bản do đó cũng ngày càng tăng, nên đa dạng sinh học đang bị đe dọa ở nhiều khu vực trên thế giới. Đất canh tác cho nông nghiệp hiện nay đang ít dần vì tăng dân số và đô thị hóa. Cũng có vùng đang thiếu nước canh tác, hoặc nước nhiễm mặn không thể canh tác.

5.6. hóa chất, chất thải độc hại và kim loại nặng.

Nhiều chất thải được tạo ra bởi con người có chứa một lượng cao các hóa chất và các chất độc. Chúng có tác động xấu đến môi trường. Một số hóa chất và kim loại nặng có một hiệu ứng có thể gây tử vong trên con người cũng như đời sống động vật. Do đó, cần định mức phát thải và các quy định cần phải được thực hiện để bảo vệ hệ sinh thái cũng như sức khỏe của con người.

6. THAY LỜI KẾT.

Nhiều vấn nạn môi trường trong nhiều năm sắp tới có thể kể ra: sử dụng năng lượng với phát thải; sử dụng nước và xử lý nước ô nhiễm; mất đa dạng sinh học; nước mặn; đô thị hóa lấn sâu vào đất nông nghiệp; biến đổi khí hậu; phá rừng với đất bị xói mòn; đánh cá quá mức; đô thị hóa với không khí bị ô nhiễm do lưu thông. Cái ta ăn, cái ta mặc, cái ta mua, cái ta di chuyển, cái ta sử dụng năng lượng v.v… đều tác động lên dấu chân sinh thái. Và các vấn nạn đó đều do con người. Lòng tham con người thì vô kể: tham xe, tham nhà, tham ăn, tham uống, tham dục v.v… Chẳng thế mà trong Tam Độc của giáo lý nhà Phật thường để chữ Tham đứng đầu: Tham, Sân, Si. Do đó con người phải giảm bớt lòng tham, tiêu thụ đúng mức vì phải để dành tài nguyên lại cho các thế hệ sau và sau nữa. ∎

Minh Đức Triều Tâm Ảnh

Xa quê
ngẫu nhĩ gặp[1]

QUÝ TĂNG Đại Lão Hòa Thượng Thích Như Điển

Xa quê ngẫu nhĩ gặp Ngài
Một vì trưởng lão đất trời Châu Âu
Dáng phương phi - nguyệt thượng đầu
Đã không mệt mỏi bắc cầu Tây Đông
Cốt cách vốn dĩ tượng long
Ẩn mình dưới bóng trượng tòng Sa Môn
Một đời phụng sự hết lòng
Những hàng hậu học – mênh mông ân Ngài!

Triều Tâm Ảnh
Minnesota 21.04.2024

---

1   Nhan đề do BBT Báo VG đặt.

Nguyên Đạo Văn Công Tuấn

Từng nghe!

Cảm niệm về 60 năm hành đạo của Thầy, Hòa Thượng thượng Như hạ Điển.

"Pujaca pujaniyanam, Etam mangala muttamam" (Mangala Sutta) - Đảnh lễ người đáng lễ; Là điềm lành tối thượng.

(Kinh Điềm Lành – HT. Thích Minh Châu dịch Việt)

Mới đó vậy mà đã 60 năm, thời gian đi nhanh như bóng câu qua cửa sổ! Con số 60 đủ dung chứa một vòng quay của vũ trụ. Cổ đức gọi tên là một vòng "Lục Thập Hoa Giáp".

Nhân sự kiện kỷ niệm ngày Thầy xuất gia hành đạo 60 năm, tôi cũng muốn viết mấy lời tri ân và đảnh lễ Thầy. Tôi vốn biết Thầy từ lâu lắm, từng gọi là anh, rồi chú, đến hôm nay là Thầy. Nghĩa là từ ngày Thầy còn là anh thiếu niên chân quê tên Cường 15 tuổi, Phật tử ở Xuyên Mỹ. Lúc ấy Thầy sinh hoạt ở ngành Thiếu còn tôi còn là Oanh Vũ của Gia Đình Phật Tử Hà Linh. Sau đó Thầy giã từ tuổi thơ với ruộng đồng và ngôi chùa Làng để đi đến ngôi chùa cổ mang tên Viên Giác ở phố Cổ Hội An và xuất gia. Ngôi chùa cổ đầm ấm xưa đến giờ người ta vẫn chưa biết thành lập từ lúc nào, chỉ biết lần trùng tu đầu tiên là vào năm 1841, còn giữ tấm văn bia trùng tu của cụ Phó bảng Nguyễn Tường Vĩnh.

Tấm ảnh Thầy chụp ngày xuất gia với lời phát nguyện ghi phía sau

Lần mò đọc lại lời của người xưa, lại thấy thẹn mình, cây bút bỗng đã chùn nét trên mặt giấy:

Vốc chung nước nhỏ mà lường biển khơi, làm sao biết được đáy biển cạn sâu.

Đưa ống trúc mảnh mà ngó trời cao, không thể thấy hết bầu trời cao rộng.[1]

Đó là tâm trạng của Tuấn tôi khi ngồi viết những dòng chữ này về một người Thầy mà mình có duyên may gần gũi trong nhiều năm qua. Và rất kính phục. Tâm phục khẩu phục!

Nhớ hôm trao đổi với nhà văn Nhật Hưng, khi yêu cầu chị ta ấy viết bài cho mục "60 năm hành đạo" của Thầy. Chị ấy nói: "Chuyện cần viết đã viết nhiều lần, viết hết rồi; giờ còn biết viết chi?" Tôi đáp: "Cơm ăn mỗi ngày, sao vẫn phải ăn? Và ăn đi ăn lại vẫn thấy ngon". Nói vậy cho oai nhưng khi tự mình phải viết những dòng này thì lại thấy lúng túng.

Ngẩn ngơ, trong đầu liên tưởng ngay đến hai tấm hoành phi treo ở Tổ Điện Chùa Viên Giác Hannover Đức Quốc. Cặp hoành phi vốn là quà tặng của Môn phái Lâm Tế Chúc Thánh do cố Hòa thượng Thích Bảo An từ Bình Định khi đến viếng chùa Viên Giác Hannover vào năm 2003. Lúc đó Ngài đã 90 tuổi. Xin nói thêm, ở thời điểm ấy, Đại Lão Hòa thượng Thích Bảo An là một đại tăng có giáo phẩm cao nhất của Lâm Tế Chúc Thánh đang sống tại Bình Định, nơi ngày xưa vào năm Đinh Tỵ 1677, Tổ Nguyên Thiều do tránh loạn Mãn Châu chạy đến Việt Nam đầu tiên đặt chân đến. Tấm bên trái ghi là: "Chúc Thánh Dư Hương"; tấm bên phải ghi "Chi Vinh Bổn Cố". Nghĩa: Hương thừa Chúc Thánh – Cành Tốt Gốc Chắc).[2]

Mà quả thật vậy, lời ấy chẳng ngoa. Con cháu của Lâm Tế Chúc Thánh ở Đức, qua bước giáo hóa và hướng dẫn tu tập của Hòa Thượng Như Điển đã hình thành được những hạt giống vững chắc, hoa trái đã nở rộ sum sê trên vùng trời Âu lạnh lẽo Đức quốc này.

Những tưởng 60 năm đã đi qua nhanh, nhưng

---

1 Những dòng in đậm là được trích từ "Văn Bia Trùng Tu Chùa Viên Giác Hội An" của cụ Phó Bảng Nguyễn Tường Vĩnh soạn năm 1842 – Thích Nguyên Hiền Việt dịch.

2 Xem thêm: *Kỷ Yếu Hội Thảo Khoa Học Thiền Phái Lâm Tế Chúc Thánh… - Gốc Chắc Cành Tốt* – Tiến sĩ Olaf Beuchling và Kỹ sư Văn Công Tuấn, tr. 675-689. Nguồn: https://thuvienhoasen.org/a39117/muc-luc-ky-yeu-hoi-thao-khoa-hoc-thien-phai-lam-te-chuc-thanh-lich-su-hinh-thanh-va-phat-trien-

khi đếm thời gian ấy bằng những sự kiện Hòa Thượng Như Điển đã thực hiện được, những công trình đã gầy dựng nên cho đời, cho đạo thì chợt nhận ra rằng thời gian đó quả thật là dài đẳng đẳng, vì dường như những điều đạt được không thể nào kể hết. Chỉ cần nêu vài sự kiện đặc biệt mà đời đã vinh danh. Chính Thầy đã gọi tên là "Những hình ảnh đẹp trong đời Thầy": [3]

- Năm 2011 HT Minh Tâm và Thầy được chính phủ và Hội Đồng Tăng Già Tích Lan trao giải thưởng cao quý "Những người có công mang ánh sáng Phật Pháp đến Thế Giới", đồng thời tặng "Quạt Pháp Sư".

- Năm 2021 Tổng Thống Đức Steinmeier trao Huân Chương Quốc Gia Cao quý Hạng nhất cho Thầy về các lãnh vực: "Văn Hóa. Giáo Dục và Tôn Giáo".

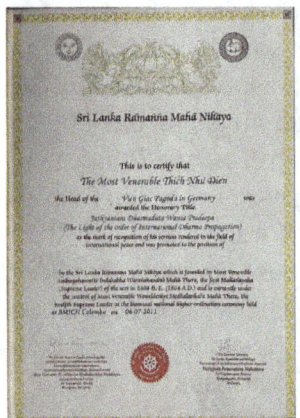
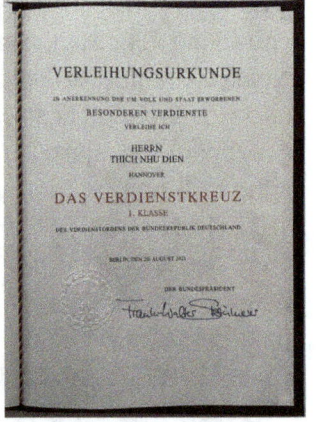

Môn phái Chúc Thánh ở quê nhà lại một lần nữa hãnh diện về đứa con, người học trò yêu quý đã mang chuông đi đánh xứ người và làm rạng rỡ tông môn. Đại Lão Hòa Thượng thượng Như hạ Thọ, hiện là Trưởng môn phái Lâm Tế Chúc Thánh, tuy đã cao niên lạp trưởng (94 tuổi), từ chốn Tổ đình Vu Lan Đà Nẵng Việt Nam tự tay viết lời thơ chúc mừng:

慧燈照妙
肉體康和
顯名祝聖道華
燦爛龍泉脈好

Tuệ đăng chiếu diệu
Nhục thể khương hòa
Hiển danh Chúc Thánh đạo hoa
Xán lạn Long Tuyền mạch hảo.

Rồi, tháng 11 năm 2023, trong những ngày cuối trước khi viên tịch Cố Trưởng lão Hòa Thượng Thích Tuệ Sỹ với vai trò Chánh Thư Ký Viện Tăng Thống đã giao phó một trách nhiệm trọng đại của Giáo Hội cho Thầy. Ngoài nhiệm vụ Chánh Thư Ký Hội Đồng Hoằng Pháp, Hòa Thượng còn ủy nhiệm Thầy đảm nhiệm vai trò Chủ Tịch Hội Đồng Phiên Dịch Tam Tạng Kinh Điển Trung Ương, thay thế HT Tuệ Sỹ sau khi Ngài viên tịch. Đó không chỉ là một nhiệm vụ, một trọng trách mà là sự tiếp nối để duy trì *Sự nghiệp Phiên dịch Tam Tạng Thánh Điển* quan trọng bậc nhất của Giáo Hội, mà chư Tôn Sư Thạc Đức đã hoài bão từ năm 1973 đến nay.

Hình: Trích một phần Quyết định số 07.VTT/CTK/QD của Viện Tăng Thống, do Tỳ Kheo Thích Tuệ Sỹ ấn ký ngày 21.09.2023

***

Bởi vậy giờ đây, những lời vinh danh tán tụng về Thầy nếu tôi nói ra thêm bao nhiêu cũng trở thành những lời trống rỗng lạc điệu. Duy chỉ còn biết mượn lời của người xưa để kết thúc những dòng chữ vụng về hôm nay nhân kỷ niệm *60 năm hành đạo – cũng là sinh nhật lần thứ 75* của Thầy:

Quả là,

Danh không có cánh mà bay xa,
Đạo chẳng gốc rễ mà kiên cố.
Thấu đáo tận cùng,
lớn lao diệu vợi (…) [4]

Đệ tử chỉ biết chấp tay đảnh lễ. Cầu chư Phật gia hộ Thầy sức khỏe dồi dào để tiếp tục lèo lái con thuyền đạo pháp. ■

Đức quốc tháng 5 năm 2024
Đệ tử Nguyên Đạo kính bái.

---

3 https://viengiac.info/2022/01/nhung-hinh-anh-dep-cua-doi-thay/

4 Sdd.

Hoa Lan - Thiện Giới

MỘT NGÔI CHÙA HUYỀN SỬ

VIÊN GIÁC CẢNH CHÙA

Viên Giác Đức Quốc một cảnh Chùa
Tâm linh quy hướng bặt hơn thua
Kệ kinh sớm khuya hồi chuông mõ
Hồng trần lắng dịu bớt "gió mưa"
Chuyển tâm an định dừng động loạn
Viễn ly chấp mắc với tranh đua
Đó đây tỉnh thức hằng tri niệm
Viên Giác trước sau vẫn cảnh Chùa

(Thơ Đan Hà)

Sau khi bang Niedersachsen của ông Tiến sĩ Albrecht thu nhận hơn 1.000 thuyền nhân từ chiếc tàu Hải Hồng, phân phối đi các vùng trong bang nhưng đông nhất vẫn là thành phố thủ phủ Hannover. Các thuyền nhân tỵ nạn này vừa từ cõi chết đi lên, nên rất cần một chỗ dựa cho tâm linh. Sau chuyến vượt biên thoát nạn, họ đã cầu nguyện Đức Mẹ Maria cứu vớt nếu là người Công giáo. Còn Phật giáo họ sẽ niệm Mẹ hiền Quán Thế Âm, hai hình tượng đã in sâu vào tâm thức, họ tin chắc hai Vị này đã ra tay cứu độ đưa họ đến bến bờ bình yên.

Có người còn khấn nguyện, nếu được sống sót sẽ cạo đầu ăn chay một tháng hay sáu tháng tùy theo hạnh nguyện của từng người. Nghe đâu sau này ít ai giữ đúng được lời hứa của mình trước các đấng Chí Tôn. Nhưng các Ngài ở trên cao chỉ mỉm cười, khoan dung và chẳng bao giờ quở trách hay trừng phạt một ai. Chỉ có lương tâm của người không giữ lời hứa mới cắn rứt mà thôi!

Thế rồi một phép lạ đã xảy ra tại xứ Đức, nơi vào thời điểm đó chưa có một ngôi Chùa Phật giáo nào của người Việt được xây dựng trên xứ sở của Hitler, nhân vật đã gây nhiều tai tiếng khi đã tiêu diệt 6 triệu người Do Thái dưới đủ mọi hình thức, nhiều nhất bằng hơi ngạt. Xứ Đức nổi tiếng về kỹ nghệ cơ khí và hóa chất, nên dễ có mộng bá vương gây ra thế chiến thứ hai cho nhân loại chết bớt dần. Một đất nước chịu nhiều tai tiếng như thế, dân chúng Đức lại chăm chỉ và có lòng nhân đạo nên được bổ xứ một vị Tăng trẻ đến thành phố Hannover xây dựng một ngôi Chùa Việt đầu tiên trên xứ Đức.

Sơ lược qua vài dòng về quê quán và hành trình dấn thân của vị Tu sĩ Phật giáo này. Người sinh ra tại đất Duy Xuyên tỉnh Quảng Nam, nơi có dòng sông Thu Bồn chảy ngang và ngôi Chùa Viên Giác với rất nhiều bóng đa cổ thụ, che mát khắp sân Chùa. Xuất thân từ ngôi chùa Viên Giác xứ Quảng, Người được học bổng sang Nhật Bản du học từ những năm đầu 72. Rồi biến cố 30 tháng 4 năm 75, Người không thể và không muốn trở về quê hương sau khi lịch sử đã thay trang với nhiều điều tiêu cực.

Sau khi tốt nghiệp bằng Cử nhân về Giáo dục học với điểm tối ưu, rồi Cao học Phật giáo, Người quyết định sang Đức quốc Hoằng Pháp vào năm 1977 và chọn thành phố Hannover để xây dựng một ngôi chùa mang tên Viên

Giác. Người đời ra đi mang theo cả quê hương, phần người Tu ra đi mang theo cả một Tổ Đình.

Vào khoảng năm 78, với sự góp sức của một số sinh viên du học trước 75, Người thành lập một Niệm Phật Đường lấy tên Viên Giác ở Hannover, để mọi người có nơi nương tựa vào cửa Phật. Bước vào Niệm Phật Đường sẽ thấy hai câu đối treo trong Chánh điện nói lên chí nguyện của vị Sư trẻ:

Viên thành đạo nghiệp Tây Âu quốc.

Giác ngộ chúng sanh đạo lý truyền.

Chí nguyện rất lớn, muốn đem giáo Pháp truyền bá khắp Âu Châu, chẳng những cho người Việt lưu vong tại xứ người mà còn cho người bản xứ. Mong muốn cho chúng sanh ai ai cũng đều giác ngộ.

Đến năm 1989, khi bức tường ô nhục chia cắt Đông-Tây Bá Linh bị sụp đổ, các *"Tường nhân"* trèo tường nhảy sang bên phía tự do rất đông.

Lúc ấy cửa Chùa phải rộng mở để đón những người tỵ nạn chạy sang, nên nhu cầu cấp bách phải khởi công xây dựng ngôi Chùa Viên Giác. Mãi đến năm 1993, ngôi Tam Bảo mới hoàn thành với một Chánh điện rộng lớn và trang nghiêm. Tầng dưới là một Hội trường với sân khấu để trình diễn văn nghệ, có cùng chung một diện tích như Chánh điện bên trên. Lúc ấy ngôi Chùa Viên Giác lớn nhất Âu Châu và số lượng khách thập phương đến Chùa trong những ngày Đại lễ như Phật đản, Vu Lan hay Tết Nguyên đán đông không đếm xuể, vui như một ngày hội lớn ở quê nhà.

Mộng Chi đã là Phật tử của ngôi Chùa này từ những năm 82, vì là ngôi Chùa Việt Nam đầu tiên trên xứ Đức nên những ngày Đại Lễ nàng phải lái xe đến gần ba trăm cây số đến lễ Phật và nghe Pháp. Chùa nhỏ lắm, chỉ là một căn hộ với phòng khách rộng làm Chánh điện, nên chỉ dám gọi là Niệm Phật Đường.

Mãi đến năm 85, vị Đại Đức trụ trì ngôi Chùa mới mượn Hội trường bên ngoài để mời các ca sĩ đến hát, giúp vui cho bà con đỡ nhớ nhà trong những ngày Tết, hay nghe hát bài *"Bông hồng cài áo"* trong dịp lễ Vu Lan. Người con dù mất mẹ đã lâu, tưởng đã nguôi ngoai, nhưng khi nhìn đóa hồng trắng cài trên áo, lại nghe ca sĩ nức nở hát bài *"Tâm sự người cài hoa trắng"* của tác giả Thích Trường Khánh, cũng nước mắt vòng quanh ướt nhèm trên má.

Do đó nhân duyên "Bầu Show" của Mộng Chi với ngôi Chùa này đã bắt đầu từ năm 85, tiến triển nhanh từ năm 95 và không ngừng nghỉ cho đến hôm nay, một đứt đoạn 3 năm Covid phải trừ ra. Nghĩa là làm việc cho Chùa Viên Giác đến gần ba chục năm, qua 5 đời các vị Trụ trì. Vị Đại Đức trẻ tuổi ngày nào, nay đã trở thành một vị Hòa Thượng đạo cao đức trọng, làm bao nhiêu việc lợi ích Hoằng Pháp độ sinh cho đời.

Có người đặt câu hỏi? Tại sao chốn Thiền môn thanh tịnh lại đem chuyện ca hát đến mua vui? Thoạt nghe cũng có lý, vì trong việc thọ trì Bát quan trai giới một ngày một đêm, có giới không đàn ca múa hát và xem đàn ca múa hát. Nhưng trong Kinh Pháp Hoa, phẩm Phương tiện số 2, có cho phép được xử dụng một số phương tiện tiểu xảo để Hoằng Pháp độ sinh. Chẳng hạn trong thời đại này phải hằng thuận chúng sanh bằng cách bày trò giải trí ca hát để thu hút giới trẻ đến Chùa, tạo chủng tử cho họ, rồi sẽ áp dụng câu:

Trước dùng dục câu dắt.

Sau dùng trí để nhổ.

Đã biết bao Phật tử thuần thành của chùa Viên Giác, lúc ban đầu đến Chùa chỉ vì ham xem văn nghệ, nghe có cô ca sĩ tài danh nào đó đến từ Trung tâm Thúy Nga bên Hoa Kỳ là quyết tâm đến Chùa để xem cho bằng được, để mua băng nhạc và được chụp hình cùng. Rồi sau đó mới lên Chánh điện lễ bái và nghe Thầy Trụ trì giảng Pháp, dần dà mưa dầm thấm lâu họ trở thành Phật tử thuần thành lúc nào không biết.

Đã từ hơn ba chục năm nay, ngôi chùa Viên Giác là điểm hẹn của rất nhiều Hội đoàn từ chính trị đến tôn giáo, từ các nam phụ lão ấu tới trai thanh gái lịch, họ hẹn gặp nhau tại những ngày lễ lớn như Phật đản, Vu Lan. Trong sân Chùa, các món ăn quê hương được mời gọi một cách thiết tha, những ly chè ba màu hay chiếc bánh tiêu, dầu cháo quẩy dân dã ngày nào, lại đắt hàng đến thế!

Có nhiều bạn bè lâu ngày mất dấu chân chim, tìm kiếm hoài không gặp. Thế mà lại thấy ngồi bên tô hủ tiếu chay, nói nói cười cười với bạn bè trong quầy hàng của Chùa. Họ gặp nhau tay bắt mặt mừng, thầm nghĩ nếu không lên Chùa lấy gì gặp lại bạn xưa!

Buổi tối thứ bảy của cuối tuần ngày Đại lễ, lúc nào cũng có văn nghệ "Kính mừng Phật đản" hay "Vu Lan báo hiếu" thật đặc sắc. Phần đầu do các em trong Gia đình Phật tử của các Chi hội toàn xứ Đức trình diễn, xen kẽ các màn đơn ca của các ca sĩ tài danh được bà Bầu Show Mộng Chi mời đến thể theo lời yêu cầu của Chùa, dựa theo thị hiếu của khán giả cho đúng với câu: "Trước dùng dục câu dắt". Sau khi giải lao vào phần hai của đêm văn nghệ cúng dường, các Chư Tôn Đức về nghỉ ngơi nhường sân khấu cho ca sĩ và khán giả "quậy" tới bến đến nửa đêm. Mọi người ra về với niềm vui phơi phới, được một buổi nghe hát đến đã tai, được lên sân khấu nhún nhảy cùng thần tượng của mình và quan trọng nữa là được xem "free" không mất tiền vào cửa, chỉ tốn ít tiền mua thức ăn để xoa dịu nỗi cào xé của dạ dày. À không, nếu ai chịu ăn cơm chùa với ba món có cả canh thì đứng xếp hàng, sẽ được phát miễn phí. Cửa Chùa rộng mở đến thế nên sau 40 năm khách thập phương vẫn đến đông nghịt như ngày nào trong những ngày Đại lễ.

Về chuyện phải mời ca sĩ tài danh đến Chùa ca hát, cũng làm các Thầy suy nghĩ đến mệt cả đầu, định dùng ca sĩ cây nhà lá vườn của địa phương cho rẻ, họ hát cũng hay lắm, nhưng lần nào thư mời không nêu danh tánh ca sĩ nổi tiếng đến từ Hoa Kỳ, là y như rằng số người tham dự Đại lễ giảm thấy rõ, không khí bớt đi vẻ tưng bừng náo nhiệt như mọi lần. Thôi đành tùy thuận chúng sanh!

Nhưng sau 3 năm bị Covid hoành hành, thời gian ấy cửa Chùa phải khép kín, khiến mối duyên văn nghệ bị đứt đoạn. Đến hôm nay vẫn chưa được nối lại như xưa, bà Bầu Show Mộng Chi viện cớ tuổi già sức yếu, đã xin phép được rũ áo bỏ nghề. Không biết Bà đã khấn Tổ hay chưa? Chứ theo thói quen mỗi lần ra quân trước giờ trình diễn, Bà đều thắp ba nén nhang khấn Tổ.

Mỗi lần trình diễn thành công, họ đều cho là được Tổ đãi. Ai ở trong nghề mới biết, chứ không lại bảo mê tín dị đoan. Bà Bầu Show chắc phải bỏ nghề, từ lúc Covid xảy ra bao nhiêu chuyện đã đổi thay, từ kinh tế cho đến lòng người. Vé máy bay mua cho ca sĩ cao ngất ngưởng, số người đến Chùa xem văn nghệ chưa lường trước được vì sợ Cô Vi. Trong tình trạng này Mộng Chi phải tự rút lui về hưởng tuổi già, đi ngao du sơn thủy đó đây! Một đời rong ruổi!

Còn ngôi Chùa Viên Giác vẫn sừng sững trước gió đông. Thiên hạ không còn gọi là Chùa Viên Giác nữa mà nâng cấp lên một bậc, gọi là Tổ đình Viên Giác. Vì người đầu tiên sáng lập ra một điều gì đều gọi là ông Tổ của điều đó!

Một ngôi Chùa huyền sử. ∎

Hoa Lan - Thiện Giới.
28 tháng 6 năm 2024

HƯƠNG TRỜI VẠN KỶ
Thơ Tuệ Nga

Nam Mô Bổn Sư Thích Ca
Ngài là ánh sáng chan hòa Nhân Thiên

Sương long lanh, long lanh trên lá cành tươi mát
Gió lừng hương, Chim hót khúc bình minh
Hơn hai ngàn năm dòng lịch sử quang minh
Bao triều đại, bao chuỗi dài thế hệ
Còn sống mãi Thành Ca Tỳ La Vệ
Nơi đón Mừng: Người Giáng Sinh Cứu Thế,

Thiên Thượng
Thiên Hạ
Duy Ngã
Độc Tôn,
Đem Đạo vào Đời gieo rắc Yêu Thương
Hoa Bác Ái, ngát Hương Trời Vạn Kỷ
Thương nhân loại, Ngài mở đường Chân Lý
Gác tình riêng vị kỷ
Sống hòa đồng, Khơi Nguồn Sống Vị Tha ...

Nam Mô Bổn Sư Thích Ca
Hôm nay lễ Đản Sanh Mừng Người Cứu Thế
Quán Tưởng Người Chúng Con Nguyện mãi noi
Theo bước Ngài Tâm An Trụ Yên Vui
Theo bước Ngài, thể nhập đời Tự Giác
Nguyện Cầu Ngài độ muôn loài An Lạc
Đấng Cha Lành, Đại Trí, Đại Từ Bi !

Trời Mưa Hoa, Mưa Gội Hết Sân Si
Mùa Khánh Đản Mở Kỷ Nguyên Nhân Loại ...

(Thi Phẩm Mây Hương)
Mời xem thêm:
HƯƠNG TRỜI VẠN KỶ
(Thơ: Tuệ Nga - Nhạc: Mộc Thiêng – Ca sĩ: Ngọc Quy – Hòa âm: Quang Đạt. https://www.youtube.com/watch?v=Pw-wi6f1pkg&ab_channel=vobd

Nhân Duyên hội ngộ

Nguyễn Hữu Huấn

Rất nhiều người quan niệm rằng, trong cuộc đời này mỗi câu chuyện xảy ra, mỗi một người ta gặp đều đến từ hai chữ "Nhân Duyên" và đó chính là một triết lý nhân sinh trong các mối quan hệ của con người và mọi sự việc. "Nhân" và "Duyên" cũng không phải tự nhiên có, mà nó được tạo ra bởi sự vận động của các sự vật, hiện tượng và quá trình hợp-tan của các "Nhân–Duyên" có trước để tạo ra "Nhân–Duyên" mới, Phật Giáo gọi đó là tính "Trùng Trùng Duyên Khởi". Nhân dịp kỷ niệm 60 năm hành Đạo cùng với sinh nhật thứ 75 của Hòa Thượng Thích Như Điển, tôi muốn viết về mối "Nhân Duyên hội ngộ" đặc biệt đã đưa tôi đến với Thầy, một vị tu sĩ Phật Giáo thuần thành và giản dị, người tôi rất cảm phục và kính mến.

Thời gian mới định cư tại Đức vào đầu năm 1980, tôi đã nghe về một niệm Phật Đường Viên Giác với tạp chí Viên Giác do Đại Đức Thích Như Điển sáng lập và chủ trì tại Hannover, nước Đức. Nghe thì nghe nhưng chỉ là để đó thôi mà không một chút quan tâm vì nghĩ rằng, người Việt ở đâu mà chẳng có Cha có Cụ, có Sư có Thầy, có Nhà Thờ, có Chùa Chiền. Hơn nữa, tôi lại là một tín đồ Công Giáo, được giáo huấn dưỡng nuôi trong khuôn khổ và đức tin của Giáo Hội Công Giáo, thậm chí còn đi tu với ước vọng mình sẽ trở thành một Linh Mục. Tôi đã có những tháng năm dài trong tu viện Công Giáo và Chúa đã không chọn tôi vì tôi không hội đủ điều kiện. Ước mong không thành đã đưa tôi qua một bước ngoặc quan trọng trong đời. Không được làm "Cha nhà thờ" tôi đã trở thành…"Bố bầy trẻ" và bây giờ còn lên chức "Ông của đám cháu nội ngoại". Bên Công Giáo gọi tôi là "người tu xuất", các tín đồ Phật Giáo gọi tôi là "kẻ hoàn tục". Cho dù "tu xuất" hay "hoàn tục" gì gì đó, thì tôi cũng phải cất bước "lững thững" đi vào cõi đời trần tục này.

Ngày thứ bảy, 07 tháng 8 năm 1982, các Phật Tử tại Hamburg rầm rộ kháo nhau đi nghe Đại Đức Thích Như Điển lần đầu tiên đến đây thuyết pháp. Bạn bè rủ tôi đi nghe, tôi cũng đến nghe chỉ vì… tò mò. Đây là lần đầu tiên trong đời, tôi đi nghe một ông Thầy Phật Giáo thuyết pháp và tôi đã nhìn thấy Thầy Thích Như Điển bằng xương bằng thịt. Thầy ngồi ở bàn phía trước, to lớn phương phi, và tôi - một tín hữu Công Giáo - ngồi xa xa mãi tận hàng ghế sau cùng. Tôi nghe Thầy giảng với những danh từ Phật Giáo đối với tôi rất xa lạ, nào là "mùa An Cư Kiết Hạ" là mùa gì? Cái gì là "Đàn Na Tín Thí", là "Cúng Dường trai tăng"? Thế nào là "thuận thế vô thường, có có không không"? Đâu là "thế giới Tịnh Độ"? Rồi bất giác trong tôi chợt hiện ra những câu hỏi tự thật ngu ngơ, tại sao các Thầy Phật Giáo đều mang chung cùng một họ "Thích"? Tại sao các tu sĩ Phật Giáo phải… cạo trọc đầu, nữ cũng như nam, trong khi nhìn các hình tượng thì Đức Phật vẫn có nhiều tóc?

Thế nhưng, qua lời giảng của Thầy tôi mới hiểu được rằng, Phật Giáo quan niệm con người được sinh ra không phải là sản phẩm của một đấng tối cao nào đó, mà là "Nhân-Duyên-Quả, khi hiểu theo ý nghĩa: "Nhân" là nguyên nhân chính, "Duyên" là những tác nhân phụ và "Quả" là kết quả của "Nhân và Duyên" khi đã hội đủ hay đã chín muồi.

Vì thế Phật Giáo không đề cao hay tôn thờ một thực thể nào, không có bất kỳ quyền lực cao siêu nào có thể quyết định được vận mệnh của con người ngoại trừ chính bản thân mình và chủ trương tập trung vào những vấn đề thực tế nhất của con người, không trừu tượng, không siêu hình, không giáo điều hay khiên cưỡng, cũng không ép buộc ai, mà hoàn toàn chỉ mang tính định hướng, chỉ dạy cách sống khiêm nhường, suy nghĩ linh hoạt và khuyên răn con người phải sống tốt, sống đẹp, phải cống hiến cho xã hội nhiều hơn. Chính vì thế, Phật Giáo là một nền giáo dục uyên thâm và bổ ích nhất, mà Đức Phật dạy bảo trực tiếp đến tất cả chúng sanh. Đến lúc này tôi mới hiểu thấu đáo lời nói của *Đức Dalai Lama thứ mười bốn rằng: "Tư tưởng Phật giáo dựa trên nghiên cứu nhiều hơn đức tin, nên những phát hiện khoa học rất hữu ích cho tư tưởng đạo Phật".*

Phải chăng đó cũng là "Nhân-Duyên" đưa đẩy tôi đến gặp Thầy, để được học hỏi thêm phần nào đó về triết lý của Đạo Phật!

Cũng trong thời gian này tôi được biết Thầy Thích Như Điển trước khi định cư tại Đức năm 1977, cũng đã từng du học bên Nhật từ năm 1972. Tôi có người em (MVH) là em ruột của ông anh rể cũng đi du học bên Nhật vào năm này. Hồi đó tôi còn là một Trung Úy Không Quân đồn trú tại phi trường Đà Nẵng về phép Sài Gòn đúng vào dịp gia đình ông anh rể tiễn đưa chú em ra phi trường Tân Sơn Nhất đi Nhật du học. Vì muốn "lấy le" với chú em, tôi giành lái xe đưa chú ra phi trường và còn hứa đưa ra đến tận cửa máy bay, khỏi phải chen chúc chờ đợi xếp hàng. Sau thời gian làm thủ tục, tôi bỗng thấy một nhóm người tụ tập trong phòng chờ đợi, trong đó có mấy Thầy mặc áo choàng nâu đi tiễn đưa một Thầy cao lớn phương phi nổi trội hơn tất cả cũng qua Nhật du học, đó là ngày 27 tháng 2 năm 1972, mà mãi sau này khi qua Úc gặp lại chú em, tôi mới biết vị Tu Sĩ đi du học ngày hôm đó chính là Hòa Thượng Thích Như Điển ngày nay. Có một sự trùng hợp rất bất ngờ và khó quên, ngày này cũng là ngày Tổng thống thứ 37 của Hoa Kỳ Richard Nixon lần đầu tiên trong lịch sử Hoa Kỳ đi công du, chính thức bắt tay bang giao với Trung Hoa qua lời mời của Mao Trạch Đông (từ 21 đến 28 tháng 2 năm 1972). Chắc Thầy vẫn còn nhớ rõ.

Cứ coi như đó như một khởi đầu của một mối "Nhân Duyên hội ngộ" giữa Thầy và tôi, cuộc hội ngộ bất ngờ và thật vô tình, không ai biết ai, bốn mắt nhìn nhau xa lạ, để rồi đường tu hành của Thầy, Thầy theo đuổi; đường đời chiến binh phiêu bạt của tôi, tôi đi. Trải qua bao đổi thay với nhiều thăng trầm trong cuộc sống Đạo của Thầy và cuộc sống đời của tôi và rồi tôi được tái ngộ Thầy trên mảnh đất tạm dung này. Công Giáo gọi đó là "không ngoài sự an bài của Thiên Chúa" như trong sách "Tin Mừng" có câu: "Ngay đến từng sợi tóc trên đầu anh em cũng đã được đếm cả rồi". Mà đúng là "Nhân Duyên" thật, vì trong 7 năm đồn trú tại phi trường Đà Nẵng, hầu như lần nào có dịp bay ra Huế tôi thường ghé qua Chùa Thiên Mụ cao ngất ngưởng bên dòng sông Hương êm đềm để "ngắm cảnh… nhìn người". Tôi cũng đã nhiều lần ghé qua phố cổ Hội An tọa lạc vùng hạ lưu sông Thu Bồn, vào quán ông Năm Cơ ăn tô Cao Lầu không có nước lèo, hay ngồi chồm hỗm ăn tô mì Quảng trộn hoa chuối thái thành sợi trên hè phố, rồi nhâm nhi ly Cà-phê Số Một, và rất tình cờ ghé qua ngôi Chùa rất cổ Viên Giác, tiền thân là Cẩm Lý Tự, nằm ở ngoại ô Hội An được xây từ những năm 1800, tọa lạc trên đường Huỳnh Thúc Kháng cũ, nay là đường Hùng Vương, huyện Cẩm Phô, phủ Điện Bàn, Thị xã Hội An, tỉnh Quảng Nam. Ngôi Chùa cổ kính êm đềm cạnh dòng sông Thu Bồn, ép mình dưới bóng mát của hai cây đa cổ thụ, nơi được coi là "cái nôi" của các cuộc đấu tranh đòi Tự Do Tôn Giáo và độc lập đất nước, và đây cũng là nơi "chú Điển" vạm vỡ ngày xưa đã ngày ngày gập lưng quét lá đa và miệt mài ngồi xay đậu hũ. Tôi cho rằng đó là thời gian tôi chập chững những bước chân đầu tiên trên con đường dẫn đến "Nhân Duyên hội ngộ" cùng Thầy. Tôi vẫn thắc mắc mãi tại sao rất nhiều Chùa Miếu ở nước ta ngày xưa đều có những cây đa được trồng quanh, hay là các Phật Tử cứ phải tìm đến nơi nào có những cây đa thì mới xây Chùa, dựng Miếu?

Tôi làm việc cộng đồng thiện nguyện nên đi đây đi đó cũng nhiều, nhất là thời gian tình nguyện trên tàu Cap Anamur cứu người vượt biển. Trong một chương trình kêu gọi đóng góp cho con tàu nhân đạo này vào đầu thập niên 80, qua sự giới thiệu và hướng dẫn của anh Nguyễn Hòa, Phù Vân (lúc đó anh còn trong Ban Chấp Hành Chi hội Phật Tử VNTNCS Hamburg), tôi đánh bạo đến Chùa Viên Giác tại Hannover, Đức quốc và đây là "Nhân Duyên hội ngộ" đầu tiên, tôi được đối diện trực tiếp với Thầy Thích Như Điển lúc đó còn là vị chủ trì Chùa. Thầy sanh tại quận Duy Xuyên, tỉnh Quảng Nam (cách phi trường Đà Nẵng khoảng 40 cây số) nên dĩ nhiên Thầy nói giọng Quảng Nam, nhưng theo tôi, giọng Quảng Nam của Thầy hình như đã bị… mất gốc! Những năm chinh chiến dài theo năm tỉnh miền Trung đã cho tôi nhận xét đó. Giọng Quảng Nam rất đặc trưng, khác hẳn giọng Thừa Thiên Huế - dù chỉ cách một con đèo Hải Vân, nhưng lại hao hao giọng Quảng Ngãi, cái giọng *"Eng không eng tét đèng đi ngủ, đừng kèng nhèng chó kéng nheng reng"* (Ăn không ăn tắt đèn đi ngủ, đừng cằn nhằn chó cắn nhăn răng). Hay nói câu "cái lốp xe đạp" nghe sao lại thành *"cái láp xe độp"*. Thế nhưng, ít ai biết được rằng, tiếng Quảng Nam đã từng được coi là ngôn ngữ chuẩn, ngôn ngữ quốc gia, như vua Tự Đức đã khẳng định rằng: *"Bình văn, xướng văn tất phải dùng tiếng Quảng Nam mới được xem là trung thanh"*. Người miền Trung, nếu đã vào Nam lập nghiệp hay học hành dù chưa đến một năm, thế nào cũng bị giọng miền Nam… pha tiếng, không ít thì nhiều. Ngay chính tôi, thằng Bắc kỳ đặc… "rau muống mắm tôm", di cư vào Nam từ năm 1954 đến nay cũng bị cái giọng Nam kỳ xâm lấn, ăn nói cứ lai lai như… "ba rọi". Tôi nghĩ giọng nói… "lai lai" của Thầy hiện nay là hậu quả của hơn hai năm Trung học tại Sài Gòn, hơn năm năm du học bên Nhật và đến nay đã 60 năm liên tục hành Đạo trên xứ Đức này… Thầy hỏi tôi ngay về ông Tiến sĩ Rupert Neudeck, người sáng lập Ủy ban Cap Anamur. Thầy hỏi thăm về chương trình đóng góp cứu người vượt biển của con tàu nhân đạo Cap Anamur. Thầy nói việc đóng góp hỗ trợ là nhiệm vụ và bổn phận của người tỵ nạn Việt Nam và sẵn sàng ủng hộ cũng như kêu gọi các Phật tử. Tôi chưa kịp cám ơn tấm lòng của Thầy thì Thầy lại ra lời cám ơn tôi trước. Tôi đã rất ngỡ ngàng và ngượng ngùng vì lời cám ơn này – mình đi năn nỉ kêu gọi… xin tiền người ta, mà người ta lại quay lại... cám ơn mình ? Thầy nhỏ nhẹ bảo tôi:

- Âu cũng là "Nhân Duyên" đó anh Huấn à! Phật đã đưa đường dẫn lối anh đến Chùa gặp tôi, nhờ đó tôi và các Phật tử mới có dịp đền ơn người cứu mạng và thể hiện lòng từ bi của nhà Phật, vì thế tôi phải cám ơn anh là đúng rồi chứ!

Trên đường về, tôi suy nghĩ mãi về câu nói ấy và từ đó có những thiện cảm dấy lên trong tôi và ngày càng cảm thấy mình gần gũi với Thầy hơn qua những liên lạc sau này. Ít lâu sau, rồi Thầy có nhã ý mời Tiến sĩ Rupert Neudeck (người sáng lập Ủy Ban Cap Anamur) ghé thăm ngôi Chùa Viên Giác và nói về chương trình cứu vớt thuyền nhân Việt Nam... Ông Tiến sĩ hân hoan nhận lời ngay, nhưng tiếc thay vào giờ phút chót ông lại không đến được vì có công việc bất khả kháng. Tôi đến một mình, trình bày với Thầy. Thầy khuyên tôi phải thay mặt ông nói chuyện với các Phật Tử vì họ đang tụ tập đông đảo trong hội trường. Tôi nghĩ mình cũng có phần trách nhiệm nên miễn cưỡng nhận lời. Thầy cầm "micro" giành nhiệm vụ của người điều khiển chương trình để tự mình giới thiệu tôi với cử tọa. Sau hơn 20 phút, khi vừa quay lưng bước xuống, tôi giật mình khi thấy Thầy vẫn còn đứng ngay sau lưng tôi trong suốt thời gian dài tôi nói chuyện. Tại sao Thầy làm như thế ? Tôi có xứng đáng được như vậy hay không? Tôi vừa bước xuống với Thầy vừa tỏ ý... "trách móc". Thầy ôm vai tôi mỉm cười:

- Anh Huấn à ! Anh là đại diện của Ts. Neudeck thì tôi phải tiếp đón anh như chính ông Ts Neudeck vậy. Đó là việc thông thường thôi, sao anh lại trách tôi?

Tôi đỏ mặt tía tai như người từ trên Trời vừa rớt xuống đất và ngày càng cảm mến kính phục sự tế nhị, khéo léo nhưng rất khiêm nhường của Thầy.

Hòa Thượng Thích Như Điển có một "ông bạn già" là Sư Huynh (Thầy) Công Giáo tên Hà Đậu Đồng. Hai vị thân thiết như anh em, mặc dù Thầy Đồng lớn hơn Thầy Thích Như Điển đúng một con giáp. Hai vị tu sĩ hai Đạo khác nhau và cùng du học một thời tại Nhật Bản. Âu cũng là "Nhân Duyên hội ngộ" nên lại gặp nhau trên xứ Đức này, để một Thầy tận tụy "hoằng pháp" giáo Pháp của Phật, mang truyền thống "Thiền Lâm Tế" từ Việt Nam sang Đức; một Thầy cặm cụi chăm lo "truyền bá Đức Tin Công Giáo" và phụng sự xã hội.

Những dịp lễ lạc quan trọng của Chùa, Thầy

Điển đều mời Thầy Đồng đến tham dự. "Đôi song ca" này chính là một kết tinh kiểu mẫu, thật tuyệt diệu, sáng ngời và hiếm có của sự "hòa đồng Tôn Giáo", vượt ra khỏi mọi biên giới khép kín, không đắn đo câu nệ, luôn chia sẻ ngọt bùi và nhất là vẫn tôn kính lẫn nhau. Thầy Đồng thường nắn nót làm thơ tặng Thầy Điển, Thầy Điển biết mình làm thơ… không hay, nên mượn lời ca tiếng nhạc tặng Thầy Đồng. 15 năm trước, vào ngày mừng sinh nhật 60 năm, Thầy Thích Như Điển dĩ nhiên mời Thầy Hà Đậu Đồng, và tôi cũng hân hạnh được tham dự. Khi người điều khiển chương trình mời Thầy Đồng lên sân khấu phát biểu đôi lời, Thầy Hà Đậu Đồng chưa kịp đứng lên thì tôi thấy Thầy Thích Như Điển đã vội vàng đứng lên trước, nghiêng mình nhẹ cúi đầu đưa bàn tay trịnh trọng mời và hướng dẫn Thầy Hà Đậu Đồng lên tận sân khấu, sau đó mới trở về lại chỗ ngồi của mình. Một cử chỉ tôi chưa từng thấy trong các đại hội Đạo cũng như Đời mà tôi đã tham dự từ trước đến nay. Cử chỉ kính trọng, cung cách xã giao, sự khéo léo tế nhị và khiêm nhường đó đã làm tôi thật cảm kích khâm phục. Tiếc thay, Thầy Hà Đậu Đồng đã vĩnh viễn chia tay người anh em ruột thịt của mình để về với nước Chúa vào năm 2017. Chắc Thầy Thích Như Điển chẳng bao giờ quên "ông bạn già" thích vẽ tranh, làm thơ ngày nào và vẫn nhớ những tháng ngày trai trẻ bên nhau trên mảnh đất phủ hoa Anh Đào, Nhật Bản.

Sự khiêm nhường và biết ơn của Thầy còn được thấy rõ hơn trong ngày hôm ấy, khi Thầy đứng trên sân khấu trịnh trọng vinh danh và tỏ lòng cung kính cám ơn cô giáo Huỳnh Thị Thúy Lan, là cô giáo môn vạn vật trong những năm 67/68 Thầy học chữ trong trường Trung học Bồ Đề, Hội An đang ngồi phía dưới. Thầy nói:

- Xin cám ơn công lao giáo dục của cô, nếu không có cô ngày đó, chắc gì tôi đã có được những thành quả như ngày hôm nay.

Một lần Thầy dẫn tôi vào thư phòng của Thầy trong Chùa Viên Giác. Căn phòng nhỏ chật chội vừa đủ kê một bàn làm việc, 1 bộ trường kỷ, có dăm ba kệ sách cao ngất ngưởng quanh tường, thêm một chiếc giường vừa đủ cho một người nằm, tất cả đều sạch sẽ ngăn nắp gọn gàng. Nhìn chiếc giường mong manh như không đủ sức chịu đựng sức nặng của Thầy, tôi hỏi:

- Đây là thư phòng của Thầy, vậy Thầy ngủ ở đây luôn sao ?

Thầy chỉ quanh phòng nói :

- Anh thấy đó, giang sơn riêng của tôi vuông vức bằng đó thôi, đất nhà Chùa đâu có lớn, được vậy là… sang lắm rồi. Vừa là phòng làm việc, vừa là phòng ngủ, ấy thế mà tiện lắm anh biết không. Tôi ít ngủ, lại thức rất sớm, chỉ cần một hai bước là đã đến bàn tiếp tục làm việc ngay.

Tôi đùa với Thầy:

- Thầy ở đây chỉ một mình, lại bận rộn. Mai mốt con về hưu Thầy mướn con sai vặt để con kiếm thêm tiền xài, được không ?

Thầy biết tôi đùa nên cười bảo:

- Trong Chùa chỉ làm công quả thôi, mướn anh Chùa trả không nổi đâu.

Thầy bảo tôi ngồi, cho uống trà do chính tay Thầy rót, rồi tâm tình:

- Tôi rất khâm phục giáo trình đào tạo một vị Linh Mục bên đạo Công Giáo. Vị Linh Mục nào cũng thông thái giỏi giang cả, thấp nhất cũng bắt buộc phải có trình độ Đại học. Có như thế thì việc hành Đạo và truyền Đạo không những đạt được nhiều kết quả mỹ mãn, mà còn có rất nhiều thuận lợi và dễ dàng trong việc giao tiếp với Đời. Từ trước đến nay bên Phật Giáo lại ít quan tâm đến vấn đề này, nên công việc của đa số các Thầy thường bị hạn chế. Đây chính là điểm thiếu sót đáng quan tâm. Các vị Tu sĩ cần có Thánh Thiện là một đẳng, nhưng cũng cần phải có học thức đi kèm song song. Tôi đã cảm nghiệm được đều này nên tôi đã và đang ra sức gởi nhiều đệ tử đi khắp nơi du học. Nhưng như thế vẫn chưa đủ, tôi còn đòi hỏi các đệ tử đi học phải đỗ đạt thật cao thì tôi mới chấp nhận, chứ đỗ đạt bình thường cũng vẫn chưa đủ. Tôi cho anh xem nhé, đây là bằng chứng cho anh thấy.

Thầy lần lượt mở tập hồ sơ cao gần một gang tay chỉ cho tôi xem. Hàng mấy chục mảnh bằng tốt nghiệp được in trên giấy cứng, tiếng Anh có, tiếng Pháp, Đức có… văn bằng thấp nhất là Cử nhân, còn lại là Tiến sĩ, Thạc sĩ… mà hầu hết đều có điểm 1, điểm ưu hay tối ưu và không ít nơi còn ghi hàng chữ "Summa Cum Laude" được in thật đậm (*danh hiệu xuất sắc nhất được sử dụng bởi các tổ chức giáo dục trên toàn thế giới*). Tôi đọc một hơi không hết vì bị choáng cả đôi mắt nhưng tai vẫn còn nghe Thầy nói:

- Đấy! Tôi nhất quyết phải làm cho bằng được ý nguyện này. Anh thấy chưa, các đệ tử của tôi phải học hành như thế đấy. Hôm nay tôi khoe với anh đó.

Hơn 50 đệ tử xuất gia của Thầy Thích Như Điển đều thành đạt như thế và tôi cho rằng mãi tận đến hôm nay, hầu như chưa có một vị Sư Tăng người Việt cao cấp nào, kể cả trong và ngoài nước, đã gầy dựng được số lượng hoa trái tốt tươi như thế cho Giáo Hội Phật Giáo Việt Nam Thống Nhất của người Việt Tự Do, một Giáo Hội được thành lập vào tháng 1 năm 1964 tại Việt Nam.

Tuy khắt khe trong công việc, nhưng tôi không nghĩ Thầy Thích Như Điển quá trầm lặng, khó tính hay quá nghiêm nghị như có người nhận xét. Không! Thầy rất vui tính, dễ dãi, luôn nở nụ cười hòa đồng và nhiều khi còn... tiếu lâm. Hầu như lần nào có dịp đến Chùa gặp Thầy, Thầy đều rủ tôi ăn cơm chay, còn nói "cơm chay nhà Chùa" vừa ngon lại vừa bổ, tốt cho sức khỏe. Tôi là một tín hữu Công Giáo, cũng có "ăn chay kiêng thịt", nhưng cách ăn chay của người Công Giáo khác hẳn. Có lần chính Thầy dắt tôi vào phòng ăn ngồi cạnh Thầy cùng ăn "cơm chay nhà Chùa". Tôi cố gắng lắm mới nuốt nhanh được vài miếng... lấy thảo, vì ăn không quen, thấy ngờ ngợ ra sao ấy. Thầy không biết nên... "cứ tưởng thật", vừa cười vừa hỏi tôi ăn có ngon không? Tôi cũng... "làm như thật" ngoác miệng nói dối là... ngon quá! Thầy vui lắm, còn bảo đệ tử đưa thêm vài món nữa. Tôi chới với, vội nói dối là vừa mới ăn ngoài quán trong sân Chùa nên no quá... nuốt không nổi nữa. Thầy bảo tôi uống nước ngọt, tôi "mừng hết lớn", uống một hơi hai ba ly liền cho... vững bụng rồi đánh trống lảng:

- "Cơm chay nhà Chùa" ngon thật, nhưng con thích nhất là món... "chè bà ba" và "chè táo xọn".

Không biết Thầy nghĩ sao, nhưng tôi nghĩ... "nói dối nhiều khi cũng có lợi, mà lắm khi còn đem đến sự thoải mái cho cả đôi bên". Thầy với tôi cùng cười vì Thầy biết tôi đang... nói dối.

Một lần theo Thầy dạo quanh các hàng quán trong sân Chùa, lần lượt đi thăm hỏi từng hàng quán. Chắc sắp đến giờ hành lễ nên Thầy rủ tôi theo Thầy vào Chùa niệm Phật. Tôi nói với Thầy:

- Con đâu có biết niệm Phật ra sao?

Thầy cười bảo:

- Anh vào Nhà Thờ cầu nguyện thế nào thì vào Chùa niệm Phật cũng ý ấy mà thôi, quan trọng là cái tâm của mình. Tôi biết trong đạo Công Giáo không cho phép anh lạy Phật đâu, nhưng anh cứ vào nghe các Phật tử niệm Phật một lần xem sao đi.

Tôi cũng cười đánh trống lảng:

- Nhưng con chỉ sợ Phật không nghe lời con đâu Thầy ơi, nhiều khi Phật còn đuổi con ra khỏi Chùa luôn không chừng.

Thầy nắm tay tôi rồi nói:

- Phật không bao giờ xua đuổi ai cả đâu, cửa Chùa luôn rộng mở. Tôi thấy anh là một tín hữu Công Giáo, nhưng lại có tâm hồn của một Phật tử.

Tôi giật nẩy mình nhìn Thầy:

- Trời ! Con cám ơn Thầy, Thầy ví von lạ quá!

Sau đó tôi cũng vào Chùa, lát sau ra tìm Thầy nói nho nhỏ vì sợ các Phật tử nghe:

- Thầy ơi, thú thật với Thầy, con vào Chùa nghe các Phật tử niệm thứ tiếng gì đó mà con chẳng hiểu câu nào hết trơn... nên con đi ra luôn.

Thầy vẫn tươi cười ôn tồn nói:

- Anh chịu khó vào Chùa nghe niệm Phật cũng là quý hóa lắm rồi, cám ơn anh.

Rồi Thầy nói đùa với tôi:

- Tiếc quá! Vì anh là một tín đồ Công Giáo chứ nếu như anh là một Phật Tử thì mình... (Thầy cười rồi bỏ lơ câu nói).

Tôi cũng cười theo đùa lại:

- Con cũng tiếc quá! nếu Thầy là một Linh Mục thì chắc còn vui hơn nữa phải không Thầy...

Tôi biết Thầy đang nghĩ gì và Thầy cũng biết tôi đang nghĩ gì...

Có lần tôi ghé Chùa xin Thầy cho phép kêu gọi đóng góp xây dựng Tượng Đài Tỵ Nạn tại cảng Hamburg. Sau thời gian lễ Phật trong Chính Điện do Thầy chủ trì có rất đông Phật Tử đang ngồi bệt dưới đất, Thầy bảo anh Nguyễn Xuân Nghiêm ra ngoài gọi tôi vào Chính Điện. Anh Nghiêm là phi công L-19, cũng cùng trong binh chủng Không Quân VNCH với tôi trước đây và cả hai vợ chồng anh đều làm công quả trong Chùa từ hàng chục năm nay. Cả đời tôi có bao giờ dám bước vào Chính Điện của bất cứ ngôi Chùa nào đâu, nên tôi lo lắng sợ hãi chỉ đứng lấp ló bên ngoài. Thầy cầm "micro" kêu đích danh tôi vào, cùng lúc lại bị anh Nghiêm vừa đẩy, vừa lôi, vừa quát "Mày dám cãi lời Thầy hả?". Tôi chần chừ vừa nhấc chân bước vào thì bỗng nghe anh Nghiêm quát:

- Ê! Mày dám đi giày vào Chánh Điện há mày? Cởi ra cho mau!

Tôi bỡ ngỡ cúi xuống cởi giày, cong lưng, rón rén bước từ từ vào trước hàng trăm đôi mắt ngạc nhiên của các Phật Tử. Tôi nghĩ "cô dâu mới về nhà chồng" chắc còn thoải mái hơn tôi lúc này. Thầy vừa cười vừa giới thiệu tôi với các Phật Tử:

- Anh Huấn đây là một tín hữu Công Giáo nhưng thích đi Chùa hơn đi Nhà Thờ, lại còn thích ăn "cơm chay nhà Chùa" nữa, phải không anh Huấn ?

Cả Chính Điện vang tiếng vỗ tay cười vang, còn tôi... á khẩu, lùng bùng đôi tai, đứng như Trời trồng, nhưng vẫn ráng... cười duyên. Nếu vào trường hợp khác, chắc chắn tôi sẽ "ứng khẩu thành thơ" đối đáp ngay. Nhưng hôm đó tôi không biết "múa mỏ" ra sao vì như bị Thầy "chận họng". Nào ngờ sẵn đà, Thầy lại "ứng khẩu thành thơ" giùm tôi, vừa cười vừa nói tiếp:

- Bởi thế nên anh Huấn vẫn thường ngâm câu thơ này:

"Con quỳ lạy Chúa trên Trời
Con lấy được vợ con thôi Nhà Thờ"

Đến đây thì tôi mới biết rõ từ đâu và tại sao Thầy chọc ghẹo tôi như thế.

Nhớ lại có một lần vợ tôi kể Thầy nghe rằng, đại gia đình vợ tôi đều là Phật giáo, hai bên nội ngoại đã từng hiến rất nhiều đất đai xây cất Chùa Chiền tại Cái Bè, bà mẹ vợ tôi vẫn ăn chay trường đến tận cuối đời, thậm chí vợ tôi còn có một người chị con bà dì ruột từng là Trụ trì một ngôi Chùa bên Pháp… Vợ tôi kể thế nào, thì Thầy chỉ nghe, chỉ biết thế ấy và chắc Thầy hoan hỉ lắm, chắc Thầy nghĩ vợ tôi cũng đã có "Pháp Danh" rồi không chừng. Nhưng thật ra đó chỉ là "đoạn đầu một chuyện… tình"!

Còn về phần tôi, tôi đâu có dịp để kể tiếp cho Thầy nghe "đoạn kết một chuyện… tình" rằng, khi lấy tôi thì bà vợ Cái Bè của tôi đã được học giáo lý Công Giáo, được rửa tội trong nhà thờ Công Giáo, các con cháu tôi bây giờ cũng thế và gia đình tôi không bao giờ quên đi lễ Nhà Thờ mỗi ngày Chủ Nhật. Hôm ấy - trong Chính Điện được đứng bên cạnh Thầy và trước hàng trăm Phật Tử, tôi chỉ biết đứng trân trân, nào dám "đối thơ" với Thầy. Nay nhân dịp mừng sinh nhật 75 năm, cũng là kỷ niệm 60 năm xuất gia và hành Đạo của Thầy và như một dịp may hiếm có, tôi xin "đối thơ" với Thầy qua câu thơ mà bà vợ Nam Kỳ Cái Bè của tôi thường ngâm rằng:

"Con quỳ lạy Chúa trên Trời
Con lấy được "ổng" con thôi Nhà Chùa"

Và cứ mỗi lần nghe như thế, tôi trả lời nàng ngay rằng:

"Anh vốn dĩ là con chiên… không ngoan đạo
Nếu lỡ lên Thiên Đàng thì cũng… tại vì em"

Tôi nghĩ Thầy sẽ không "rỗi hơi" để buồn tôi, mà chắc lại còn… "thương" tôi nhiều hơn khi đọc những hàng chữ này.

Không một ai quên được những công lao đóng góp to lớn cho Phật Đạo Việt Nam của Hòa Thượng Thích Như Điển. Khởi đầu từ tháng 4 năm 1978 (chỉ sau 1 năm đến Đức), lúc đó vỏn vẹn duy nhất chỉ có một nữ Phật tử Việt Nam biết mặc áo tràng là cố Phật tử Diệu Anh Diệp Ngọc Diệp) chỉ với một

Niệm Phật Đường Viên Giác thật khiêm tốn, mà ngày nay đã trở thành một ngôi Chùa Viên Giác rộng lớn khang trang, được xem là trung tâm năng lượng của Phật Giáo Việt Nam tại Đức và cũng là nơi đã tổ chức nhiều hội nghị Phật Giáo quốc tế. Đức Đạt Lai Lạt Ma thứ 14 đã thăm viếng nơi này hai lần. Từ đôi tay của Hòa Thượng Thích Như Điển mà ngày nay đã có đến hơn 30 ngôi Chùa và Niệm Phật Đường rải rác trên khắp nước Đức và Âu Châu, hơn 100 vị xuất gia, gần 10.000 người đã được Quy Y trở thành Phật Tử, trong đó có không ít người Đức, với 25 Chi hội và 10 Gia Đình Phật Tử. Ngoài Tổ Đình Viên Giác, Thầy còn sáng lập Tu Viện Viên Đức tại thành phố Ravensburg, một thành phố cận Nam nước Đức mà… "nghe đồn" rằng, đây là nơi Thầy Thích Như Điển sẽ sinh sống, sau khi rút lui khỏi mọi nhiệm sở của Giáo Hội Phật Giáo Việt Nam Thống Nhất tại Đức. Phía Đông nước Đức thì có Tu Viện Vô Lượng Thọ nằm trong Tiểu bang Sachsen. Thầy cũng là người sáng lập Chi Bộ Giáo Hội Phật Giáo Việt Nam Thống Nhất Đức Quốc, từng là Tổng Thư Ký của GHPGVNTN Âu Châu và thành lập Hội Sinh Viên và Kiều Bào Phật Tử Việt Nam tại Đức từ năm 1978, 1979.

Ngoài ra, Hòa Thượng Thích Như Điển cũng còn dành thì giờ sáng tác gần 100 tác phẩm và dịch phẩm từ nhiều ngôn ngữ khác nhau liên quan đến đề tài Phật Giáo.

Sau cùng, phải nhắc đến tờ báo Viên Giác do Hòa Thượng Thích Như Điển sáng lập từ năm 1979 đến nay (2024) đã liên tục được xuất bản đúng 45 năm. Một thời gian gần nửa thế kỷ, mà ít có một tờ báo Đạo nào của người Việt trên toàn thế giới đạt được. Với tư cách Chủ nhiệm, Thầy đã hướng dẫn, thôi thúc anh Chủ bút Nguyễn Hòa (từ năm 1995), các anh chị em trong Ban Biên Tập, cũng như các cộng sự viên luôn hăng say trong nhiệm vụ, đã đưa tờ báo Viên Giác ngày càng lớn mạnh, vượt qua đại dương đến tận Hoa Kỳ, Canada, Úc Châu và toàn Âu Châu với số lượng hơn 5.000 bản mỗi lần. Anh Chủ bút Nguyễn Hòa, Pháp danh Nguyên Trí, cũng là nhà văn Phù Vân, nhà thơ Tùy Anh vừa quá vãng vào tháng 8 năm 2023. Thầy rất sáng suốt khi chỉ định anh Văn Công Tuấn, một Phật Tử thuần thành với Pháp danh Nguyên Đạo, một Kỹ sư, người có nhiều kinh nghiệm báo chí và viết văn, đảm nhận chức vụ Chủ bút này. Tôi tin rằng anh sẽ gặt hái nhiều hỗ trợ và thành công.

Với kiến thức sâu rộng và uyên bác, thông thạo 6 ngôn ngữ, cộng thêm những nỗ lực đóng góp của Thầy cho việc Hoằng Pháp, cũng như kiến

thức Phật Học về lý thuyết lẫn việc hành trì, Hòa Thượng Thích Như Điển đã nhận được rất nhiều vinh danh. Ngày 8 tháng 7 năm 2011, Thủ tướng Tích Lan và Hội Đồng Tăng Già Thế Giới đã trao tặng giải danh dự hạng nhất cho Thầy vì công lao lớn trong sự nghiệp Hoằng Pháp tại hải ngoại. Đây là lần đầu tiên dành cho một tu sĩ người Việt Nam không phải người Tích Lan. Năm 2015, Thầy được tiến cử làm Đệ nhị Chủ Tịch Hội Đồng Điều Hành Giáo Hội Phật Giáo Việt Nam Thống Nhất tại Âu Châu. Năm 2018 tiếp tục được tiến cử làm Phó Chủ Tịch Hội Đồng Tăng Già Thế Giới (WBSC) tại Penang, Malaysia. Và gần đây nhất, ngày 8 tháng 12 năm 2021 Hòa Thượng Thích Như Điển nhận "Huân Chương Thập Tự Đệ Nhất Hạng" do đương kim Tổng Thống Đức Frank-Walter Steinmeier trao tặng: *"nhằm tôn vinh và ghi nhận những đóng góp to lớn trong các lãnh vực văn hóa, giáo dục, chính trị xã hội, ổn định nhân sinh tại Đức"* và theo lời phát biểu của ông Belit Onay, Thị trưởng thành phố Hannover rằng: *"Huân Chương Danh Dự này là bằng tán dương duy nhất của chính quyền CHLB Đức và đó là sự vinh danh cao nhất của chính quyền dành cho những hoạt động vì lợi ích chung"*.

Tuy thế, Thầy lại rất khiêm nhường, vẫn luôn nói rằng: *"Tôi chỉ là một nông dân của quê hương xứ Quảng và luôn nguyện rằng, mình là một dòng sông chuyên chở những trong, đục của cuộc đời và sẽ là mặt đất để hứng chịu những sạch, nhơ của nhân thế"*.

Những thành quả to lớn này không phải tự nhiên mà có và tôi rất may mắn có được cái "Nhân Duyên hội ngộ" với Thầy mà tôi luôn trân quý. Tôi không tin dị đoan hay bói toán, nhưng tôi tin vào "Nhân Duyên". Mà xét cho cùng thì cũng không xa với đức tin của người Công Giáo vẫn tin vào *"mọi việc đều do Chúa định"*. Do đó tôi luôn tâm đắc một đoạn trong bài viết nào đó tôi được đọc rằng:

*Duyên đến nên quý, Duyên hết nên buông
Hoa nở là hữu tình, Hoa rơi là vô ý
Người đến là Duyên khởi, Người đi là Duyên tàn
Duyên sâu thì hợp, Duyên mỏng thì tan
Vạn pháp do Duyên, Vạn sự tùy Duyên,*

Tôi trân quý "Nhân Duyên hội ngộ" này và chỉ viết ra đây những tâm tình rất chân thật tự đáy lòng của cá nhân tôi nghĩ về Hoà Thượng Thích Như Điển, những gì tôi đã học được từ Thầy trong suốt thời gian qua, cách dấn thân vào Đạo, cách cư xử với Đời, kiến thức uyên bác đi cùng đức tính khiêm tốn đáng được ngưỡng mộ và tôn kính của một vị Sư Tăng vừa 75 năm tuổi Đời với 60 năm xuất gia và hành Đạo. Đối với tôi –một tín hữu Công Giáo– Hòa Thượng Thích Như Điển là một Tu Sĩ Phật Giáo mà tôi vẫn luôn trọng kính và ngưỡng mộ và tôi không tin rằng đó là một cái tội với Chúa...

Vài người bạn trách tôi sao không xưng Thầy là Đại Đức, là Thượng Tọa và bây giờ là Hòa Thượng cho phải phép? Họ nói không sai, nhưng tôi lại không thích vì chữ "THẦY" đối với tôi vừa gần gũi hơn, vừa thân tình hơn và chữ "THẦY" của tôi còn được xử dụng và hiểu theo ý nghĩa cho cả Đạo và Đời.

∎

Nguyễn Hữu Huấn
Hamburg

Thầy tôi

Nguyên Hạnh HTD

Từ lâu, tôi đã muốn viết về Thầy tôi và lần này phải cám ơn Ban Biên Tập báo Viên Giác đã cho tôi có cơ hội bộc lộ tâm tư tình cảm của mình đối với một vị Thầy mà tôi luôn luôn tôn kính và ngưỡng mộ!

Ngày bỏ nước ra đi, qua định cư xứ người tôi cảm thấy bơ vơ hụt hẫng vô cùng. Những ngày đầu mới tới đây, tôi cứ ngỡ như đi vào một cõi đời mà không định được tên, cái gì cũng mới, cái gì cũng lạ, cũng gần mình đó mà cũng thật xa. Nhưng may mắn thay tôi được gặp Thầy, từ đó niềm tin của tôi trở lại rực sáng như vạt nắng vàng tươi đang sưởi ấm bãi cỏ xanh và sưởi ấm lòng tôi trong những ngày xa xứ.

Những ngày còn cắp sách đến trường Thầy là một học sinh xuất sắc. Rồi qua Nhật du học, và định cư ở Đức, lập nên Chùa Viên Giác, Tu viện Viên Đức và nhiều Chi hội Phật tử khác trên khắp nước Đức này. Là một Tu sĩ Phật giáo, giỏi ngoại ngữ, Việt văn, dịch Kinh sách, yêu văn thơ, các tác phẩm của Thầy đã lên đến con số trên 70. Nhưng Thầy không chỉ chuyên tâm niệm Phật mà Thầy tin rằng trí tuệ và chỉ thông qua trí tuệ mới hoàn thành được nhiệm vụ hoằng dương chánh Pháp.

Phước báu, tài năng và trí tuệ thì Thầy có thừa, ngoài việc dùng nhiều thì giờ để phiên dịch, biên soạn, sáng tác và in kinh sách giúp cho Tăng, Ni, Phật tử có thêm nhiều tài liệu nghiên cứu học tập, Thầy còn phổ biến giáo lý giải thoát và từ bi đến mọi tầng lớp Phật tử nữa.

Làm một vị Sư trong đời người thật là khó khăn, nhất là khi trên cõi đời này, bóng tối nhiều hơn ánh sáng. Con người phải kiên quyết lắm, nghị lực lắm mới giáo hóa được Phật tử vừa sống trong thế giới tục lụy vừa trau giồi Phật pháp.

Thầy có một trí nhớ tuyệt vời, lịch sử, lầu thông kinh sách... Thầy nhớ vanh vách. Từ mấy chục năm nay, Thầy chưa hề bỏ một thời Kinh Lăng Nghiêm trong các buổi công phu khi gà chưa gáy sáng. Và trong mấy chục năm qua, trong mùa An cư Kiết hạ, mỗi đêm Thầy đều lạy đủ 300 lạy, có điều Thầy mà tụng Lăng Nghiêm thì con không làm sao theo kịp.

Mấy ai có được đức độ như Thầy, đạo tràng nào cũng mong có sự hiện diện của Thầy, Chi hội nào gặp khó khăn, chỉ cần Thầy gióng lên một tiếng kêu là Phật tử sẵn sàng đóng góp cúng dường.

Đối với hàng ngàn đệ tử của Thầy, tôi chỉ là một hạt cát nhỏ nhoi giữa sa mạc nhưng tôi vẫn ghi nhận được những cử chỉ hành động tinh tế của Thầy dành cho tôi cùng các Phật tử khác biểu hiện lòng từ tâm của Thầy trải rộng với mọi người.

Có lần tôi tham dự một khóa Giáo lý, tuy chưa mãn khóa nhưng tôi phải về để lo Phật sự khác và Thầy cũng có việc phải về vùng tôi ở nữa. Vậy là Thầy nói với người Phật tử đánh xe cho Thầy đưa tôi về nhà luôn. Đó là khoảng thời gian tôi lấy làm sung sướng và mãn nguyện nhất vì đã được hầu chuyện lâu với Thầy và lần đó tôi đã quên hết mệt nhọc đường xa và không quên cám ơn anh Phật tử lái xe nữa.

Tôi đã từng làm Trưởng Ban Trai soạn Khóa Giáo lý Phật pháp, quá vất vả vì phải lo cho hàng trăm người ăn uống, Thầy đã hỏi thăm tận tình mọi người mỗi khi có dịp đi ngang qua nhà bếp.

Hai lần họp mặt khó quên trong đời là hai dịp ra mắt sách "Những Cây Bút Nữ". Không có Thầy chúng tôi đã không có những tác phẩm ghi dấu một kỷ niệm đẹp trong đời cùng với công lao của Anh Phù Vân nữa. Đó là niềm vui tinh thần của chúng tôi, là một đóm lửa ấm áp rọi sáng trong lòng chúng tôi mãi mãi. Rồi lần ra sách "Những Cây Bút Nữ 2" Thầy còn lì xì cho mỗi người một hồng bao.

Thầy là chất keo đã kết hợp chị em những cây bút nữ chúng tôi đến từ muôn phương. Vì vậy hôm chia tay có chút gì ngậm ngùi dấy lên trong lòng chúng tôi khi ngày vui qua mau, có chút gì hoang vắng trong ánh mắt nhìn nhau ngập ngừng tiễn biệt, khiến tôi chợt nhớ lại điệu hò tha thiết trên những cánh đồng tĩnh mịch hoàng hôn xứ Huế sau mùa gặt đã qua, thửa ruộng chỉ còn trơ những cuốn rạ đìu hiu:

Rồi mùa tót rạ rơm khô
Bạn về quê bạn biết mô mà tìm

Thầy là người có lập trường chính trị rõ rệt, hơn mấy mươi năm rồi Thầy chưa hề về thăm lại quê xưa. Thầy luôn luôn tham gia các cuộc biểu tình, tuyệt thực khắp nơi mà không biết mỏi mệt.

Thầy là người sáng lập ra tờ báo Viên Giác, chưa có một tờ báo nào tồn tại hằng chục năm như vậy, định kỳ 2 tháng 1 lần, con số xuất bản lên đến hằng ngàn và đã tung bay ra muôn phương.

Chúng tôi đã được vào thăm nơi ăn chốn ở của Thầy. Cứ tưởng cả một ngôi chùa Viên Giác to lớn như vậy chắc là Thầy sẽ có một cơ ngơi riêng huy hoàng sang trọng, không ngờ đó chỉ là một căn phòng nhỏ khiêm tốn, một chiếc giường gỗ mộc mạc đơn sơ mà kích thước chỉ vừa đủ cho con người của Thầy đúng với qui luật nhà Phật, nhưng tủ sách và hồ sơ của thầy thì quá tuyệt vời. Thầy ghi không thiếu chi tiết nào, ai đóng góp đều có lưu lại rõ ràng. Tôi có đóng góp chút đỉnh hằng chục năm về trước, khi đang xây chùa Viên Giác, tôi đã quên hẳn với thời gian, vậy mà Thầy đã lật sổ ra, chỉ đúng tên tôi, thấy mà giật mình.

Con đường Thầy đi cũng lắm chông gai phiền lụy nhưng Thầy đã vượt qua tất cả. Thầy xứng đáng là một tấm gương sáng mà chúng tôi còn phải nương theo.

Trong suốt mấy chục năm qua, nhờ tiền làm bánh của các bà, các cô trong chùa vào những dịp lễ lớn cùng với tiền ủng hộ của quý Mạnh Thường Quân, Thầy đã dành dụm để cấp học bổng cho các Tăng Ni đi du học, làm luận án Tiến sĩ.

Ân đức của Thầy để lại cho các Tăng Ni thật to lớn và Thầy vui vì những đệ tử luôn hướng theo hạnh nguyện của Thầy mà đi. Đã có biết bao nhiêu đệ tử xuất sắc khác đã thành đạt do sự gieo trồng phước báu của Thầy. Vậy thì xin Thầy hãy vui với thành quả của mình.

Nhân dịp sinh nhật thứ 75 của Thầy, con xin kính chúc Thầy tâm thân an lạc, Phật sự viên thành, chúng sanh dị độ.

Năm mươi năm trước có ai dám nghĩ đến năm mươi năm sau con được gặp Thầy ở một nơi chốn cách xa quê hương cả nửa địa cầu.

> Con biết một ngày qua đi là một khoảnh khắc ngắn bớt trong cuộc đời, đem theo trên gót chân rời đi chút ngậm ngùi của ngày đang xế bóng bên ngoài nhưng con vẫn cầu mong Thầy còn nhiều sức khỏe và con đường Thầy đi vẫn luôn tràn ngát hương hoa.

Trần Thị Nhật Hưng

Niềm Tri Ân
Hòa Thượng THÍCH NHƯ ĐIỂN

Có người, khi thấy tôi thường nhắc nhở, ca ngợi Hòa Thượng Thích Như Điển, cho rằng, tôi… nịnh Hòa Thượng. Trời, nếu hiểu theo nghĩa "nịnh" thì mục đích để cầu danh hay lợi gì đó. Muốn có danh đâu phải dễ. Giữa hai hạt, kim cương và hòn sỏi đặt dưới bóng đèn sẽ soi rõ bản chất của nó, không thể nhờ chiếu sáng mà sỏi thành ra kim cương được. Con người cũng thế thôi, bản thân chẳng ra gì có đứng bên người tỏa hào quang thì vẫn thấy cái dở của người đó. Còn lợi thì càng buồn cười hơn. Người tu vốn vào cửa… không, Phật tử phải đắp cho… có. Ở đó mà cầu lợi.

Mặc cho những lời thị phi, vì thị phi vốn là bản chất của cuộc đời, nên tôi không quan tâm.

Hôm nay, bổn cũ soạn lại, ai cho tôi… nịnh, cũng được, không sao cả. Nhưng thực sự trong tôi, từ lâu lắm rồi cho đến bây giờ, viết bài này, tôi muốn ghi lại lòng tôn kính của tôi về một vị sư bấy lâu tôi ngưỡng mộ.

Muốn được tôn kính cũng không phải dễ, nếu vị đó "không có gì", "không làm gì" để được tôn vinh. Biết bao con mắt còn nhìn vào cơ mà. Tôi dù cận thị, loạn thị khá nặng, nhưng tôi không loạn trí, loạn tâm để nhận định những gì xảy ra quanh mình. Nói rõ ra là tôi không đui!

Vậy tôi thấy gì? Đó là câu hỏi, tôi xin giải mã ngay đây để mọi người khỏi thắc mắc.

Từ lâu lắm rồi, dễ chừng ba, bốn chục năm có lẽ. Tôi đã nghe về một vị sư "văn kỳ thanh, bất kiến kỳ hình" vừa xây xong một ngôi chùa bên Đức được đánh giá lớn nhất Âu Châu thời bấy giờ. Chà, hoa sen trồng trên xứ tuyết, không dễ à nha. Là người theo đạo Phật, dù lúc đó tôi chưa thuần thành, tôi vẫn để tâm lưu ý, và được biết Đại Đức đó là Hòa Thượng Thích Như Điển bây giờ.

Lần đầu gặp Thầy tại một buổi lễ lớn tại Thụy Sĩ do người Thụy Sĩ tổ chức, lần đó Thầy tham dự với tư cách đại diện cho Phật giáo tại Âu Châu, tôi mon men đến… làm quen, bằng cách đặt một chút tịnh tài ghi rõ địa chỉ bên ngoài bao thư rồi cung kính đến trao Thầy.

Tưởng như vậy là xong, ai ngờ một tuần sau, tôi nhận báo Viên Giác gởi đến nhà. Nội dung tờ báo thật dễ thương. Đọc không chưa đủ, tôi gởi bài đến và được đăng.

Cái duyên văn chương với Thầy, và với chùa Viên Giác bắt đầu từ đó.

Nhật Hưng được đoàn đề cử tặng hoa chúc mừng HT.Như Điển (Tăng sĩ đứng bên là HT. Seelawansa).

Một lần, từ Thụy Sĩ sang chùa Viên Giác mất tới 12 giờ lái xe hoặc xe lửa, tham dự lễ Phật Đản. Chao ôi, với tờ chương trình chằng chịt tiết mục từ 6 giờ sáng đến 24 giờ khuya mà thực hiện thật chính xác, giờ nào ra giờ đó, lớp lang tuần tự, không sai sót một chút nào, tôi thán phục quá chừng chừng. Niềm vui và lòng ngưỡng mộ càng tăng cao khi tôi nhận ra và mừng cho Phật giáo đã có một minh sư. Và tôi đã bị cuốn hút về sinh hoạt Phật sự kể từ đó. Nhất là những điều Thầy Thích Như Điển đề ra. Tôi học hỏi rất nhiều từ Thầy, từ việc đúng giờ, những ý tưởng cao đẹp mà một con người nhất còn là Phật tử cần noi theo.

Tham dự các khóa tu Âu Châu cũng từ tin tức của tờ báo Viên Giác, tôi lại có nhân duyên mở rộng tầm mắt và cả trí tuệ để hiểu về Giáo Pháp của nhà Phật. Lại biết thêm một lực lượng Tăng đoàn hùng hậu, nhiều minh sư đã đưa Phật Giáo tại Âu Châu phát triển trong đó đương nhiên có sự hiện diện của Hòa thượng Thích Như Điển.

Buổi lễ cực kỳ trang trọng tại Tích Lan với sự tham dự của Thủ Tướng, Phó Thủ Tướng và Bộ Trưởng Tích Lan do Hội Đồng Tăng Già Tích Lan tổ chức để vinh danh hai vị Thầy có công với Phật giáo tại Âu Châu: Hòa Thượng Thích Như Điển và cố Hòa Thượng Thích Minh Tâm chùa Khánh Anh, Pháp quốc đã minh chứng điều đó. Hôm đó, tôi còn được vinh hạnh do nhóm Bút Nữ hành hương theo Thầy để ủng hộ đề cử dâng hoa mừng Hòa Thượng nữa.

Như thế chưa đâu. Từ xa xôi như Tích Lan còn... thấy được những thành quả liên tục hoằng pháp lợi sanh từ công tác giáo dục, xã hội, từ thiện v.v… của Hòa Thượng thì những nơi gần ngay Âu Châu, ngay nước Đức không lẽ... đui sao mà không thấy. Đó chưa kể cả Ấn Độ và một số nước khác mà Hòa Thượng là vị ĐẠI ÂN NHÂN nâng đỡ cấp học bổng cho bao Tăng Ni sinh với mục đích đào tạo Tăng tài cho Phật giáo. Ngày tổ chức lễ tốt nghiệp của 5 tân Tiến Sĩ trong số hằng trăm Tăng Ni sinh theo học tại Đại Học Delhi tôi được tham dự với tư cách tường thuật viên cho báo Viên Giác (xin đọc bài "Có Một Thế Giới Lạ" tại trang nhà Quảng Đức Úc Châu).

Thưa các bạn, bấy nhiêu thôi, đủ cho tôi... nịnh Hòa Thượng rồi. Còn nhiều công trình khác mà Hòa Thượng đóng góp cho xã hội, cho Phật giáo tại Âu Châu, đặc biệt tại Đức đã được quí vị Nguyên Thủ quốc gia sở tại tuyên dương qua các buổi lễ trao tặng huy chương vô cùng trang trọng, tôi nghĩ các bạn đã biết, tôi không nhắc nữa. "Khổ lắm, biết rồi, nói mãi". Tôi xin dừng bút tại đây, và mong rằng được hân hạnh tiếp tục... nịnh những... minh sư có công phát triển Phật giáo, đó là điều không chỉ riêng tôi mà tất cả Phật Tử ai cũng mong đợi.

Thân chào các bạn, chúc các bạn những ngày an vui. ∎

Trần Thị Nhật Hưng

Song Thư TTH

Theo Bước Chân 60 Năm

Hành Đạo

Tầm Sư học Đạo

Một ngày hoàng đạo cách đây 60 năm. Trên cầu Câu Lâu xứ Quảng bỗng xuất hiện một cậu bé trạc 15 tuổi trên yên xe đạp chạy qua cầu. Phía sau yên xe cột một chiếc vali nhỏ chuẩn bị cho một cuộc hành trình nào đó. Khi qua khỏi cầu, cậu bé dừng lại dường như suy tính. Có hai ngã rẽ đều đi xuống Hội An, nơi cậu muốn đến. Nhìn bầu trời chiều vẫn còn gay gắt nắng. Cậu quyết định chọn con đường thứ hai. Con đường đất mòn không tráng nhựa phẳng phiu như con đường kia, nhưng đầy bóng mát lũy tre làng.

Cuối cùng, cậu bé dừng lại trước cổng Tam Quan ngôi chùa Viên Giác Hội An, rón rén bước vào trước sân chùa nghỉ chân dưới gốc cây đa cổ thụ cành lá sum suê râm bóng. Đứng lóng ngóng nhìn vào chùa, nét mặt hồi hộp. Tuy nhiên vẫn không che lấp gương mặt mộc mạc hiền hòa, thật hồn nhiên ngây thơ đến vô tội vạ của cậu bé. Nếu lúc này có nhà tiên tri nào tình cờ đi qua, nhìn săm soi cậu và phán rằng: "Cậu bé nhóc tì này ngày sau sẽ trở thành một vị Cao Tăng đạo hạnh, sự nghiệp hoằng Pháp lẫy lừng đó nhé!"; thì hẳn người ta sẽ cho là lão nói... phàm!

Nhưng đã là hiện thực! Cậu bé năm xưa qua bao nhiêu năm đẳng đẳng đã trở thành Hòa Thượng Phương Trượng Thích Như Điển ngày nay - một bậc Cao Tăng đạo hạnh vang danh đương thời.

Sự khởi đầu cho cuộc hành trình tầm Sư học đạo của Hòa Thượng Phương Trượng là như vậy. Phảng phất đâu đó tính cách của cậu bé "lãng tử" phiêu lưu "lạc" vào đất Phật. Mặc dù có chí nguyện nhưng cậu bé Lê Cường còn non nớt thuở xa xưa vẫn chưa hiểu sâu xa ý nghĩa của hai chữ "Xuất Gia".

Trước đó 7 năm, anh ruột cậu bé Lê Cường đã xuất gia tại chùa Linh Ứng - Ngũ Hành Sơn (bây giờ là Hòa Thượng Bảo Lạc). Trong những năm đầu Hòa Thượng tu tại chùa này, cậu bé lúc ấy chỉ khoảng 9, 10 tuổi cũng thỉnh thoảng lẽo đẽo theo Mẹ lên tận Non Nước để thăm anh. Nhìn ngắm cảnh sắc, khung cảnh tu hành, nghe tiếng kinh kệ, mõ chuông tự nhiên trong lòng cậu bé thích thú vô cùng và ý niệm xuất gia noi theo gương bào Huynh cũng phát xuất từ đó. Khác với bào Huynh phải trốn nhà đi tu, cậu bé 15 tuổi xin phép Cha Mẹ rồi mới lên đường. Vì không muốn cảnh gia đình khóc lóc thê thảm trước sự đột ngột, thêm đứa con nữa bỗng nhiên bị... "biến mất!".

Theo tác phẩm "Hương Lúa Chùa Quê", Hòa Thượng Phương Trượng viết chung với bào Huynh- Hòa Thượng Thích Bảo Lạc. Ngày 19 tháng 6 âm lịch 1964 cậu bé Lê Cường chính thức được Sư Phụ Thích Long Trí làm lễ xuất gia. Sau đó Sư phụ nói:

- Sắp đến khai giảng rồi, chú nên lo sách vở để đi học.

- Thưa Thầy đi học gì?

- Học văn hóa, chứ học gì nữa!

- Bạch Thầy. Đi tu rồi, còn phải đi học để làm gì?

Đến bây giờ ý thức được việc học quan trọng thế nào. Hòa Thượng Phương Trượng đã viết: (cũng trong Tác phẩm này)

Cái suy nghĩ đơn thuần của tuổi thơ là vậy. Theo tôi nghĩ- tu rồi còn phải học để làm gì? Thế nhưng suy nghĩ nẩy đã sai từ thuở ấy. Bây giờ ngay cả tuổi "gần đất xa trời rồi", tôi vẫn thấy còn cần phải học nữa và theo tôi: Khi nào nắp quan tài đậy lại thì người ta mới không học nữa và nếu còn hơi thở thì còn phải học hỏi như thường.

Thế rồi, từ cái ngày ấy, chú tiểu Như Điển vâng lời Sư Phụ học tập ráo riết từ Đạo Pháp đến văn hóa trường đời. Nhờ vậy, qua bao năm dòng đời trôi chảy, từ một chú tiểu ngây ngô ban đầu, ngày nay đã trở thành Hòa Thượng Phương Trượng đạo hạnh cao dầy, học vấn thâm sâu và kiến thức uyên bác.

Xuyên suốt 60 năm xuất gia của Hòa Thượng Phương Trượng xin lược sơ thành 3 giai đoạn:

- Giai đoạn thứ nhất- gồm hai thời kỳ:

* Từ 1964- 1969: xuất gia và đồng thời học Trung học Đệ nhất cấp tại trường Bồ Đề Hội An.

* Từ 1969- 1972: Học Trung học Đệ nhị cấp tại trường Trung Học Cộng Hòa và Trung Học Văn Học.

- Giai đoạn thứ hai:

Từ 1972- 1977: du học tại Nhật:

Theo ngành Giáo dục tại trường Đại Học Đế Kinh Teikyo. Tốt nghiệp Cử nhân và tiếp tục lên Cao học.

- Giai đoạn thứ ba:

Định cư tại Đức từ 1977 cho đến bây giờ. (Hòa Thượng được một người bạn thuở Tiểu học nay là Bác sĩ Văn Công Trâm bảo lãnh sang Đức và định cư từ đó).

Nhìn qua ba giai đoạn thì mỗi mốc thời gian nào cũng quan trọng. Giai đoạn đầu đánh dấu lớn lao chuyển từ cuộc đời một người phàm tục đến thế giới của người tu hành. Giai đoạn giữa là sự thăng tiến trong lãnh vực học vấn. Giai đoạn chót là sự kết nối giữa quá khứ- hiện tại và tương lai.

Con đường lưu vong và sự hình thành Ngôi chùa Viên Giác đầu tiên tại Đức quốc - Người sáng lập HTPT Thích Như Điển.

Trong giai đoạn này có sự biến chuyển to tát kinh qua giai đoạn giữa khi biến cố 75 hãi hùng bùng nổ tại quê nhà đã đưa bước chân Thầy lưu lạc về xứ sở mùa đông băng giá Đức quốc qua tận nửa vòng trái đất. Trong bối cảnh rối ren của đất nước khiến tôn giáo cũng bị ảnh hưởng nặng nề; sự lựa chọn lưu vong chính là con đường tồn tại cho hoài bão, chí nguyện người tu hành phục vụ tha nhân truyền bá giáo lý Đức Phật.

Ngược dòng lịch sử Việt Nam tự ngàn xưa, sự thịnh suy của Phật giáo đều chịu ảnh hưởng rất nhiều qua các triều đại dưới sự trị vì của các vị vua. Qua đó chúng ta thấy rằng Phật giáo dưới hai triều Lý, Trần phát triển mạnh mẽ, vô cùng cực thịnh nhờ những nguyên nhân sau:

- Phật giáo dưới đời nhà Lý- Vua Lý Công Uẩn:

Lý Công Uẩn có một xuất thân rất đặc biệt. Khi lên ba tuổi, người mẹ đem đứa con vào chùa giao cho Sư Lý Khánh Vân, Trụ trì chùa Cổ Pháp làm con nuôi. Thời gian sau thấy đứa bé có tư chất rất thông minh tuy hay phá phách, nghịch ngợm nên Sư mới đưa tới bào Huynh mình là Sư Vạn Hạnh ở chùa Tiêu Sơn dạy dỗ. Một lần Lý Công Uẩn phạm lỗi bị Sư Phụ phạt ra ngủ ngoài hiên chùa, không sợ hãi gì mà còn nằm nghêu ngao:

Trời làm màn gối, đất làm chiên.
Nhật nguyệt cùng ta một giấc yên.
Đêm khuya chẳng dám dang chân duỗi
Chỉ sợ sơn hà, xã tắc nghiêng.

Nghe qua khẩu khí của Lý Công Uẩn, Sư Vạn Hạnh cũng phải giựt mình. Từ đó Ngài dốc tâm đào tạo Lý Công Uẩn thành một bậc tài đức vẹn toàn.

Lý Công Uẩn sống dưới triều đại nhà Lê. Cuối đời này, Lê Long Đĩnh là một ông vua hoang dâm tàn bạo còn được gọi là Lê Ngọa Triều (chỉ nằm để thiết triều) đã đưa đất nước vào chỗ điêu linh, sinh linh đồ thán. Dưới uy thế của nhà Sư Vạn Hạnh cùng sự hỗ trợ của tướng Đào Cam Mộc đã lật đổ nhà Lê đưa Lý Công Uẩn lên ngôi vào ngày

21.11.1009 mở ra triều đại nhà Lý -lấy nhân đức trị vì- đem hạnh phúc ấm no cho toàn dân.

Lý Công Uẩn sống trong chùa từ bé; trước được bảo hộ từ Sư Lý Khánh Vân và sau được sự dạy dỗ chân truyền của Sư Vạn Hạnh nên đã khắc cốt ghi tâm đạo lý nhà Phật- từ đó Phật tâm cũng khởi sinh. Sau khi lên ngôi, vua Lý Công Uẩn cho xây dựng và tu sửa chùa chiền cũng như cho đúc nhiều chuông ở kinh thành và khắp nơi. Ngoài ra nhà vua còn độ hàng ngàn người làm Tăng đạo.

- Phật giáo dưới đời nhà Trần:

Từ thời Lý Công Uẩn truyền được 8 đời đến Lý Chiêu Hoàng thì chuyển sang nhà Trần qua bàn tay "phù phép" của Trần Thủ Độ. Tác phẩm "Mối tơ vương của Huyền Trân Công Chúa", Tác giả là Hòa Thượng Phương Trượng Thích Như Điển đã được phát hành cuối tháng 6- 2019 nhân Đại lễ Kỷ niệm 40 năm Viên Giác và Lễ Khánh tuế 70 tuổi của Hòa Thượng được tổ chức tại chùa Viên Giác Hannover. Trong đó xuyên suốt Tác phẩm đều bàng bạc dấu tích Phật giáo khởi từ vị vua đầu tiên Trần Thái Tông đến đời Trần Thánh Tông rồi Trần Nhân Tông.

Với cái nhìn kinh bang tế thế Vua Trần Nhân Tông đã phối hợp giữa sự trị quốc và Đạo học nên Ngài nhường ngôi cho con là Trần Anh Tông. Hơn một năm sau vào tháng 7 năm Giáp Ngọ 1294 nhà vua xuất gia tại hành cung Vũ Lâm (Ninh Bình). Cũng có nơi cho là nhà vua chính thức xuất gia ở chùa Chân Giáo vào năm 1296 với nhiều Đạo hiệu là Trúc Lâm Đầu Đà hay Trúc Lâm Đại Sĩ và Giác Hoàng Điều Ngự. Đến tháng 7- 1299 Thượng Hoàng Trần Nhân Tông về núi Yên Tử tu hành 10 năm rồi viên tịch tại đây tháng 12- 1308. Tác phẩm được khép lại bằng con đường giải thoát đi vào chùa để tu hành của Công Chúa Huyền Trân, rũ sạch nợ trần.

Nhìn chung dưới hai triều Lý, Trần Phật giáo được tôn vinh triệt để và đi sâu vào lòng người chính nhờ người cầm đầu là Phật tử thuần thành, Tăng sĩ thấm nhuần giáo lý Đức Phật để đưa Phật giáo phát triển và cực thịnh.

Đến thời cận đại, Phật giáo bị áng mây mờ che phủ chìm trong bóng tối khi chính quyền Tổng Thống Ngô Đình Diệm ra chỉ thị đàn áp Phật giáo. Năm 1963 chính phủ Ngô Đình Diệm bị lật đổ. Phật giáo mới được chuyển mình vươn ra ánh sáng chấn hưng trở lại thì than ôi biến cố lịch sử 75 đã làm nền móng Phật giáo vừa tu bổ vững chắc chưa được bao lâu lại bị rung chuyển mãnh liệt.

Phải làm gì trước hiện tình đất nước như vậy!? Những bước chân Tăng sĩ phiêu bạt khắp nơi ở hải ngoại là câu trả lời hùng hồn nhất trong im lặng. Bước chân họ luôn tiến về phía trước trong cuộc hành trình Đạo pháp mà Đức Phật đã vạch sẵn con đường hoằng Pháp lợi sinh; dù đường đời có khi trắc trở phong ba đành phải giậm chân dừng bước nhưng không có nghĩa là "mỏi gối, chồn chân". Các Tăng sĩ vẫn gắng sức gầy dựng lại mái chùa nơi đất khách dù có thô sơ ban đầu- "Mái chùa che chở hồn Dân tộc"- với sức mạnh tâm linh thiêng liêng cao cả.

> Trong bối cảnh đó, Hòa Thượng Thích Như Điển vẫn quyết tâm xây dựng Ngôi chùa đánh dấu Ngôi chùa cổ Viên Giác Hội An, nơi Thầy đã xuất gia cách đây 60 năm, nên cũng đặt tên là Viên Giác. Từ đó Viên Giác Tự đi vào lịch sử - Ngôi chùa đầu tiên tại Đức được sáng lập bởi HTPT Thích Như Điển trên bước đường lưu vong.

Khởi đầu Giáo đường của Hòa Thượng; trong bài viết của Cư sĩ Thị Minh Văn công Trâm có nhắc đến một kỷ niệm, khi Hòa Thượng trong những ngày đầu mới nhập cư nước Đức:

Vào một ngày hè năm 1978 Hòa Thượng cùng nhóm sinh viên đang đi dạo vườn hoa Herrenhausen ở thành phố Hannover thì vô tình gặp bà Công chúa Viktoria Luise von Preußen, con gái Hoàng đế Wilhelm Đệ nhị của nước Đức. Bà hỏi Hòa Thượng: "Wo ist denn Ihr Gotteshaus in Hannover? - Vậy Giáo đường của Thầy ở đâu tại thành phố Hannover này? ".

Từ đó huyền thoại về hai chữ "Giáo đường" của Hòa Thượng xuất hiện. Than ôi, chỉ là một căn hộ hai phòng cũ kỹ dưới 50 mét vuông dùng chung chỗ ở của Thầy, tọa lạc tại số 37 đường Kestnerstr. Được Thầy "tán thán": mùa đông ngồi ở trong nhà cảm thấy còn lạnh hơn ở ngoài trời!

Từ "Giáo đường" như vậy, để hình thành Ngôi chùa Viên Giác uy nghi như ngày nay phải trải qua quá trình gian khổ như thế nào và thấy được tâm huyết, nghị lực phi thường của Hòa Thượng Thích Như Điển; mọi chi tiết cụ thể xin quý Độc giả tham khảo thêm từ Quyển sách "Đặc San Văn Hóa Phật Giáo" đầu tiên- kỷ niệm 40 năm Viên Giác- Đức

Quốc, trong bài viết: "40 năm Hoằng Pháp của Thầy tôi"- Tác giả Đại Đức Thích Hạnh Giới- từ trang 431 mục: Thành lập và xây dựng Chùa Viên Giác.

Những thành quả trong sự nghiệp Hoằng dương chánh Pháp

Trong cuộc hành trình hoằng dương Phật pháp tại hải ngoại, Hòa Thượng Thích Như Điển ở Đức và cố Hòa Thượng Thích Minh Tâm ở Pháp đã được chính phủ Sri Lanka tặng Quạt Quốc Sư tại thủ đô Colombo vào ngày 08-07-2011 dành cho các vị Cao Tăng có công đức cống hiến phụng sự nhân loại trên hai phương diện ĐẠO và ĐỜI. Giờ đây Hòa Thượng Thích Minh Tâm đã viên tịch từ lâu nhưng Giác linh Ngài vẫn sáng chói bao phủ ngôi chùa Khánh Anh mà Người đã cất công gầy dựng mấy chục năm, cũng như vẫn là linh hồn các khóa Tu Học Phật Pháp Âu Châu do Người khởi xướng thành lập.

Chỉ còn Hòa Thượng Thích Như Điển vẫn tiếp tục tiến bước, nhưng Người không cô đơn độc hành vì bên cạnh còn sự đồng hành của biết bao Tăng sĩ và đàn hậu học do Người đào tạo để nối tiếp cuộc hành trình. Với những cống hiến cho Đạo và Đời không ngừng nghỉ nên cuối năm 2018 Hòa Thượng được bầu làm Phó Chủ Tịch Hội Đồng Phật Giáo Tăng Già Thế Giới (World Buddhist Sangha Council WBSC).

Ngày 8-12-2021 Hòa Thượng Phương Trượng Thích Như Điển được Tổng Thống Liên Bang Đức Franz- Walter Steinmeier trao tặng Huân Chương Quốc Gia Hạng Nhất của Liên Bang Đức giữa khi thế giới đang nằm trong dầu sôi lửa bỏng vì Covid-19; cũng làm cho cộng đồng Phật giáo tại Âu Châu nói chung và ở Đức nói riêng tạm quên đi những chuỗi ngày ủ dột, lo lắng vì đại dịch. Thời gian này Virus biến thể Omicron hoành hành nguy hiểm nên buổi Lễ Trao Huân Chương tại Tòa Thị Chính chỉ giới hạn trong vòng 20 người và đại diện báo chí truyền thông.

Sự vinh dự này Hòa Thượng đã chia xẻ trong mục Thư tòa soạn đăng trên Báo Viên Giác số 247, rằng:

Tổng Thống Đức đã vinh danh ở ba lãnh vực về Tôn giáo, Giáo dục và Văn hóa được hội nhập hầu như trọn vẹn tại xứ này và đây chính là thành quả của chung chúng ta... Chúng ta đã làm rạng danh cho nòi giống Việt, bằng cách đóng góp vào nền văn hóa sở tại này những bông hoa của Giới, của Định, của Tuệ Giác siêu việt...

Với vinh dự to tát ấy, Thầy không hề cho rằng đó là công lao của riêng Thầy mà chính là thành quả từ những nhân duyên, nhân tố khác tạo thành. Với ý niệm ấy, bốn ngày sau khi nhận Huân Chương, Thầy tổ chức buổi lễ "Niệm Tứ Trọng Ân" nhằm tri ân: Ân Quốc gia, Ân Cha Mẹ, Ân Thầy bạn và Ân chúng sinh.

Riêng về ân Thầy, Hòa Thượng đã không quên ân Sư Phụ và chùa Tổ Hội An thân yêu. Thế nên quê hương, chùa Tổ, Sư Phụ vẫn là những gì canh cánh bên lòng. Chính Hòa Thượng đã kêu gọi con cháu Tổ khắp nơi quyên góp cho việc trùng tu chùa Tổ Hội An. Dù không có khiếu về âm nhạc Hòa Thượng cũng cố ngâm nga bài thơ nổi tiếng của nhà Thơ Trần Trung Đạo trong buổi văn nghệ quyên góp tiền trùng tu cho chùa Tổ "Bao Giờ Nhỉ Tôi Về Thăm xứ Quảng". Trong đó những câu thơ cuối:

Đời lưu vong chưa hẹn bước quay về
Câu hỏi này chỉ để hỏi tôi nghe
Bao giờ nhỉ tôi về thăm xứ Quảng.

Thu Bồn ơi! Dòng sông đã từng ghi dấu hình ảnh cậu bé Lê Cường trên đường tầm Sư học Đạo; bước chân đầu tiên đặt trên thềm chánh điện Ngôi chùa Tổ Hội An là bước ngoặc lớn thay đổi số phận của Thầy. Để rồi từ đó, qua bao năm giong duỗi, nơi đất khách quê người, Thầy đã mang hạt giống Bồ đề- nơi khởi đầu Thầy xuất gia tại chùa Tổ Viên Giác Hội An- gieo rải khắp nơi; bao công lao vun xới, những cây Bồ đề đã nảy mầm, đâm chồi vươn cao dưới ánh hào quang Phật pháp. Mấy chục năm qua, hai cội Bồ đề mang ý nghĩa giác ngộ, Thầy và sự góp sức của bao nhiêu người không kể xiết, đã viên thành Ngôi chùa Viên Giác và Tờ báo Viên Giác tại Hannover.

Bồ đề tỏa bóng rợp trời Tây
Viên Giác song hành mầu nhiệm thay.
Ròng rã lợi sinh bầu nhiệt huyết
Bao năm hoằng Pháp đức cao dày.
Thu Bồn lờ lững in hình ảnh
Chùa Tổ âm thầm khắc bóng ai.
Khuất nẻo nghìn trùng đành cách biệt!
Viên tròn Đạo nguyện tạ Như Lai.

Bước chân Pháp lữ xuyên suốt 60 năm hành đạo, Thầy vẫn luôn trải lòng với tâm nguyện thiết tha qua câu văn bất hủ của Thầy:

Tôi nguyện là dòng sông để chuyên chở những đục trong nhân thế.

Và nguyện là mặt đất để hứng chịu mọi thị phi của cuộc đời.

Kính dâng Thầy nhân Lễ Khánh tuế 75 tuổi.

Song Thư TTH

Trời mưa, mưa lai rai suốt một tuần lễ và cả những ngày tháng trước đó nữa, năm nay mưa nhiều. Có lúc nắng chợt đến sưởi ấm khô đất, nắng sưởi ấm vạn vật và làm khô ráo rất mau. Tôi không ý thức rõ lắm về thời gian, về ngày đêm, vì tôi chỉ là một con ốc sên nhỏ bé ở trong cái tổ cũng nhỏ thó nằm lọt trong hốc một cây táo lùn. Cây táo lùn, lùn đến nỗi một đứa con nít người khoảng 7 hay 8 tuổi cũng có thể hái trái được.

Nhà ốc sên tôi có ba mẹ tôi và hai anh em tôi. Tụi tôi tự do mỗi người mỗi tự đi kiếm rêu ăn. Chúng tôi trú ngụ nơi gốc táo đã lâu lắm. Cứ mỗi lần có ánh nắng, sáng lờ mờ là tụi tôi bò ra khỏi hốc táo, chậm rãi bò dạo quanh các gốc, bò rất sảng khoái trên những tàu lá lớn đong đưa như trên cái võng, rồi leo lên các cành cây bên cạnh như cây lilas, cây glycyne… tôi chỉ ăn rêu, rêu thơm và mịn như nhung ôm ấp bao quanh các cành cây…

Gia đình chúng tôi có bốn vị ốc sên, nhưng trong cái khoảng công viên bao la này, không phải chỉ có chúng tôi không đâu! Quanh đây còn có những gia đình anh chị em cô bác nhà ốc hương, nhà ốc bươu… hay cả ốc gạo, ốc gạo hiếm thấy… Nói chung thì vô cùng nhiều dòng họ nhà ốc lấp loáng sau các bụi cây, trên các cành lá. Ốc hương lớn gấp 3,4 lần, có chú lớn gấp 5,6 lần cái thứ ốc sên như tôi. Các bác hương ấy màu tươi sáng, màu vàng ngà và soắn soắn mình rất đẹp. Ốc hương bò chậm chậm và có lúc di chuyển cũng khá mau. Khi họ đi chậm chậm, hai râu hai mắt giương cao coi oai phong lắm. Đó là lúc họ đi dạo thoải mái ngắm cây cỏ, hoa lá mùa xuân đong đưa ca hát. Sao mùa xuân tươi đẹp thế nhỉ? Phải chi quanh năm cứ có bốn mùa xuân thì vui sướng quá, nhưng - cái gì cũng nhưng - số là khi có mấy con người chống gậy đeo giỏ vô lượm nấm và luôn tiện bắt ốc hương là lúc các bác ấy đánh động nhau bò thoăn thoắt lẩn trốn đến tội nghiệp!

Họ chỉ bắt ốc hương và ăn ốc hương thôi.

Còn ốc sên như cánh nhà tôi, họ không thèm, của bỏ, họ gạt tụi tôi rơi lác đác, rơi rào rào từ các cành cao cành thấp xuống đất cho khuất mắt, cho rảnh nợ.

Ấy vậy mà còn đỡ hơn cánh nhà ốc bươu sậm mầu, hơi hơi đen, luôn lủi thủi bò dưới đất, còn bị người ta lấy chân gạt qua gạt lại, gạt ngang vào một góc như thu vén cho khỏi vướng lối đi, khỏi bị bẹp vỡ nát,, làm dính dơ hầy giầy dép của họ!

Ơ hơ, đúng là kỳ thị kiểu da màu nhe.

Cứ cái loại nhà anh ốc bươu này mà ở Việt Nam quê tôi xưa, người ta ưa bắt về từng rổ làm bún ốc, nấu với tomate, chuối xanh, tàu hủ chiên, me chua, bạc hà và lá tía tô… may ơi là may tôi không thuộc họ nhà ốc bươu, cũng không mang họ ốc hương!

May ơi là tôi là một ốc sên, một con ốc sên gặp đạo. Gặp một bóng hoàng y!

***

Tôi chỉ nhớ là một hôm ấy, đẹp trrời, dĩ nhiên trời quang mây tạnh và có nắng vàng sưởi ấm, gió lâng lâng. Tôi bò theo các lối đi quen thuộc, leo qua ba cục gạch, mệt khá bá thở, nhưng nghiệp duyên đưa đẩy, tôi leo tiếp lên các gạc cây đầy rêu non, bên cạnh là các anh các chị nấm, ôi thôi đủ loại nấm, nấm hương, nấm mèo, nấm mối, nấm đông cô v.v… tôi bò từ từ, rất chậm rãi và thưởng thức cái món rêu mịn thơm thơm… rêu bao quanh một cái ghế đá công viên. Bất ngờ một tia nắng rọi gắt vô mặt trước, tôi choáng váng, bỏ rơi mình lăn tròn xuống một bụi cỏ sát chân ghế đá.

Tôi nằm đó, thu lu, chưa biết phải làm sao, thì bất chợt, lưng tôi cảm thấy có một bàn tay người, đã chạm vào và lượm tôi lên, bất chợt quá làm tôi không còn kịp hoảng sợ, tôi, con ốc sên tí tẹo bên cạnh người, không chỉ một người, mà cả bóng hoàng y bao phủ quanh tôi!

Ngài đặt nhẹ tôi vào lòng bàn tay người, y thể tôi nằm trong thuyền bát nhã, nghe ngài đọc « Án Lam - Án lam - Án Lam » bẩy lần cha mẹ ơi tôi thoát hiểu bóng hoàng y đang truyền tam quy ngũ giới, quy y và khai thị cho tôi, thân phận ốc sên nhỏ bé trong trời đất!

Thật bất ngờ và chỉ một sát na :
Có chú bướm vừa vờn quanh lối cỏ
Chợt nhiệm màu phát phởi ở quanh chân
Xin quỳ xuống chân xếp vòng sinh tử
Ngón khô gầy chắp lại búp sen non.

Thưa,

Bóng hoàng y vừa kể trên có một tâm từ bi ba la mật, là một tâm yêu thương bao la như đại dương,

Chúc Thanh

Bóng hoàng y của thầy

Hòa Thượng Như Điển gặp chú ốc trên đường đi dạo, nâng chú trên tay và làm lễ Quy y cho chú (Ảnh minh họa của Nguyên Đạo).

hay nói khác đi, tâm yêu thương Koshin đó thể hiện mối dây tương liên và tương tác giữa mình và thế giới. Sở dĩ chúng ta hiện hữu ấy là nhờ vào tất cả các chúng sanh khác cũng như mọi sự vật khác cùng hiện hữu ở xung quanh ta và với ta. *(Theo tác giả Hoàng Phong, dịch từ Shansin của thiền sư Moriyama)*

Đúng vậy, không có bất cứ một hạt bụi nhỏ nhoi nào trong thế giới ta bà này mà lại không góp phần vào sự hiện hữu của chúng ta.

Mỗi một cử chỉ thân thiện và thương yêu và quan tâm đến nhau dù rất nhỏ nhoi... Tất cả đều chia đều, đều tỏa rộng trong toàn thể vũ trụ dù sao ư?

Thưa rằng:

> Tất cả chúng ta, dù sang hay hèn, trí thức hay kém cỏi, giàu có hay đói khổ; dù là hạt bụi vu vơ hay là cánh bướm lộng lẫy, dù là con ong vò vẽ hay là con công đẹp xòe đuôi đủ màu múa hát... dù là gì gì đi nữa, chúng ta chỉ khác nhau ở tử số của phép tính phân số. Nhưng chúng ta đều cùng có chung một mẫu số - là cùng hiện hữu trên hành tinh này, là cùng nhau đứng chung nhau trên một dòng sinh mệnh! CHÚNG SINH VÔ BIÊN THỆ NGUYỆN ĐỘ.

Xin tri ân công đức dậy dỗ và truyền thừa của bóng hoàng y: thầy Thích Như Điển.

Xin cuối đầu đảnh lễ nơi an trú vô biên là cội cây Bồ đề của Tam bảo. A Di Đà Phật. ∎

Bác sĩ Đỗ Hồng Ngọc

một ngày kia... đến bờ

1. NGHĨ TỨC CƯỜI &
2. NHÌN LẠI MÌNH

Tùy bút gồm 26 tiểu mục "Một Ngày Kia... Đến Bờ" là những bài Pháp thoại giá trị dễ hiểu & lý luận khoa học (NXB Đà Nẵng, 2023). Tất cả sẽ được dịch sang tiếng Đức và lần lượt trích đăng song ngữ ở Báo Viên Giác, với sự đồng ý của tác giả - BBT VG.

* Nghĩ tức cười.

Tự nhiên có ta trong cõi đời. Ta tự nhiên như từ "vô tướng" mà hiện ra thành "hữu tướng" dù chỉ là giả, là tạm mà cũng xài được một thời gian. Cha mẹ gặp nhau, hàng tỷ tinh trùng mà chỉ có một con duy nhất được gặp cái trứng như hẹn hò nhau từ muôn kiếp trước, rồi mọi thứ cứ theo trình tự sắp đặt mà nhào nặn, nhồi nắn thành một con người ngo ngoe, ọ è, khóc, bú, đòi ăn, rồi biết lật, biết ngồi, biết bò, biết đứng chựng, biết đi, rồi leo trèo chạy nhảy, đến một lúc lại vòng lại như cũ, từ leo trèo chạy nhảy đến đứng chựng, đến đi, té lên té xuống, rồi từ từ… nằm một chỗ, mọi thứ như bị lấy lại, sau khi đã lắp ráp cho mượn xài một thời gian chẳng hiểu tại sao. Trong quá trình đó, có một giai đoạn ta lại vất vả tìm trứng, gieo tinh trùng để mà tiếp tục nhiệm vụ duy trì nòi giống. Con ếch con cóc ễnh ương, gà vịt chim chóc, mỗi con một kiểu, cho nó sướng khoái ngất ngư sau khi giành giựt đấu đá ghen tuông đã đời rồi sẵn sàng chết khi hoàn thành nhiệm vụ. Con bọ ngựa đực chết ngay trong lúc giao phối, lấy thân xác mình làm thức ăn để con bọ ngựa cái nuôi con. Con mối mù rào rạo tạo giống mối mù để gặm nhấm gỗ nuôi thân, và đẻ…; chuột thì kêu rúc rích trong rương, con ong cái bướm mạnh con nào nấy hùng hục kiếm ăn và giao hợp truyền giống kiểu này kiểu khác hết sức vui nhộn, náo nhiệt, tưng bừng… Tóm lại trùng trùng những dây mơ rễ má, dính chùm dính chụp, mà ngộ, con nào ra con đó… Gene chăng, DNA, RNA, virus vi khuẩn rào rào kiếm ăn rồi nhân giống, con này ăn con kia, rồi đơn bào đa bào, đâu đó răm rắp nề nếp chẳng chơi, muốn lộn xộn phá phách cũng trớt quớt không thành. Con người thông minh chơi ngẵng cấy cái nọ, ghép cái kia… hy vọng tạo ra những sinh vật rốt cuộc thất bại. Ai bảo cây cỏ không đau, sỏi đá không buồn khi xa… cục đá khác.

Thiệt ra đau khổ buồn lo cũng chỉ để cho ra những hóa chất gọi là hormone này nọ giúp cho sinh hoạt vui vầy. Đến một lúc, xếp ve, đâu vào đó, răm rắp, răm rắp. Cho mượn rồi đòi lại, nhởn nhơ không thương tiếc. Duyên ư, nghiệp ư? Ai làm ra mấy thứ quái quỷ đó. Mọi thứ có một trình tự, một gạn lọc, tính toán không chê vào đâu được. Stephen Hawking bảo chắc chắn phải có một design, một thiết kế vĩ đại từ con virus đến khủng long… nhưng không có designer, không có nhà thiết kế. Nhưng tôi tin có một cái gì đó, gọi bằng tên gì cũng được, tạo ra cái trò chơi này và ngắm nghía thú vị. Dù là một miếng đất sét được vọc bởi một em bé thành hòn bi hay thằng người… thì cũng có một em bé… đầy sáng tạo. Dù là từ Như Lai tạng thì cũng phải có một "nghệ sĩ" vẽ vời, nắn nót tạo nên mọi thứ và chịu trách nhiệm chớ?

* **Nhìn lại mình**

Từ đâu mà ra? Từ cái duyên của cha mẹ, ông bà, từ muôn vạn thứ duyên khác từ đất, nước, gió, lửa (C,H,O,N…) các thứ vun đắp, nấu nung làm ra, màu mè tô phết các thứ, từ các chất liệu tạo thịt xương gân cốt, với 60 nguyên tố hóa học trong thiên nhiên sẵn có từ đồng, chì, sắt, kẽm, măng gan, ma nhê, phốt pho… rồi từ tế bào đơn lẻ, gom tụ lại thành các cơ quan chịu trách nhiệm một chức năng nào đó, trao đổi chất để cái chánh báo và y báo xen tạp nhau cùng phát triển rồi tiêu vong khi hết duyên. Ta thấy tế bào tạo xương (ostéoblaste) hì hục lắp ghép các chất liệu cần thiết thành một cục xương, thì tế bào hủy xương (ostéoclaste) hì hục đục khoét làm thành dạng xương này xương khác, ráp nối lại thành cái khung xương, gắn kết nhau bằng những dây chằng, rồi đắp thịt da, thần kinh, mạch máu… có vẻ tất cả đã được thiết kế và xây dựng một mô hình đâu đó có sẵn… rồi mới thi công, nghiệm thu. Có hoa hậu và có Thị Nở [1]. Đành phải nhận ra trước đó chắc phải có cái gì bày vẽ, do tay nghề của "con tạo" Như Lai, có vẻ như bất công mà có lý của nó. Khi hào hứng tạo cô hoa hậu, khi buồn ngủ tạo cô Thị Nở. Coi vậy mà không phải vậy. Cô hoa hậu thường sống đời… đau khổ, cô Thị Nở thì sống đời khoái sướng, như bù đắp, vay trả. Để tạo xương thì cần calcium, từ đâu ra, thì từ các thứ xương vụn vỡ của muôn loài có trước. Cái chết của lớp trước dùng tạo cho lớp sau, như hồng cầu trong cơ thể ta cũng tạo từ các chất liệu, chỉ tồn tại 3 tháng rồi tiêu vong, hết xài vì già yếu, không đủ sức ôm oxy di chuyển đến các tế bào, thế là dẹp, và tức khắc thay bằng một lứa tế bào hồng cầu mới… Các chất liệu tan tác cũ, chẳng mất đi đâu, gom tụ ở "nghĩa địa hồng cầu" là lá lách để được tận dụng lại. Cho nên hàng tỷ hằng triệu triệu con người sau khi… hoàn thành nhiệm vụ, già nua hết xài được thì trở thành tro bụi. Tro bụi đó, vẫn xài lại, nặn lại… tiếp tục đợi duyên sinh. Calcium đó không chỉ trong xương người, xương cá xương heo xương cọp gì cũng là… xương. Nên khi nhào nặn thì … chẳng cần phân biệt. Ta mải mê phân biệt chẳng đáng tức cười cho Như Lai ư? Ngộ là các thứ sắp đặt được điều hành bởi bộ gene, cấu kết từ một chùm những chất liệu có lẽ là riêng biệt cho mỗi loài tùy sự phân bố. Tinh tinh có bộ gène giống người 99%, chuột giống 97%, cây

---

[1] Thị Nở, nhân vật trong tác phẩm Chí Phèo của Nam Cao, được diễn tả là có ngoại hình xấu ma chê quỷ hờn (ghi chú của người dịch tiếng Đức)

cổ thụ 70%, ruồi giấm 60% và cải ngồng 26%... Chẳng lạ khi cây cỏ cũng tình duyên ứ hự, chuột mãi kêu rúc rích trong rương, "anh đi cho khéo đụng giường mẹ hay"! Nhưng gène hình như cũng chưa phải khúc cuối của Như Lai. Người ta đã tìm ra hạt ra sóng và chẳng bao lâu nữa sẽ kêu như Huệ Năng: *Bổn lai vô nhất vật!*

* Có kiếp sau không?

Tôi không biết. Nhưng tôi biết có kiếp trước. Làm sao biết? Bởi vì nếu không có kiếp trước, làm sao có tôi ở kiếp này? Chắc chắn phải có kiếp trước mới có kiếp này của tôi chứ. Còn có kiếp sau hay không. Tôi không biết. Vậy tôi ở kiếp trước và tôi kiếp này có giống nhau không? Tôi không chắc sẽ giống, có chăng, giống một chút do cái nghiệp tôi mang theo. Nghiệp là cái tôi "thừa tự" mà, tôi phải mang theo chứ. Nhưng tôi chắc, khó mà nói rằng kiếp trước tôi là con kiến hay con bò, bởi mỗi giống loại nào sẽ mang cái nghiệp riêng của giống loại đó. Con ong nó mang phấn hoa từ cây xoài này qua "phết" vào hoa cây xoài khác, ít khi phết nhầm đến một loại khế chua khế ngọt nào đó, mà có phết nhầm thì cũng không đậu quả. Cái gì đã giúp con ong bay xa mấy dặm đường để trao duyên gởi phận cho xoài? Có chăng ngày nay người ta cấy gène, tạo ra những "dị thực" khác thường để chơi, tuy có tăng năng suất nhưng không còn "ngon" như xưa nữa. Các họa sĩ thường vẽ người con gái đẹp xõa tóc đứng bên con ngựa có bờm dựng đứng, không phải hy vọng một ngày kia có thứ mình người đầu ngựa đâu, chẳng qua muốn nói người con gái có tính dễ thương như… ngựa đó thôi. Người ta tạo giống cà chua sai hàng ngàn trái nhưng đều không có hột, nghĩa là không gieo giống được. Dưa hấu bây giờ cũng không hột làm sao còn có An Tiêm?

Các nghiên cứu gần đây của nhiều Đại học Âu Mỹ về cận tử phát hiện thấy ý thức có lẽ vẫn duy trì ngay cả khi tim ngừng đập, và "xác nhận" có sự tồn tại của cuộc sống sau khi chết. ∎

(còn tiếp số tới)

Eines Tages… das andere Ufer erreichen

Übersetzt ins Vietnamesische von Nguyên Đạo & Prof. Beuchling

Diese 26 Essays in "Eines Tages… das andere Ufer erreichen" sind wertvolle, leicht verständliche und wissenschaftlich fundierte Dharma-Vorträge. Sie werden mit Zustimmung des Autors alle ins Deutsche übersetzt und zweisprachig in der Zeitschrift Viên Giác veröffentlicht – Die Redaktion..

* Es ist komisch zu denken.

Plötzlich existieren wir in dieser Welt. Wir sind so natürlich wie das Wort ‚formlos', das plötzlich ‚mit Form' erscheint, obwohl es nur fiktiv und vorübergehend ist, aber für eine Weile nützlich. Eltern treffen sich, aus Milliarden von Spermien ist nur eines auserwählt, das Ei zu treffen, als ob sie seit unzähligen Leben verabredet wären. Dann folgt alles einer vorherbestimmten Reihenfolge, wird geformt und modelliert zu einem menschlichen Wesen, das weint, trinkt, Nahrung fordert, dann lernt es sich zu drehen, zu sitzen, zu krabbeln, zu stehen, zu gehen, zu klettern, zu springen, und irgendwann kehrt es zum Ursprung zurück, vom Klettern und Springen zum Stehen, zum Fallen, und schließlich… bleibt es an einem Ort liegen, alles scheint zurückgenommen zu werden, nachdem es eine Zeit lang geliehen wurde, ohne dass man versteht, warum. In diesem Prozess gibt es eine Phase, in der wir uns abmühen, Eier zu finden, Spermien zu säen, um die Aufgabe der Fortpflanzung fortzusetzen. Frösche, Vögel, Insekten, jedes auf seine Weise, genießen die Ekstase nach dem Kampf um das Überleben und sind bereit zu sterben, wenn ihre Aufgabe erfüllt ist. Das männliche Gottesanbeterin stirbt während der Paarung, bietet seinen Körper als Nahrung für das Weibchen, um die Jungen zu ernähren. Die blinden Termiten vermehren sich, um Holz zu verzehren und sich zu vermehren; Mäuse quietschen in Kisten, weibliche Bienen und Schmetterlinge sind fleißig bei der Nahrungssuche und der Fortpflanzung, sehr lebhaft und lebendig... Kurz gesagt, es gibt unzählige verworrene Wurzeln und Verbindungen, erstaunlich, jedes Wesen nach seiner Art... Gene, DNA, RNA, Viren und Bakterien vermehren sich rasant, fressen sich gegenseitig, von Einzellern zu Mehrzellern, alles ist ordentlich und kann nicht einfach zerstört werden. Der intelligente Mensch experimentiert mit Transplantationen und Verschmelzungen, in der Hoffnung, Kreaturen zu erschaffen, scheitert aber letztendlich. Wer sagt, dass Pflanzen keinen Schmerz und Steine keine Trauer empfinden, wenn sie von anderen Steinen getrennt werden.

In Wirklichkeit sind Schmerz und Sorge nur dazu da, um bestimmte Hormone für ein fröhliches Leben zu erzeugen. Irgendwann endet alles, ordentlich und geregelt. Man leiht aus und fordert es zurück, ohne Reue oder Mitgefühl. Schicksal oder Karma? Wer hat all diese seltsamen Dinge erschaffen? Alles hat eine Ordnung, eine Filtration, eine Berechnung, die man nur bewundern kann. Stephen Hawking sagte, es müsse ein großes Design geben, von Viren bis zu Dinosauriern... aber keinen Designer. Aber ich glaube, es gibt etwas, nenne es wie du willst, das dieses Spiel erschaffen hat und es interessiert beobachtet. Ob es ein Stück Ton ist, das von einem Kind zu einer Murmel oder einer Figur geformt wird, es muss ein Kind geben... voller Kreativität. Auch wenn es aus dem *Tathāgatagarbha* stammt, muss es einen ‚Künstler' geben, der alles zeichnet und formt und die Verantwortung dafür übernimmt, oder nicht?"

* Wenn ich zurückblicke, woher komme ich?

Aus der Verbindung meiner Eltern und Großeltern, aus unzähligen anderen Verbindungen von Erde, Wasser, Wind, Feuer (C, H, O, N...) kommen all diese Dinge zusammen, gekocht und geformt, bunt bemalt, aus verschiedenen Materialien, die Fleisch, Knochen, Sehnen und Knochenmark bilden, mit 60 chemischen Elementen, die in der Natur vorkommen, wie Kupfer, Blei, Eisen, Zink, Mangan, Magnesium, Phosphor... Dann aus einzelnen Zellen, die sich zu Organen zusammenschließen, die für eine bestimmte Funktion verantwortlich sind, Stoffwechsel betreiben, so dass das physische und psychische Selbst gemeinsam wachsen und vergehen, wenn ihre Zeit abgelaufen ist. Wir sehen, wie Knochen bildende Zellen (Osteoblasten) eifrig die notwendigen Materialien zu einem Knochenstück zusammenfügen, während Knochen abbauende Zellen (Osteoklasten) eifrig Knochen in verschiedene Formen umwandeln und dann wieder zu einem Skelett zusammensetzen, verbunden durch Bänder, dann Fleisch, Haut, Nerven, Blutgefäße hinzufügen... Es scheint, als wäre alles entworfen und konstruiert, als ob ein Modell irgendwo existiert... bevor es gebaut und geprüft wird. Es gibt Schönheitsköniginnen und hässliche Thị Nở [2]. Wir müssen akzeptieren, dass es vorher etwas geben muss, das entworfen wurde, durch die Handwerkskunst des ‚Schöpfers' *Tathāgata* , es scheint unfair, aber es hat seinen Grund. Wenn man eine Schönheitskönigin erschafft, ist man begeistert, bei einem hässlichen Thị Nở schläfrig. So ist das Leben. Die Schönheitskönigin lebt oft ein leidvolles Leben, das hässliche Thị Nở ein glückliches, als Ausgleich, als Darlehen und Rückzahlung. Um Knochen zu erschaffen, benötigt man Kalzium, das aus den zerbrochenen Knochen unzähliger vorheriger Lebewesen stammt. Der Tod der vorherigen Generation wird genutzt, um die nächste zu erschaffen, wie die roten Blutkörperchen in unserem Körper, die aus verschiedenen Materialien gebildet werden, nur 3 Monate existieren und dann vergehen, nicht mehr verwendet werden, weil sie alt und schwach sind, nicht mehr in der Lage, Sauerstoff zu den Zellen zu transportieren. Sie werden ersetzt und die alten Materialien, die nicht verschwinden, sammeln sich im ‚Friedhof der roten Blutkörperchen', der Milz, um wiederverwendet zu werden. So werden nach dem Tod von Milliarden von Menschen, wenn sie alt und unbrauchbar geworden sind, zu Staub und Asche. Dieser Staub wird wiederverwendet, neu geformt... und wartet auf eine neue Gelegenheit zum Leben. Kalzium ist nicht nur in menschlichen Knochen, sondern auch in Knochen von Fischen, Schweinen, Tigern... vorhanden. Also, wenn man formt, braucht man keinen Unterschied zu machen. Ist es nicht lächerlich für den *Tathāgata*, wenn

---

2 () Thị Nở, eine Figur aus dem Werk "Chí Phèo" von Nam Cao, wird beschrieben als jemand, der so hässlich ist, dass selbst Geister sich ärgern würden (Anmerkungen des deutschen Übersetzers)

wir uns mit Unterscheidungen beschäftigen? Es scheint, dass all diese Dinge von einem Genom gelenkt werden, zusammengesetzt aus einer Gruppe von Materialien, die vielleicht für jede Art spezifisch sind, abhängig von ihrer Verteilung. Schimpansen haben ein zu 99% ähnliches Genom wie Menschen, Mäuse 97%, alte Bäume 70%, Fruchtfliegen 60% und Kohlrabi 26%... Es ist nicht verwunderlich, dass auch Pflanzen ihre eigenen Verbindungen haben, Mäuse quietschen in Kisten, ‚pass auf, dass du nicht das Bett der Mutter berührst'! Aber Gene scheinen nicht das letzte Rätsel des *Tathāgata* zu sein. Menschen haben Teilchen und Wellen entdeckt, und es wird nicht lange dauern, bis sie wie Huineng sagen: *Ursprünglich gibt es nichts!*

* Gibt es ein Leben nach dem Tod?

Ich weiß es nicht. Aber ich weiß, dass es ein Leben davor gab. Wie kann ich das wissen? Denn wenn es kein früheres Leben gegeben hätte, wie könnte Ich dann in diesem Leben existieren? Sicherlich muss es ein früheres Leben gegeben haben, damit es mein jetziges Leben gibt. Ob es ein Leben danach gibt oder nicht, das weiß ich nicht. Also, bin ich im vorherigen Leben und in diesem Leben dieselbe Person? Ich bin mir nicht sicher, ob sie gleich sind, vielleicht ähnlich aufgrund des Karma, das ich mit mir trage. Karma ist etwas, das ich "geerbt" habe, also muss ich es mit mir tragen. Aber ich bin mir sicher, es ist schwierig zu sagen, dass ich im vorherigen Leben eine Ameise oder eine Kuh war, denn jede Spezies trägt ihr eigenes Karma. Bienen tragen Pollen von einem Mangobaum zum anderen und bestäuben sie selten versehentlich mit einer anderen Art von sauren oder süßen Früchten, und selbst wenn sie es tun, wachsen daraus keine Früchte. Was hat die Biene dazu gebracht, mehrere Meilen zu fliegen, um die Mango zu bestäuben? Vielleicht manipuliert man heutzutage die Gene und erzeugt ungewöhnliche Hybriden zum Spaß, die zwar ertragreicher sind, aber nicht mehr so lecker wie früher. Künstler malen oft schöne Frauen mit offenem Haar neben einem Pferd mit aufgerichtetem Schopf, nicht in der Hoffnung, dass es eines Tages ein Wesen mit menschlichem Körper und Pferdekopf geben wird, sondern um zu zeigen, dass die Frau liebenswerte Eigenschaften wie ein Pferd haben kann. Man züchtet Tomatensorten, die Tausende von

Früchten ohne Samen tragen, was bedeutet, dass man sie nicht aussäen kann. Wassermelonen haben heutzutage auch keine Samen, wie kann es dann noch An Tiêm [3] geben?

Neuere Studien von vielen europäischen und amerikanischen Universitäten über Nahtoderfahrungen haben gezeigt, dass das Bewusstsein möglicherweise auch dann noch erhalten bleibt, wenn das Herz aufhört zu schlagen, und sie "bestätigen" die Existenz eines Lebens nach dem Tod." ∎

(fortsetzen in der nächsten Ausgabe)

---

[3] Das Märchen von An Tiêm und der Wassermelone ist eine bekannte vietnamesische Volkserzählung. Mai An Tiêm, einst ein Adoptivsohn des Königs Hùng Vương und später verbannt, fand auf einer einsamen Insel Samen, aus denen er Wassermelonen züchtete. Nachdem er seinen Namen in die Wassermelonen schnitzte und sie ins Meer treiben ließ, wurden sie weit verbreitet und wegen ihres Geschmacks berühmt. Der König erkannte An Tiêms Überlebensgeist, lud ihn zurück an den Hof und stellte seinen Rang wieder her. (Anmerkungen des Übersetzers)

Tịnh Ý giới thiệu:

PHƯỚC ĐỨC CỦA QUY Y TAM BẢO*

Phỏng theo "Cựu Tạp thí dụ kinh"

Xưa đức Phật đi lên cõi trời Đao Lợi thứ hai để giảng kinh cho mẹ. Bấy giờ có vị trời có điềm báo mạng sống sắp hết 1: "Một là ánh sáng quanh cổ tắt; Hai là hoa trang sức trên đầu héo; Ba là sắc mặt thay đổi; Bốn là trên áo có bụi; Năm là dưới nách ra mồ hôi; Sáu là thân hình gầy ốm; Bảy là chỗ ngồi không yên... buồn rầu vì sắp phải bỏ thiên tòa, cung điện bảy báu, ao hồ, vườn quả, ăn uống, mọi thứ ca kỹ nữ nhạc, lại phải sắp hạ sinh làm con của heo nái phung hủi ở trần gian, lo lắng không biết cách gì để thoát được".

Có một vị trời khác biết chuyện thương tình chỉ giúp: "Nay đang có đức Phật lên đây giảng kinh cho mẹ. Ngài có thể cứu hết thảy chúng sanh ba đời. Chỉ đức Phật mới cứu được tội của ông, sao ông không tìm tới nhờ Ngài giúp đỡ?". Vị trời bèn tìm đến chỗ Phật cúi đầu làm lễ. Chưa kịp thưa trình lý do, đức Phật đã bảo vị con trời: "Tất cả vạn vật đều vô thường, ông vốn biết điều đó, sao còn lo sầu?".

Vị trời bạch Phật: "Tuy con đã biết phước trời không thể hưởng lâu được, nhưng con buồn giận là phải làm con của con heo nái phung hủi, chứ đi nhận thân khác thì con không dám e sợ".

Đức Phật dạy: "Nếu ngươi muốn khỏi làm thân heo con thì phải sám hối, mỗi ngày đọc tụng: Nam mô Phật; Nam mô Pháp; Nam mô Tỳ kheo tăng. Quy mạng Phật, quy mạng Pháp, quy mạng Tỳ kheo Tăng ba lần".

Vị trời theo lời Phật dạy, ngày đêm đọc tụng ba quy y. Sau đó bảy ngày vị trời thọ chung3, xuống sinh làm con trai một nhà trưởng giả. Khi còn trong thai mẹ, thai nhi hằng ngày không quên đọc ba quy y. Lúc sinh ra, vừa rơi xuống đất cũng quỳ đọc ba quy y. Người mẹ khi sinh không có đồ dơ. Người hầu thấy đứa bé khác thường nên sợ hãi bỏ chạy. Bà mẹ cũng rất lấy làm lạ việc đứa con vừa sinh đã biết nói, cho là huyễn hoặc, muốn giết đi.

Lúc sau bà tự nghĩ: "Con nhỏ ta lạ lùng. Nếu giết bé này cha nó sẽ làm tội ta. Trước hết phải nói cho ông trưởng giả biết rồi nếu ông muốn giết cũng chưa muộn".

Người mẹ liền ôm đứa bé, đến nói với trưởng giả: "Tôi sinh được một bé trai, mới lọt lòng, đứa bé đã chắp tay quỳ xuống quy y Tam Bảo". Ai cũng cho là huyễn hoặc.4

Người cha nói: "Đừng, đừng! Đó là đứa bé phi phàm. Người ta ở đời sống đến trăm tuổi hoặc tám chín mươi, mà còn không biết quy y Tam Bảo. Huống hồ đây đứa bé mới sinh ra là có thể niệm Nam mô Phật. Hãy khéo chăm nuôi nó cẩn thận đừng khinh nhờn".

Đứa trẻ lớn lên, năm vừa bảy tuổi, chơi bên vệ đường. Bấy giờ có đệ tử Phật là Xá-Lợi-Phất và Ma-ha Mục-Kiền-Liên vừa đi qua bên bé, nó liền đến trước mặt làm lễ: "Kính lễ đức Xá-Lợi-Phất và đức Ma ha Mục-Kiền-Liên". Hai thầy Xá-Lợi-Phất và Ma ha Mục Kiền Liên kinh ngạc lấy làm lạ về việc đứa trẻ có thể kính lễ Tỳ kheo. Đứa trẻ nói: "Thầy không biết con sao? Đức Phật ở trên trời giảng kinh cho mẹ Người. Con bấy giờ là một vị trời sắp xuống làm heo. Nhờ được Phật dạy, con đọc ba quy y mà được làm người". Hai thầy Tỳ kheo liền nhập thiền định, biết chuyện nên nói "Hoan hỷ".

Đứa bé thưa với hai thầy Xá Lợi Phất và Mục Kiền Liên: "Xin hai thầy giúp con, mời đức Thế Tôn, chư Bồ tát tăng và hai nhân giả đến nhà chúng con thọ thực"5. Hai thầy Mục Kiền Liên và Xá Lợi Phất đồng ý nhận lời.

Đứa bé trở về nhà thưa với cha mẹ: "Ban nãy con đi chơi gặp hai đệ tử Phật đi qua, nhân đó con mời Phật và bốn chúng6 đệ tử Phật dâng cơm. Xin cha mẹ sửa soạn đồ ngon ngọt".

Cha mẹ thương yêu làm theo lời xin, lấy làm lạ việc nó còn nhỏ tuổi, mà khai mở được lòng lớn. Lại lấy làm lạ việc nó biết đời trước, nên sai gia nhân làm những món ăn cực kỳ trân diệu7, tìm chén đĩa tinh tế, vượt quá ý của đứa bé.

Đức Phật và chúng tăng, mỗi vị dùng công đức làm thần túc8, đi đến nhà đứa bé ăn cơm. Cha mẹ và những người lớn nhỏ cúng dường xong, dâng nước rửa thơm. Đúng pháp làm xong, đức Phật vì họ giảng kinh. Cha mẹ và đứa bé cùng thân thuộc trong ngoài lúc ấy đều được bất thối chuyển.

Phước đức của việc quy y độ được như vậy. Huống nữa là suốt đời tu đạo sao!

Lê Mạnh Thát – " Tổng tập Văn học Phật giáo Việt Nam Q.2" tr.154. Nxb Tp HCM. *"Cựu tạp thí dụ kinh số 61"*

Chú thích:

1. *"Cựu tạp thí dụ kinh"* và *"An bang thủ ý"* là 2 cuốn kinh xưa nhất của Phật giáo Việt Nam do ngài Khương Tăng Hội (tk thứ 2 sau TI) biên soạn. Riêng Cựu tạp thí dụ kinh giả thuyết được đặt ra là những sưu tập truyện Phật giáo trong dân gian Việt Nam. Điều đó cho ta biết Luy Lâu-trung tâm Phật giáo của Việt Nam ngày ấy đã là cái nôi lớn của Phật giáo ở Á Đông, trước cả Trung Hoa.

2. *chứng điềm*: những dấu hiệu báo trước.

3. *thọ chung*: sự sống đã hết, sắp chết.

4. *huyễn hoặc*: chuyện không đáng tin

5. *hai nhân giả*: hai ngài Xá Lợi phất và Mục Kiền Liên.

6. *bốn chúng*: đệ tử của Phật chia làm bốn chúng: Tỳ kheo tăng, Tỳ kheo ni, Ưu bà tắc, Ưu bà di.

7. *thần túc*: hay tứ thần túc gồm: Dục thần túc; Cần (Tinh tấn) thần túc; Tâm thần túc; Quán thần túc.

Lời bàn:

1. Theo lời Phật dạy, chúng sanh tùy theo nghiệp báo và phước đức của mình mà luân hồi trong sáu cõi: **Trời, Người, A tu la, Địa ngục, Ngạ quý và Súc sanh.** Vị trời (trong kinh) tuy đang ở cõi trời nhưng phước báu đã hết, sắp thác sinh trở lại vào chốn súc sinh làm con của heo nái, bởi thời gian ở cõi trời vị ấy tạo nên những nghiệp ác mà không tích được chút phước đức nào.

Nhân quả, nghiệp báo có lúc không cần đợi từ kiếp này sang đến kiếp khác để thấy, để biết. Chỉ cần lướt qua những tin tức thời sự hằng ngày trong nước cũng như trên thế giới cũng không thiếu những trường hợp tương tự: mới hôm trước đang là Quốc vương, Tổng Thống, Chủ tịch nước… bỗng hôm sau xuống làm **"heo, chó"**, súc sanh trong nhà tù rồi.

2. Vì sao quy y Tam Bảo có thể chuyển từ nghiệp ác sang nghiệp lành, từ chỗ sắp đầu thai trong **cõi súc sanh** lại chuyển sang sinh vào **cõi người**?

Ta đã biết, Phật không phải là một thần linh ban phước giáng hoạ. Một người thác sinh vào cõi nào là tùy vào phước đức và nghiệp báo mà người đó đã tạo.

3. Vậy thì tại sao quy y Tam Bảo có thể chuyển nghiệp?

Như người hút thuốc nhiều nên bị lao phổi, người uống rượu nhiều bị đau gan và dạ dày. Không ai chỉ cho họ những thứ đó là độc dược giết người. Họ càng tiếp tục, cơn bịnh càng nặng. Đau khổ, buồn phiền, lo lắng. (Khổ) sắp đi vào cõi chết. Bỗng ngày kia gặp được thầy thuốc chỉ cho họ nguyên nhân của bịnh tật (Khổ tập), khuyên họ phải từ bỏ những thức ăn, thức uống độc hại đó, bằng những thức có có tác dụng nuôi dưỡng thân và tâm. Sống lành mạnh, điều độ… (Đạo) bịnh của họ dần bớt (Khổ tập diệt) sức khỏe bình phục. Thêm vào thuốc men điều trị, họ đã rời khỏi địa ngục của bệnh tật, khổ đau và trở lại cuộc sống của con người khỏe mạnh.

Phật là vị thầy thuốc. Pháp là con đường xa lánh, từ bỏ những thức ăn độc hại đó. Là tránh xa "thập ác", tam độc" để quay về nếp sống lành mạnh của "thập thiện". Tăng là những người đi trước trên con đường Thánh để dẫn chúng sanh.

Một khi đã quy y Tam Bảo, hành trì giới luật - cho dẫu là năm giới- xa lìa cái ác, làm điều thiện thì nghiệp của thân miệng ý đã chuyển. Khi nghiệp nhân chuyển thì nghiệp quả cũng theo đó mà thay đổi. Uông- ma-cật, vua A Xa Thế, vua A-Dục… từ là tướng cướp giết người, những vị vua bạo ngược… cũng nhờ vào quy y Tam Bảo mà giác ngộ để sau đó được chứng quả. Phước báu của quy y Tam Bảo là "sự quay đầu vào bờ" để thấy được Ngọc$_1$ trong chéo áo để thôi không còn làm kẻ cùng tử$_2$ lặn hụp tìm kiếm suốt đời.

Quy y Tam Bảo không chỉ là quy y Phật Pháp Tăng bên ngoài mà còn là sự quay về quy y Phật Pháp Tăng trong chính tự thân của mình (*Tự quy y*). Bởi trong chính tự thân mỗi chúng sanh vốn đã có Tam Bảo, đã có Phật tánh.

4. Truyện cổ trong kinh có *huyễn hoặc chăng* khi đứa bé từ trong bụng mẹ đã biết niệm Phật, niệm Pháp? Theo giáo lý luân hồi, thì thức thứ Tám, *A Lại Da Thức* hay còn gọi là *Tàng thức, Tiềm thức*", sẽ mang những chủng tử (hạt giống) đó tiếp nối đi từ kiếp này đến kiếp khác dù thân thể hình hài của người đó bị tan rã. Tất cả những hạt giống thiện ác trong đất tâm của người đó (nghiệp) sẽ tiếp tục được mang theo về tương lai. *(tương tự như hạt bắp mang trọn vẹn những yếu tố của cây bắp trước đó để khi đủ điều kiện thì lại nảy mầm thành cây bắp).* Vậy thì thai nhi trong bụng mẹ hay đưa trẻ vừa lọt lòng biết niệm phật cũng không phải là chuyện lạ, bởi chính trong đất tâm của trẻ đã sẵn "nhân lành"

hướng về Tam Bảo của vị trời kiếp trước đó rồi!

Dù sao, chúng ta đừng quên kinh truyện này ra đời cách đây cả hai mươi thế kỷ, trong xã hội đầy thần thoại; những chi tiết thần thoại khó tin ấy có những giá trị nội tại của nó. Một người từ trẻ, nhỏ có lòng kính tín Tam Bảo, tất không phải ngày một ngày hai mà phát sinh lòng kính tín đó. Chủng tử đó chắc chắn đã có từ nhiều đời (nên kiếp trước vị ấy đã từng được sinh về cõi trời) được huân tập, nuôi dưỡng và tiếp tục về sau, qua cả những giai đoạn thai nhi hay thơ ấu.

Phước đức của việc quy y độ được như vậy. Huống nữa là suốt đời tu đạo sao! ■

Tịnh Ý stellt vor:

DIE VERDIENSTE DES ZUFUCHT NEHMENS ZU DEN DREI JUWELEN
- Nach dem "Cựu Tạp thí dụ kinh"

Früher stieg der Buddha in den Himmel des Trayastrimsha (Đạo Lợi) auf, um seiner Mutter die Lehre zu verkünden. Damals gab es einen Himmelsbewohner, der Vorzeichen hatte, dass sein Leben bald enden würde: Erstens, das Licht um seinen Hals erlosch; zweitens, die Blumen, die seinen Kopf schmückten, verwelkten; drittens, sein Gesichtsausdruck veränderte sich; viertens, sein Gewand wurde staubig; fünftens, unter seinen Achseln trat Schweiß aus; sechstens, sein Körper wurde mager und schwach; siebtens, sein Sitzplatz war unruhig.

Er war bekümmert, weil er bald seinen himmlischen Thron, den Palast der sieben Schätze, Teiche, Obstgärten, Speisen und Getränke sowie alle Gesänge und Tänze der weiblichen Musikerinnen verlassen musste. Zudem musste er sich darauf vorbereiten, als Kind einer aussätzigen Sau auf der Erde wiedergeboren zu werden und wusste nicht, wie er dem entkommen konnte.

Ein anderer Himmelsbewohner, der von der Situation wusste und Mitleid hatte, bot seine Hilfe an: "Zurzeit ist der Buddha hier oben, um seiner Mutter die Lehre zu verkünden. Er kann alle Lebewesen der drei Zeiten retten. Nur der Buddha kann deine Sünden erlösen, warum suchst du nicht seine Hilfe?" Der Himmelsbewohner begab sich daraufhin zum Buddha und verbeugte sich ehrfurchtsvoll. Bevor er den Grund seines Anliegens vorbringen konnte, sagte der Buddha: "Alle Dinge sind vergänglich, das weißt du doch, warum sorgst du dich dann noch?"

Der Himmelsbewohner sprach zum Buddha: "Obwohl ich weiß, dass himmlische Freuden nicht von Dauer sind, bin ich traurig und ärgerlich darüber, als Kind einer aussätzigen Sau wiedergeboren zu werden. Wenn es eine andere Wiedergeburt wäre, hätte ich keine Angst."

Der Buddha lehrte: "Wenn du vermeiden willst, als Ferkel wiedergeboren zu werden, musst du Reue zeigen und jeden Tag folgende Worte rezitieren: ‚Nam mô Phật; Nam mô Pháp; Nam mô Tỳ kheo Tăng.' Drei Mal sollst du Zuflucht zum Buddha, Zuflucht zur Lehre und Zuflucht zur Gemeinschaft der Mönche nehmen."

Der Himmelsbewohner folgte den Lehren des Buddha und rezitierte Tag und Nacht die Drei Zufluchten. Nach sieben Tagen verstarb der Himmelsbewohner und wurde als Sohn eines wohlhabenden Mannes wiedergeboren. Schon im Mutterleib vergaß der Fötus nicht, die Drei Zufluchten zu rezitieren. Bei seiner Geburt, kaum hatte er den Boden berührt, kniete er nieder und rezitierte die Drei Zufluchten. Die Mutter gebar das Kind ohne jegliche Verunreinigung. Die Diener, die das ungewöhnliche Kind sahen, erschraken und liefen davon. Auch die Mutter war sehr überrascht, dass ihr neugeborenes Kind sprechen konnte, hielt es für eine Täuschung und wollte es töten.

Später dachte sie bei sich: "Mein Kind ist wirklich ungewöhnlich. Wenn ich es töte, wird sein Vater mich bestrafen. Zuerst sollte ich dem Hausherrn Bescheid geben, und wenn er es dann töten will, ist es noch nicht zu spät."

Die Mutter nahm das Kind und berichtete dem Hausherrn: "Ich habe einen Sohn geboren. Kaum war er auf die Welt gekommen, kniete er nieder, faltete die Hände und nahm Zuflucht zu den Drei Juwelen." Alle hielten dies für eine Täuschung.

Der Vater sagte: "Nein, nein! Das ist kein gewöhnliches Kind. Die Menschen können hundert Jahre oder achtzig, neunzig Jahre leben, ohne jemals Zuflucht zu den Drei Juwelen zu nehmen. Doch hier ist ein Kind, das gleich nach der Geburt ‚Nam mô Phật' rezitieren kann. Kümmere dich gut

um es und behandle es mit Respekt."

Als das Kind aufwuchs und sieben Jahre alt war, spielte es am Straßenrand. Zu dieser Zeit kamen zwei Schüler des Buddha, Shariputra (Xá-Lợi-Phất) und Maudgalyayana (Ma-ha Mục-Kiền-Liên), vorbei. Das Kind trat sofort vor sie und verbeugte sich: "Verehrung an Shariputra und Maudgalyayana." Die beiden Mönche waren erstaunt und verwundert darüber, dass das Kind ihnen so ehrerbietig begegnete. Das Kind sagte: "Kennt ihr mich nicht? Der Buddha predigte im Himmel für seine Mutter. Damals war ich ein Himmelsbewohner, der kurz davor stand, als Schwein wiedergeboren zu werden. Dank der Lehren des Buddha rezitierte ich die Drei Zufluchten und wurde als Mensch wiedergeboren." Die beiden Mönche traten in meditative Versenkung ein, erkannten die Wahrheit der Geschichte und sprachen: "Wir sind erfreut."

Das Kind bat die beiden Lehrer Shariputra und Maudgalyayana: "Bitte helft mir und ladet den Buddha, die Bodhisattvas und die Mönchsgemeinschaft zu uns nach Hause zum Essen ein." Die beiden Lehrer stimmten zu.

Das Kind kehrte nach Hause zurück und sagte zu seinen Eltern: "Als ich vorhin spielte, traf ich auf zwei Schüler des Buddha. Ich habe daraufhin den Buddha und die vier Gruppen seiner Schüler eingeladen, zu uns zum Essen zu kommen. Bitte bereitet leckere Speisen vor."

Die liebevollen Eltern folgten seinem Wunsch und waren erstaunt darüber, dass ihr kleines Kind einen so großen Geist entwickelt hatte. Noch bemerkenswerter fanden sie, dass es sich an sein früheres Leben erinnerte. Daher ließen sie von den Dienern die köstlichsten Speisen zubereiten und suchten feinste Geschirrstücke aus, die die Erwartungen des Kindes übertrafen.

Der Buddha und die Mönchsgemeinschaft nutzten ihre wundersamen Kräfte, um zum Haus des Kindes zu gelangen und das Mahl einzunehmen. Die Eltern, zusammen mit den Anwesenden, boten ehrfürchtig ihre Gaben dar und reichten duftendes Wasser zum Waschen. Nachdem alle rituellen Handlungen korrekt durchgeführt worden waren, hielt der Buddha eine Lehrrede. Die Eltern, das Kind und alle Verwandten erlangten zu diesem Zeitpunkt den Zustand der Unerschütterlichkeit auf dem Pfad zur Erleuchtung.

So groß sind die Verdienste des Zufluchtnehmens, dass sie solche wunderbaren Ergebnisse bringen können. Wie viel mehr Segen wird es dann bringen, wenn man sein ganzes Leben lang den Weg der Lehre praktiziert!

Erzählung angelehnt an das Buch: Lê Mạnh Thát – *Gesamtausgabe der vietnamesischen buddhistischen Literatur, Teil 2*. S.154. Verlag Tp HCM. " Cựu tạp thí dụ kinh Nr. 61"

KOMMENTAR:

1. Nach den Lehren des Buddha erfahren die Lebewesen je nach ihren karmischen Vergeltungen und Verdiensten die Wiedergeburt in den sechs Daseinsbereichen: Himmel, Mensch, Asura, Hölle, Hungrige Geister und Tiere. Der Himmelsbewohner (in der Geschichte) war zwar im Himmel, aber seine Verdienste waren aufgebraucht. Er stand kurz davor, wiedergeboren zu werden und als Nachkomme einer Sau im Tierreich zu leben, weil er in seiner Zeit im Himmel schlechte Taten begangen hatte und keine Verdienste angesammelt hatte.

Die Ursachen und Wirkungen des Karmas müssen nicht immer von einem Leben zum nächsten auf sich warten lassen, um sichtbar und erkennbar zu werden. Ein Blick auf die täglichen Nachrichten, sowohl im Inland als auch weltweit, zeigt viele ähnliche Fälle: Gestern noch ein König, Präsident oder Staatsoberhaupt, und heute sind sie plötzlich wie "Schweine, Hunde" oder Tiere im Gefängnis.

2. Warum kann das Zufluchtnehmen zu den Drei Juwelen das Karma von schlecht zu gut ändern und eine Wiedergeburt im Tierreich in eine

Wiedergeburt als Mensch verwandeln?

Wir wissen, dass der Buddha kein göttliches Wesen ist, das Segen verleiht oder Unheil bringt. In welches Daseinsreich eine Person wiedergeboren wird, hängt von den Verdiensten und dem Karma ab, das diese Person angesammelt hat.

3. Warum kann das Zufluchtnehmen zu den Drei Juwelen das Karma ändern?

Betrachten wir einen Menschen, der viel raucht und daher an Lungenkrebs leidet oder der viel Alkohol trinkt und daher Leber- und Magenprobleme hat. Niemand hat ihnen gesagt, dass diese Dinge schädlich und lebensgefährlich sind. Je mehr sie fortfahren, desto schlimmer wird ihre Krankheit. Sie leiden, sind traurig und besorgt (Leiden) und stehen kurz davor zu sterben. Eines Tages treffen sie auf einen Arzt, der ihnen die Ursachen ihrer Krankheiten erklärt (Ursprung des Leidens) und ihnen rät, diese schädlichen Substanzen durch nahrhafte und gesunde Lebensmittel zu ersetzen. Ein gesunder und maßvoller Lebensstil (der Pfad) führt dazu, dass ihre Krankheit allmählich abklingt (Aufhebung des Leidens) und sie ihre Gesundheit wiedererlangen. Mit zusätzlicher medizinischer Behandlung verlassen sie die Hölle der Krankheit und des Leidens und kehren zu einem gesunden menschlichen Leben zurück.

In ähnlicher Weise lehrt das Zufluchtnehmen zu den Drei Juwelen den Menschen, die Ursachen ihres Leidens zu erkennen und einen heilsamen Weg zu beschreiten, der sie von schlechtem Karma befreit und zu einem besseren Daseinszustand führt.

Der Buddha ist der Arzt. Die Lehre (Dharma) ist der Weg, der das Meiden und Aufgeben dieser schädlichen Substanzen anleitet. Sie lehrt uns, die "Zehn schlechten Taten" und die "Drei Gifte" zu vermeiden und stattdessen den gesunden Lebensstil der "Zehn guten Taten" zu pflegen. Die Sangha sind jene, die diesen heiligen Weg bereits gegangen sind und die Lebewesen führen.

Sobald man Zuflucht zu den Drei Juwelen genommen und die Gebote – selbst wenn es nur fünf sind – befolgt hat, indem man das Böse meidet und Gutes tut, ändert sich das Karma von Körper, Sprache und Geist. Wenn sich die Ursachen des Karmas ändern, ändern sich auch die Ergebnisse. Vimalakirti, König Ajatasattu und König Ashoka waren einst Mörder, grausame Könige und tyrannische Herrscher. Doch durch das Zufluchtnehmen zu den Drei Juwelen erlangten sie Erleuchtung und schließlich die Früchte ihrer Bemühungen. Das große Verdienst des Zufluchtnehmens zu den Drei Juwelen ist "das Ufer erreichen", wodurch man den Edelstein im eigenen Gewand entdeckt und aufhört, ein elender Wanderer zu sein, der sein Leben lang danach sucht.

Zufluchtnehmen zu den Drei Juwelen bedeutet nicht nur, äußerlich Zuflucht zu Buddha, Dharma und Sangha zu suchen, sondern auch, innerlich Zuflucht zu diesen Drei Juwelen in sich selbst zu nehmen (Selbst-Zuflucht). Denn in jedem Lebewesen sind die Drei Juwelen bereits vorhanden, und es gibt bereits die Buddha-Natur.

4. Sind die Geschichten in den Sutras nicht märchenhaft, wenn sie erzählen, dass ein Kind im Mutterleib schon den Buddha und das Dharma rezitiert? Nach der Lehre der Wiedergeburt trägt das achte Bewusstsein, das Alayavijnana oder Speicherbewusstsein, die Samen (Keime) von Leben zu Leben, selbst wenn der Körper zerfällt. Alle guten und schlechten Samen im Herzen einer Person (Karma) werden in die Zukunft mitgenommen. (Ähnlich wie ein Maiskorn alle Elemente der vorherigen Maispflanze enthält, um unter den richtigen Bedingungen wieder zu einer Maispflanze zu werden).

Es ist daher nicht ungewöhnlich, dass ein Fötus im Mutterleib oder ein neugeborenes Kind den Buddha rezitieren kann, da das Herz dieses Kindes bereits die guten Samen in sich trägt, die es von den Drei Juwelen in einem früheren Leben erhalten hat.

Wie dem auch sei, wir dürfen nicht vergessen, dass diese Sutra-Geschichte vor zwanzig Jahrhunderten in einer von Mythen durchdrungenen Gesellschaft entstand; diese schwer zu glaubenden mythischen Details haben ihren eigenen inneren Wert. Ein Mensch, der von Kindheit an tiefe Verehrung für die Drei Juwelen hat, entwickelt diese Verehrung nicht von heute auf morgen. Diese Samen der Verehrung müssen über viele Leben hinweg existiert haben (deshalb wurde er in einem früheren Leben im Himmel geboren), sie wurden angesammelt, genährt und weitergetragen, sogar durch die Phasen des Fötus oder der Kindheit.

So groß sind die Verdienste des Zufluchtnehmens. Wie viel mehr Segen wird es dann bringen, wenn man sein ganzes Leben lang den Weg der Lehre praktiziert! ∎

Thi Thi Hồng Ngọc

GIA ĐÌNH MÌNH LÀ CON PHẬT

Chuyện Ngắn Thiếu Nhi

HẠT GIỐNG

Các con theo mẹ đến chùa thấy nhiều người bỏ tiền vào thùng công đức bèn thắc mắc hỏi, mẹ bảo:

- Đấy là tiền để cúng dường Tam Bảo, dùng cho việc chi phí trong chùa như điện, nước, ga, mua thực phẩm và đồ dùng. Các con đến chùa được ăn uống, có lò sưởi mùa đông, có quạt mát mùa hè, được thầy giảng pháp cho nghe để học hỏi đem lợi lạc cuộc sống, cây cối vườn chùa tốt tươi nhờ đầy đủ nước tưới, chánh điện trang nghiêm đẹp đẽ nhờ có điện, có hoa quả, nhang đèn. Tất cả mọi thứ đều cần có tịnh tài tùy tâm của các vị Phật tử đến chùa mới có thể làm được.

Bọn trẻ con gật gù ra vẻ rất hiểu biết, Thảo Hiền khẽ hỏi:

- Nhưng chúng con chưa đủ tuổi đi làm mà muốn cúng dường Tam Bảo thì có cách nào không mẹ?

Chưa kịp đáp, mẹ đã nghe Thảo An láu táu góp ý:

- Thì mình nguyện sau này đi làm có tiền, mình sẽ cúng dường, được không mẹ?

Thảo Mai rụt rè nói:

- Mẹ ơi! Mình có vườn đằng sau nhà, nếu mẹ cho phép, con sẽ trồng ... "rau củ Việt Nam" rồi mình đem vào chùa bán lấy tiền giúp chùa trả tiền điện, hai em có muốn làm cùng với chị không?

Cả nhà vỗ tay tán thưởng ý kiến của Thảo Mai, hạt giống vườn rau chưa gieo mà hạt giống thiện lành đã nảy mầm trong tâm hồn non trẻ.

THẦY THẬT LÀ TỐT BỤNG

Ba mẹ quyết định một tuần đóng cửa tiệm thứ bảy để cùng các con đi chùa học Phật Pháp. Ba bảo tiền mình có phúc báu thì kiếm lúc nào cũng được nhưng Phật Pháp thì không dễ, mẹ cũng đồng ý về điều này, nhưng chùa tuy gần mà các con có cơ hội đi học giáo lý đúng với căn cơ thì khó quá. Cuối cùng thì thầy trụ trì cũng thấy được nỗi niềm tha thiết của một số gia đình Phật tử muốn con cái thấm nhuần chủng tử thiện lương nên quyết định mỗi tuần tổ chức một khóa học ngắn dành riêng cho thiếu nhi.

Tuần đầu tiên đi học các bé đã thích thú cách dạy học của thầy. Thầy biết những trò chơi ứng dụng Phật Pháp như đi trốn đi tìm nhưng thay vì đếm thì niệm A Di Đà Phật. Thầy vào bếp dạy nấu mì Ý chay ngon ơi là ngon. Thầy kể chuyện cổ tích Phật giáo, viết lên bảng những từ cần giải thích từ tiếng Việt sang tiếng Đức cho các bé hiểu. Thầy trò cùng làm vườn, các bé được học sự từ bi khi thầy chỉ những quả ngọt bị chim ăn hay lá rau bị sâu rồi nói rằng: "Mình muốn sống thì muôn loài cũng muốn, mình có ăn mới sống được thì muôn loài cũng thế, đừng ghét sâu hay chim chóc mà hãy để cho chúng cũng được cùng hưởng an lạc như mình". Thầy chỉ mảnh vườn bên cạnh rau quả tốt tươi, mỉm cười hiền hậu bảo: "Đây là mảnh vườn của chùa, các con thấy không? Không có sâu hay con vật nào sang đây phá cả, chúng nó hiểu hết đấy, thầy đã "mời" chúng đầy đủ thức ăn ở bên kia rồi mà".

Chiều về ba mẹ hỏi các con hôm nay theo thầy có học được gì không? Cả ba đồng thanh nói: "Thầy thật là tốt bụng"

THÂN GIÁO

Cô hàng xóm của Đồng Minh không thích đi chùa lại hay ưa nói những chuyện thị phi nên Đồng Minh rất ngại tiếp xúc vì sợ bị khẩu nghiệp mà nói Phật Pháp thì cô ngáp ngắn ngáp dài lảng sang chuyện khác, cô lại lấy được một ông chồng khá giả chẳng cần đi làm nhiều nên rất dư dả thời gian. Một hôm cô điện thoại cho Đồng Minh định sang chơi tán chuyện, Thấy Thảo An đứng gần điện thoại, Đồng Minh vội bảo con:

- Nói với cô Nhiều là mẹ cháu đi vắng, mẹ cháu dạo này bận lắm.

Thảo An bắt máy nói:

- Mẹ cháu có ở nhà nhưng đang bận làm, cô ạ!

Đồng Minh bực mình trách con không nghe lời, Thảo An nhìn mẹ nghiêm nghị nói:

- Con và mẹ đều là Phật tử, con còn nhớ giới thứ tư mà mẹ đã quên rồi.

∎

Hoàng Quân

Việt Nam! Việt Nam!

Học trò lớp Đại Dương vẽ bản đồ

Giờ học hôm nay lớp Đại Dương học đọc bài hát *Việt Nam! Việt Nam!* của nhạc sĩ Phạm Duy. Cô giáo cắt nghĩa những chữ khó bằng tiếng Việt, học trò thay phiên nhau lên bảng viết tiếng Việt và dịch ra tiếng Đức. Trong bài hát, học trò làm quen với những chữ dùng phép ẩn dụ (*Metapher*) như "vành nôi", "xương máu"... Học trò đã học "đất" là *Erde*, "nước" là *Wasser*. Giờ đây học trò hiểu thêm, khi nói chung hai chữ "đất nước" không có nghĩa là vật liệu để trồng cây, mà là quê hương, là tổ quốc.

Cô giáo hỏi học trò có những ấn tượng gì sau khi đọc và hiểu nội dung bài hát. Một trò phát biểu: "Việt Nam là đất nước đẹp. Việt Nam muốn sống trong hòa bình". Cô giáo khen trò giỏi, vì trò đã hiểu câu hát: "*Việt Nam không đòi xương máu.*" Trò khác nói: "Con thích nhất câu: *Việt Nam! Việt Nam! Nghe từ vào đời/ Việt Nam hai câu nói bên vành nôi*". Có mấy trò lại thích câu: *Tình yêu đây là khí giới/ Tình thương đem về muôn nơi*. Cô giáo có cùng ý nghĩ với học trò. Cô cũng thích những câu hát tràn đầy tình người.

Cuối giờ cô giáo mời cả lớp tham gia "vẽ" bản đồ Việt Nam. Câu hỏi đầu tiên của cô giáo: "Bản đồ Việt Nam có gì đặc biệt?". Một trò, có vẻ không chắc chắn, rụt rè: "Hình giống chữ S". Cô giáo mừng rỡ: "Đúng rồi. Con giỏi lắm". Cuộc trò chuyện của cô giáo và học trò rộn ràng với những câu hỏi: "Những thành phố nào trò đã đến, có nghe, có biết hoặc thích?". Cô giáo vẽ sườn bản đồ Việt Nam. Học trò vây quanh bản vẽ và ghi tên những thành phố với vị trí khá chính xác. Vài trò có cơ hội cùng gia đình và nhiều bạn bè về Việt Nam trong kỳ nghỉ hè. Các trò hào hứng kể: "Nhớ không? ở Cần Thơ tụi mình đi chơi chỗ này, ở Phú Quốc tụi mình chơi chỗ kia...". "Con tắm biển ở Vũng Tàu, ở Nha Trang. Lúc con ở Đà Nẵng, con không tắm biển được, vì trời nóng quá". "Con thích Vĩnh Long. Vì ở đó có gia đình của Mẹ con". Một trò khoe: "Con coi trên *internet*, con vẽ Chùa Cầu Hội An. Lần tới con sẽ mang cho cô coi". Một trò nhón chân cao để điền chữ Sa Pa vào phía bắc của bản đồ. Cô giáo hỏi: "Con đã đến Sa Pa rồi?". "Dạ, chưa, nhưng con đã nghe về Sa Pa".

Chùa Cầu Hội An, học trò Hoàng Hồng Hạ vẽ.

Cô giáo hỏi: "Đến Việt Nam, máy bay đáp xuống thành phố nào?". Các học trò trả lời ngay: "Phi trường Sài Gòn". Chẳng trò nào dùng chữ thành phố HCM. Hỏi *Kaiserstadt* cố đô, hầu như trò nào cũng biết đó là Huế. Hỏi thủ đô nước Việt Nam, học trò mau mắn trả lời: "Hà Nội". Cô giáo diễn tả: "Đó là một vịnh, *ein Bucht* có cảnh quay trong phim James Bond". Một trò gật gù: "*Ja, ja, ich weiß*, vâng, vâng con biết. À, à, vịnh Hạ Long". Các trò khác reo lên: "*Genau* chính xác, con cũng biết". Phía đông ven biển, cô giáo vẽ hai quần đảo Trường Sa và Hoàng Sa. Cô giáo định sẽ cắt nghĩa cho học trò nghe về chủ quyền của nước Việt Nam. Nhưng tiếng chuông báo hết giờ học đã vang lên. Giờ học sau, cô sẽ dành thì giờ nói về hai quần đảo này.

Lớp Đại Dương sẽ tập hát bài *Việt Nam! Việt Nam!* để trình diễn vào dịp Tết Nguyên Đán. Màn hợp ca hẳn sẽ hay hơn, bởi học trò hiểu thêm ý nghĩa bài hát, và lớp sẽ mời mọi người cùng hòa giọng:

Việt Nam! Việt Nam!
Việt Nam quê hương đất nước sáng ngời
Việt Nam! Việt Nam! Việt Nam muôn đời. ∎

Hoàng Quân – 04/2024

Thích Như Điển

KỶ NIỆM MỘT CHUYẾN ĐI

(Từ ngày 29.2.2024 đến ngày 22.4.2024)

Bất cứ chuyến đi nào cũng giữ lại trong tôi nhiều kỷ niệm. Lần nầy đi vòng quanh trái đất từ Hannover đến Dubai; từ Dubai qua Auckland, Tân Tây Lan, rồi đến Sydney, Úc châu. Kế đó bay từ Sydney qua Los Angeles, Hoa Kỳ và di chuyển liên tục trong lục địa Hoa Kỳ qua nhiều tiểu bang khác nhau từ ngày 13.3 đến ngày 22.4.2024. Rồi từ Minneapolis bay sang Paris và trở về Hannover, Đức Quốc. Đây là chuyến đi lịch sử, dài nhất trong các chuyến đi của tôi từ trước đến nay.

Ngày 2 tháng 3 năm 2024 tôi đã có mặt tại phi trường Auckland, Tân Tây Lan sau hơn 27 tiếng đồng hồ ngồi trên máy bay cộng với giờ chờ đợi tại phi trường Dubai, để đến tham dự Đại Hội Khoáng Đại lần thứ 11 của Hội Đồng Tăng Già Thế Giới (World Buddhist Sangha Council), do Hòa Thượng Thích Phước Ân, Viện Chủ Quan Âm Sơn đứng ra tổ chức. Có hơn 500 Đại Biểu đến từ 35 quốc gia đã về đây tham dự trong 4 ngày. Phần tôi với tư cách là Phó Chủ Tịch (được bầu tại Penang Mã Lai năm 2018), đã đọc một bài tham luận bằng tiếng Việt, có phụ đề Anh ngữ và Hoa ngữ với tiêu đề là: "Phục hồi môi trường để cùng tồn tại". Đây là một tổ chức Phật Giáo Thế Giới chỉ thuần là Tăng Ni được thành lập tại Colombo, Tích Lan vào năm 1966. Đại Hội Khoáng Đại kỳ 3 đã họp tại chùa Vĩnh Nghiêm, Sài Gòn Việt Nam vào năm 1969. Năm 1991 Họp Ban Chấp Hành (Exucutive Community Meeting) tại Hannover, có 27 quốc gia tham dự.

Ngày 6 tháng 3 năm 2024 tôi, Thầy Hạnh Bảo và Thầy Hạnh Định bay sang Sydney để viếng thăm Tổ Đình Pháp Bảo và Hòa Thượng Thích Bảo Lạc, Sư huynh của tôi, người đã xuất gia từ năm 1957, đến nay cũng đã hơn 67 năm rồi. Năm 1964 tôi lại lên đường đi xuất gia ở tuổi 15 và cho đến hôm nay cũng đã tròn 60 năm ăn cơm của đàn na tín thí tại các chùa ở Việt Nam, Nhật Bản, Đức và khoảng 85 nước khác trên thế giới mà tôi đã có dịp ghé qua. Có nơi một tuần lễ, mà cũng có nơi nhiều tháng. Ngày ấy dân làng Mỹ Hạc của chúng tôi nói rằng: Mấy Ông ấy đi xuất dương. Và đến năm 1972,

1974 huynh đệ chúng tôi xuất dương thật. Đó là đi du học Nhật Bản.

Suốt một tuần lễ ở Thiền Lâm Pháp Bảo, tôi và Hòa Thượng Bảo Lạc đã kể chuyện đời xưa, lúc tuổi còn thơ, khi còn chung sống với cha mẹ và các anh chị ở nông thôn. Nếu chúng tôi không nhờ Tam Bảo để có cơ duyên đi xuất gia học Đạo thuở ấy, thì ngày nay chúng tôi cũng chỉ là những người nông dân xứ Quảng, tay lấm chân bùn mà thôi. Ân nghĩa ấy thật là nghìn trùng, chúng tôi không bao giờ quên cả.

Rời Sydney ngày 12.3.2024, bay đến Los Angeles ngày 13.3, Thầy trò và các Pháp hữu của chúng tôi đã được Thượng Tọa Thích Hạnh Tuệ đón về, gặp nhau tại Đạo Tràng Kiều Đàm Di và tá túc tại đó cho đến thứ Hai tuần sau mới bay đi San Jose.

Đầu tiên chúng tôi đi thăm Quý Ngài Trưởng Lão trong vùng như: Hòa Thượng Thích Chơn Thành, Hòa Thượng Thích Nguyên Trí, Hòa Thượng Thích Minh Mẫn, Hòa Thượng Thích Nguyên Siêu, Hòa Thượng Thích Thiện Long v.v… cũng như thăm các chùa quanh vùng như: Chùa Liên Hoa, Bát Nhã, Huệ Quang, Bảo Quang, Tu Viện Đại Bi, Chùa Quan Âm, Chùa Phật Tổ v.v… Đặc biệt chiều Chủ Nhật ngày 17 tháng 3 năm 2024 Hội Đồng Hoằng Pháp của GHPGVNTN đã tổ chức một buổi lễ tưởng niệm 49 ngày của Đức Trưởng Lão Tăng Trưởng Thích Thắng Hoan và tuần 100 ngày của Hòa Thượng Thích Tuệ Sỹ, Chánh Thư Ký xử lý Viện Tăng Thống. Có hơn 300 Tăng Ni và Phật Tử khắp nơi về tham dự ngày lễ tưởng niệm nầy tại Tu Viện Đại Bi. Một số quý vị Cư sĩ hữu công với Đạo như: Cư sĩ Tâm Quang, Cư sĩ Tâm Huy, Cư sĩ Nguyên Minh v.v… cũng đã hiện diện cùng với đại diện của Gia Đình Phật Tử Việt Nam tại Hoa Kỳ như Huynh trưởng Lê Quang Dật, Huynh trưởng Tâm Thường Định v.v… Thượng Tọa Thích Hạnh Tuệ làm MC, điều khiển chương trình lễ tưởng niệm. Kế tiếp chúng tôi với tư cách là Chánh Thư Ký của Hội Đồng Hoằng Pháp đã trình bày về công việc phiên dịch Đại Tạng Kinh của Hòa Thượng Thích Tuệ Sỹ trong thời gian qua, trước khi Ngài viên tịch vào ngày 24.11.2023, cũng như thông báo đến Đại chúng chương trình in ấn Thanh Văn Tạng đợt 2 trong thời gian sắp đến; kế tiếp Hòa Thượng Thích Nguyên Siêu trình bày công hạnh của Hòa Thượng Thích Thắng Hoan, và Hòa Thượng Thích Bổn Đạt có lời cảm từ về ngày lễ tưởng niệm. Sau khi chụp hình lưu niệm, mọi người ra về với âm vang lời kinh tiếng kệ trong buổi lễ vẫn còn vọng lại đâu đây…

Cho đến ngày cuối của tuần lễ ở tại Los Angeles, Phái Đoàn Hoằng Pháp đã giảng tại các chùa như: Tu Viện Đại Bi do Hội Phật Học Đuốc Tuệ chủ xướng; Chùa Quan Âm, nơi Ni Sư Tịnh Quang trụ trì; và chùa Phật Tổ, nơi Thượng Tọa Thường Tịnh trụ trì cũng như tại Đạo Tràng Kiều Đàm Di. Ngoài ra Phái Đoàn cũng đã tiếp xúc với một số quý vị ký giả như Cô Kiều Mỹ Duyên và các đài phát thanh, báo chí v.v… tại miền Nam California.

Chiều ngày 18 tháng 3 Phái Đoàn của chúng tôi đã bay đến San Jose. Sư Cô Thích Nữ Hạnh Trì, Trụ Trì Tịnh Thất Hòa Bình tại Fremont đã cho Phật tử đón chúng tôi về Niệm Phật Đường Fremont để cư ngụ suốt trong một tuần lễ tại đó. Sáng ngày 19.3 (thứ Ba) là ngày trong tuần, nhưng nhóm của Cô Đồng Từ thường hay sinh hoạt tại Tịnh Xá Quan Âm của Thượng Tọa Thích Minh Bảo, nên Phái Đoàn của chúng tôi có mặt từ sáng sớm tại đó để giảng pháp và truyền Bồ Tát Giới cho 9 Phật Tử tại gia. Ngày hôm sau và hôm sau nữa Phái Đoàn đã đi thăm và đảnh lễ quý Tôn Túc trong vùng như: Hòa Thượng Thích Minh Đạt, Viện Chủ Chùa Quang Nghiêm tại Stockton; Hòa Thượng Thích Tịnh Từ và Hòa Thượng Thích Tịnh Diệu khai sơn Chùa Kim Sơn; thăm Chùa An Lạc, nơi Ni Trưởng Thích Nữ Nguyên Thanh làm Viện Chủ v.v… Ngoài ra chúng tôi cũng đã đi thăm Chùa Đức Viên, Chùa Thiên Long Sơn và ghé sang Chùa Đại Bảo Trang Nghiêm để thắp nhang kỷ niệm 2 năm Hòa Thượng Thích Thái Siêu (Đỗng Tuyên) viên tịch. Suốt ngày 23.3 giảng pháp tại Tịnh Thất Hòa Bình. Tối đó đi tham dự đêm ra mắt DVD và USP chương trình "Đêm Thành Đạo" của ca sĩ Gia Huy; và ngày Chủ Nhật 24.3 Phái đoàn đã chạy xe sang Chùa Kim Quang tại Sacramento, thủ phủ của Tiểu bang California để giảng pháp. Chùa nầy do cố Hòa Thượng Thích Thiện Trì sáng lập và hiện tại do Thượng Tọa Thích Thiện Nhơn trụ trì.

Ngày 26.3.2024 Phái đoàn của chúng tôi gồm có 7 người. Đó là: tôi, Hòa Thượng Thích Thông Triết, Thượng Tọa Thích Hạnh Định, Thượng Tọa Thích Viên Giác, Thượng Tọa Thích Thánh Trí, Đại Đức Thích Chúc Hiếu và Đại Đức Thích Trung Thành bay đi Houston, được Phật Tử Thiện Chánh và Bùi Khoa đón về Chùa Trúc Lâm, nơi Thầy Hạnh Hoa sáng lập. Tại đó có thêm Thượng Tọa Thích Hạnh Giới, Thượng Tọa Thích Hạnh Bảo và Thượng Tọa Thích Thiện Trí nữa. Tổng cộng là 10 vị trong Đoàn. Phái đoàn đã đi thăm viếng các bậc Tôn Túc quanh vùng như: Trưởng lão Sư thúc Thích Chơn Điền, năm nay Ngài đã 97 tuổi, đang ở tại Tu Viện Phước Đức vùng Houston do Thượng Tọa Thích Trí Hiền và Tăng chúng Tu Viện chăm sóc. Phái đoàn cũng đã đến thăm Chùa Việt Nam, nơi Hòa Thượng Thích Nguyên Hạnh khai sơn và Hòa Thượng Thích Nguyên Đạt làm Giám Viện. Đây là một trong những ngôi chùa có tầm vóc của Phật Giáo Việt Nam tại Hoa Kỳ với Chánh điện rộng có thể chứa cả 1.000 người. Kế tiếp chúng tôi đi thăm Chùa Viên Thông, nơi Ni Trưởng Thích Nữ Thanh Lương sáng lập và Ni Sư Thích Nữ Minh Liên làm Giáo Thọ. Đây cũng là một ngôi chùa Ni to lớn sánh vai cùng với Chùa Đức Viên tại San Jose do Cố Ni Trưởng Thích Nữ Đàm Lựu thành lập và Chùa An Lạc, nơi Ni Trưởng Thích Nữ Nguyên Thanh làm Viện Chủ.

Ngày thứ Tư có một Phật tử vùng Houston lái xe chở chúng tôi lên Dallas để thăm nhà Phật tử Trần Văn Vũ và những ngôi tự viện tại địa phương như: Chùa Liên Hoa, nơi Hòa Thượng Pháp Nhẫn làm Viện Chủ; Chùa Từ Đàm Hải Ngoại, nơi Hòa Thượng Thích Tín Nghĩa sáng lập; Chùa Đạo Quang, nơi cố Hòa Thượng Thích Tịnh Đức khai sơn. Bây giờ chùa tháp vẫn còn đây, đang trơ gan cùng tuế nguyệt, nhưng Hòa Thượng cũng là một nhà thơ với bút hiệu Phù Vân, đã nổi tiếng một thời với bài thơ "Cố Đô giờ đã ra sao", bây giờ không còn thấy bóng dáng Ngài đâu nữa. Thật là vận nước đổi thay, cuộc đời vô thường là thế. Sáng ngày thứ Năm đúng vào ngày 19 tháng 2 âm lịch là lễ vía Đức Quán Thế Âm Bồ Tát, Phật tử Vũ đã phát tâm Quy Y Tam Bảo, nên tôi đã đặt cho Pháp Danh là Thiện Minh Trí. Đây là một người Phật tử rất đặc biệt ở vùng nầy. Vào lúc 5 giờ sáng ngày 28.3 tại Dallas, chúng tôi đã tham dự buổi họp trên hệ thống Zoom với 13 chư Tôn Đức Tăng Ni và quý vị trong Ban Phiên Dịch Tam Tạng Kinh Điển; có cả Hòa Thượng Thích Thái Hòa và Hòa Thượng Thích Nguyên Siêu tham dự. Ni Sư Thích Nữ Thanh Trì đã trình bày mạch lạc về cách dạy cho học viên khóa chiêu sinh lớp Phạn ngữ, đọc Phật điển bằng Phạn ngữ như điều của Ôn Tuệ Sỹ chủ trương. Đến cuối tuần, trong khi quý Thầy khác chia phiên nhau để giảng pháp mỗi tối tại Chùa Trúc Lâm thì tôi và Hòa Thượng Thích Thông Triết bay đi Oklahoma vào sáng ngày 30.3 để tối ngày 31.3 phải trở lại Houston, sau khi tham dự đêm gây quỹ xây dựng nhà Báo Ân tại một nhà hàng do Thiền Viện Chánh Pháp tại Oklahoma tổ chức với sự đảm nhận của Đại Đức Thích Trúc Thái Bảo và Sư Cô Linh Minh. Hy vọng lần tới, chương trình thi công này sẽ hoàn tất.

Đặc biệt vào sáng ngày 1 tháng 4 năm 2024 có một lễ truyền giới Tỳ Kheo cho Thầy Hạnh Hoa gồm Tam sư thất chứng, nhưng chỉ có một giới tử duy nhất; và buổi chiều cùng ngày có một lễ hội nghe pháp dưới sự chủ giảng của Phái đoàn bằng nhiều ngôn ngữ khác nhau như: Việt, Anh, Nhật, Đức, Tây Ban Nha, Hoa ngữ, Pháp ngữ v.v… về đề tài "Ý nghĩa của việc xuất gia thọ giới" cho hơn 3.000 (ba ngàn) người nghe, hầu hết là người Mễ, người Mỹ và người Hoa, còn người Việt tham dự rất ít. Chưa bao giờ tôi thấy được ở đâu trên đất Mỹ vào ngày thứ Hai đầu tuần, nghe pháp kéo dài suốt 5 tiếng đồng hồ từ 3 giờ chiều đến 8 giờ tối, mà Phật Tử cũng như không Phật Tử ngồi nghe yên lặng trong suốt thời gian dài ấy, chỉ thỉnh thoảng được nghe những tràng pháo tay đều nhịp mà thôi. Đó là những âm thanh, hình ảnh mà tôi sẽ không bao giờ quên trong suốt cuộc đời còn lại của mình, cũng chẳng phải chỉ trong lần nầy, mà tất cả những lần khác về trước cũng vậy.

Ngày 3 tháng 4 năm 2024 Phái đoàn chúng tôi đã bay đi Atlanta. Tại phi trường đã được Thượng Tọa Thích Đạo Tĩnh và Ni Sư Thích Nữ Huệ Nghiêm đón về Thiền Viện Trúc Lâm Bảo Chí, cư ngụ suốt 1 tuần lễ tại đó. Đầu tiên chúng tôi đến thăm và đảnh lễ Hòa Thượng Thích Hạnh Đạt, Viện Chủ Tu Viện Kim Cang. Đây là ngôi chùa đầu tiên được xây dựng tại vùng nầy hơn 40 năm về trước; thế nhưng bây giờ, đã có trên 60 ngôi tự viện lớn nhỏ của riêng Phật Giáo Việt Nam chúng ta đang có mặt tại vùng nầy. Quả thật là hy hữu và bất khả tư nghì. Chúng tôi cũng đã đến Tu Viện Vô Biên Hạnh, nơi Thượng Tọa Thích Quảng Văn trụ trì. Chùa Dược Sư, nơi Thượng Tọa Thích Chí Viên sáng lập; Chùa Hải Ấn, nơi Ni Sư Thích Nữ Huệ Nghiêm đang xây dựng. Đoàn cũng đã đi thăm Chùa Tây

Phương và các chùa ở quanh vùng trong thời gian ở đây. Đặc biệt vào sáng ngày 7.4.2024 tại Chánh Điện nơi Thiền Viện Bảo Chí có một lễ truyền thọ Bồ Tát Giới tại gia cho 13 giới tử. Đây là lần đầu tiên được tổ chức tại Thiền Viện vậy.

Tối ngày Chủ Nhật 7.4.2024, Phái đoàn đã bay đi Jacksonville và gia đình Nguyên Hùng, Nguyên Ứng đã đón về tư gia để ngày hôm sau làm lễ quy y Tam Bảo cho hai cháu; Lễ An Vị Phật và cầu an nhà mới. Trưa đó cúng dường Trai Tăng và chiều sang Chùa Hải Đức để tham dự lễ xuất gia gieo duyên ngắn hạn một tuần lễ cho Cô Châu Ngọc và một Đạo hữu khác, cũng như làm lễ giá kéo cho nhiều người tham dự lễ. Đây là một ngôi chùa rất đặc biệt, vì Phật tử đa phần là những người trí thức, Bác sĩ, Kỹ sư, do Bác sĩ Minh Quang Nguyễn Lê Đức điều hành. Nay Bác sĩ đã quá vãng, nên người em ruột của Bác sĩ Đức hiện làm Trụ Trì tại trú xứ nầy.

Chiều ngày 9.4.2024 Phái đoàn đã bay đi Philadelphia và được Thượng Tọa Thích Tuệ Phát đón về lưu trú suốt một tuần lễ tại Thiền Viện Thanh Từ, thuộc Tiểu bang New Jersey. Ngày 10 và ngày 11.4 chúng tôi đi thăm các chùa và các tịnh xá quanh vùng như: Tịnh Xá Ngọc Phúc, Tịnh Xá Ngọc Xuân, Tu Viện Đức Mẹ Hiền, Tu Viện Trí Tịnh cũng như Chùa Thiên Quang, nơi Hòa Thượng Thích Hải Thông trụ trì. Thăm Chùa Linh Quang, nơi Ni Trưởng Thích Nữ Hiếu Đức sáng lập. Trong tuần, Phái Đoàn đã đến Viriginia để giảng pháp tại chùa Giác Sơn; nơi Thượng Tọa Thích Chúc Đại trụ trì. Đặc biệt trong cuối tuần nầy Đoàn phải chia ra giảng tại năm nơi khác nhau như: Thiền Viện Thanh Từ, Chùa Phật Bảo nơi Hòa Thượng Thích Thái Siêu và Hòa Thượng Thích Nguyên Siêu sáng lập. Hiện tại do Thượng Tọa Thích Giác Giới trụ trì. Chùa Giác Lâm, nơi Hòa Thượng Thích Thanh Đạm và Ban Trị Sự Hội Phật Giáo sáng lập cách đây hơn 40 năm về trước. Buổi chiều cùng ngày tất cả Phái đoàn chạy xe hơn 3 tiếng đồng hồ đi về hướng New York để đến thăm và thuyết giảng tại Chùa Từ Tâm, nơi Thượng Tọa Thích Tâm Hiền sáng lập. Cuối tuần nầy phải nói rất là nhọc nhằn, nhưng ai ai trong Đoàn cũng an vui và đều nghĩ rằng trong tương lai, nếu Đoàn đi 10 đến 12 vị thì sẽ chia ra ở mỗi chùa 3 đến 4 vị và sẽ tổ chức tu học trong nhiều ngày cuối tuần do những vị ở lại chùa đó chủ giảng và hướng dẫn thì lợi lạc cho Phật tử hơn.

Vào lúc 8 giờ tối ngày 11.4.2024, chúng tôi đã vào hệ thống Zoom để nói chuyện với Quý Anh Chị Huynh Trưởng Gia Đình Phật Tử Việt Nam tại Hoa Kỳ qua đề tài: "Nền Giáo Dục Nhật Bản, những câu chuyện liên quan và cách ứng dụng vào Gia Đình Phật Tử". Những câu hỏi đáp rất thực tế với việc sinh hoạt của Gia Đình Phật Tử ngày nay khắp nơi trên thế giới hiện đang còn tồn tại.

Tuần lễ cuối cùng từ ngày 16.4 đến ngày 22 tháng 4 năm 2024 chúng tôi được Thượng Tọa Thích Hạnh Đức đón về Tu Viện Tây Phương ở Minneapolis 4 vị và 4 vị khác trong Đoàn được Thượng Tọa Thích Minh Trọng đón về Chùa Niệm Phật. Tại Minneapolis Phái Đoàn Hoằng Pháp đã giảng tại ba nơi. Đó là Tu Viện Tây Phương, Chùa Niệm Phật và Chùa Vạn Phật, nơi Thượng Tọa Thích Thông Từ trụ trì. Đặc biệt ngôi chùa mới mua nầy, trước đây là một ngôi nhà thờ Tin Lành, nay mai sẽ làm lễ khánh thành. Đây chỉ là một trong hằng trăm ngôi chùa tại Hoa Kỳ đã sang lại từ những ngôi nhà thờ Tin Lành để làm chùa. Bởi lẽ các nơi công cộng nầy đã được giấy phép sinh hoạt. Có cả bãi đậu xe rất là tiện nghi, và nhà thờ Tin Lành dễ đổi thành chùa hơn là mua lại nhà thờ của Thiên Chúa Giáo hay của Chính thống Giáo.

Ngày 21.4.2024 là ngày lễ Phật Đản tại Tu Viện Tây Phương, có hơn 150 Phật Tử về tham dự cùng với sự hiện diện của Phái Đoàn Hoằng Pháp cùng chư Tăng Ni bổn tự. Trong lời đạo từ, chúng tôi đã ca ngợi tán dương công đức xây chùa, dựng tháp của người Phật tử Việt Nam khắp nơi trên thế giới, và đặc biệt Tu Viện Tây Phương sắp xây một bảo tháp để thờ tro cốt Phật tử. Thượng Tọa Thích Hạnh Bảo đã phát tâm cho mượn Hội Thiện, và nhân cơ hội nầy tất cả Phật Tử hiện diện cũng đã hoan hỷ phát tâm cúng dường và cho mượn không lời, con số tịnh tài lên đến 60.000,00 USD, công đức thật là không nhỏ.

Chiều đó có một Phật tử báo tin rằng: Có Hòa Thượng Giới Đức, tức nhà thơ Minh Đức Triều Tâm Ảnh đang ở vùng Minneapolis. Chúng tôi rất hoan hỷ để đến thăm Ngài. Vì giang sơn cách trở, chúng tôi chưa có cơ hội gặp gỡ nhau trên nửa thế kỷ rồi. Hôm nay nơi đất khách quê người, gặp Ngài là một điều vạn hạnh.

Sau khi thăm viếng, đàm đạo, Ngài đã tặng cho tôi một bài thơ tức khẩu tuyệt vời (xem bài thơ "Xa Quê Ngẫu Nhĩ Gặp" ở trang 20 phía trước)

***

Tiện đây chúng tôi cũng xin thông báo chương trình của năm 2025, Phái Đoàn Hoằng Pháp dự định sẽ đi vào những cuối tuần tại những nơi như sau: Vùng Nam California: ngày 1 & 2.3.2025 (thứ Bảy & Chủ Nhật); vùng Bắc California: ngày 8 & 9.3.2025 (thứ Bảy & Chủ Nhật); vùng Seattle (Washington State): ngày 15 & 16.3.2025 (thứ Bảy Chủ Nhật); vùng Seattle (Washington State): ngày 22 & 23.3.2025 (thứ Bảy & Chủ Nhật); vùng Oklahoma và Dallas: ngày 29 + 30 + 31.3.2025 (thứ Bảy-Chủ nhật-thứ Hai); vùng Houston: ngày 5 & 6.4.2025 (thứ Bảy & Chủ nhật); vùng Atlanta: ngày 12 & 13.4.2025 (thứ Bảy & Chủ Nhật); vùng Jacksonville: ngày 19 & 20.4.2025 (thứ Bảy & Chủ Nhật); vùng Philadelphia và New York: ngày 26 & 27.4.2025 (thứ Bảy & Chủ Nhật); vùng Washington DC; ngày 3 & 4.5.2025 (thứ Bảy & Chủ Nhật); vùng Minneapolis: ngày 5.5.2025 (thứ Hai) Phái Đoàn sẽ rời Hoa Kỳ về lại trụ xứ của mình.

Kính mong quý Ngài và quý vị liễu tri cho.

Viết xong vào lúc 19:00 ngày 27 tháng 4 năm 2024 tại Phương Trượng Đường Tổ Đình Viên Giác Hannover, Đức Quốc.

(hình: Pixabay)

THƠ NGUYỄN HOÀN NGUYÊN

Sang Mùa

Những con ốc sẽ lại bò kham nhẫn
Mang thời gian dưới chiếc vỏ nhọc nhằn
Mùa đông giá đang hành trang chuẩn bị
Dợm ra đi giông bão ngỡ thưa dần

Tiếng than khóc giữa hư vô lửa đạn
Vẫn vang lên trong sử lịch cõi người
Đất ôm trọn bao mảnh đời nằm xuống
Chờ xuân sang hoa vàng cánh dưới trời

Em tỉnh giấc giữa âm thanh đồng vọng
Xô ngã tường câm chạm nắng gọi mời
Trong huyên náo đang dội vào tâm não
Hạt sương mai trò chuyện với mây trời

Tiếng đau thương còn mãi vang trong gió
Mùa dần sang trong nhịp thở bất thường
Đem mơ ước em khảm vào dâu bể
Hoa lá tàn mơ ước vẫn thơm hương

Đông vẫn là đông xuân vẫn xuân
Em vẫn là em của đất trời
Sợi tóc đen bao dung lòng vũ trụ
Thế mệnh nào giam giữ được hồn người

Kampen, 06-tháng 3-2022
Nguyên Hoàn Nguyên

Diễm Châu Cát Đơn Sa

Dưới ánh đèn rạng rỡ

Từ ngày đứa con Út lập gia đình ra ở riêng, bà Mai có vẻ "tính không lành - lời nói không ngọt" như trước nữa! Mặc dù trong nhà bà thì có vẻ êm ái hơn nhiều nhà khác... nhưng không hiểu vì tuổi lớn hơn, hay vì cho rằng chẳng còn sợ ai nghe, nên cứ mỗi lần ông chồng nói câu gì, là bà không im lặng nghe theo như xưa, mà cứ làm theo ý mình, gần như là ngược hẳn ý của ông.

Ông Khung chồng bà Mai là người chỉ biết có công việc, sáng xách ô đi tối về, cuối tuần ngoài việc đi lễ nhà thờ, thì quanh quẩn trong nhà, coi TV hay dí mắt vào computer, chứ không làm gì khác. Ông cũng có vài ba người bạn, thỉnh thoảng cuối tuần họ đến nhà nhau, để uống cà phê cà pháo, mà không dẫn bà xã đi theo.

Bà Mai là một người đàn bà nhan sắc trên trung bình, và còn trên nhiều phương diện. Bà kín đáo, cử chỉ lịch thiệp. Khi gặp người đối diện không hợp cách, thì bà chỉ xã giao thông thường, chứ không bao giờ kết bạn bừa bãi. Bà nghỉ hưu non mới mấy tháng nay, khi thấy ông cũng vừa ở nhà nghỉ hưu. Lý do đơn giản và hơi lãng nhách, là vì bà ghét khi bị thằng cha "manager" dê xồm chiếu tướng, làm phiền mỗi lần bà có mặt ở sở!

Khi bà đưa câu chuyện bị phiền nhiễu như vậy, thì ông Khung chấp nhận ý của bà ngay. Căn nhà đã "pay-off", đâu có sợ thiếu thốn nữa. Số tiền ông lãnh cũng được gần hai ngàn đô, chi tiêu gì hết!

Ngoài việc đứng đắn trong tư cách, bà Mai còn có tính thích giúp đỡ kẻ khác. Cái tính nầy của bà khiến cho ông Khung nhiều lần bực mình, cho rằng bà đặt tình thương không đúng chỗ... Dù những việc làm của bà chỉ là tiếp tay, như đi dự những buổi văn nghệ, với giá tiền vé cao hơn bình thường, giúp hội nầy chút tiền cho trẻ mồ côi, giúp nhóm kia một chi phiếu để xây chùa. Có khi bà còn đến với những người mang danh thiện nguyện, để phát cơm miễn phí cho người vô gia cư.

Ông Khung mỗi lần phải đi ăn tiệc "thiện nguyện" với bà Mai, thì mặt mày ụ một đống nhăn nhó như khỉ ăn gừng! Ông ghét nhất là trước khi ăn, dù giờ khai mạc đã trễ cả gần hai tiếng, mà khách còn phải "bị" nghe ông nầy bà kia lên phát biểu! Nhiều người ăn nói như tra tấn vào lỗ tai! Chưa hết, khi họ dứt lời, thức ăn vừa bưng lên, mà còn phải thưởng thức màn vũ của mấy bà già diện áo quần bó sát thân thể, khoe đùi khoe mông ra, nhảy múa không biết mệt trên sân khấu, làm như để cho thiên hạ biết rằng "bà nội - bà ngoại" đây còn ngon lắm! Ca sĩ quảng cáo trên tờ rơi nghe nổ long trời, thì chẳng thấy mống nào xuất hiện, chỉ đơn thuần "cây nhà lá vườn", mà cây trái lại khô cần, đập ra hột hết trọi mới là chán!

- Đã nói dai, dài, dở còn cho mấy mẹ lên nhảy tưng tưng như mấy con khỉ! Chẳng ra cái thể thống gì cả!

Ông căn nhằn hơi to, làm trong bàn người ta nhìn với ánh mắt đồng tình cũng có, mà với sự mất thiện cảm cũng có, vì họ là người nhà của Ban Tổ Chức!

Những cử chỉ đó của ông khiến bà Mai phật lòng. Theo bà, mấy bà già quá đát có ăn mặc hở hang một chút, nhảy trên sân khấu cũng là vui thôi. Cũng là "từ thiện" chứ quan trọng gì đâu mà phát ngôn bừa bãi. Thử hỏi không có mấy bà dạn dĩ như thế, thì lấy ai ra qui tụ đồng hương, để mà cứu đời! Xấu cái nọ thì tốt cái kia... Đúng là ông chồng của bà nhà quê hết biết! Không chịu suy nghĩ gì cả!

Bởi vậy, để trị cái tội hay phát ngôn bừa bãi chỗ

đông người, bà Mai đáp lại bằng cách hàng ngày không hưởng ứng, thờ ơ trong việc đối đáp chuyện trò cùng chồng, cho đến khi nào ông thôi cái tật phê bình quá lố thì xét lại!

Sáng nay, ông tới gần bà, cố tình hòa hoãn cho vui cửa vui nhà:

- Bữa nào mình đi Las Vegas chơi một chuyến.

Bà trả lời ngay:

- Anh không sợ tốn tiền à?

- Tốn gì, thì lâu lâu mình cũng phải tiêu chứ!

- Sao tự dưng anh lại nổi cơn rộng rãi thế?

Ông Khung hơi bất mãn:

- Em làm như anh kẹo lắm ấy, không phải hồi đó em vẫn thích được đi Las Vegas lắm sao!

- Thì vẫn thích chứ, nhưng có bao giờ mà anh chịu đi!

- Hồi đó khác, vì em còn phải lo cơm nước cho gia đình, bây giờ chúng nó khôn lớn, mọc lông đủ cánh để bay đi theo gia đình mới, còn anh và em thì đã nghỉ hưu... mình ở nhà làm gì cho nó phí.

Bà Mai cắt ngang:

- Rồi, khi nào mình đi?

- Khi nào cũng được.

- Ngày mai được không?

Ông bất ngờ:

- Mai à? Thôi cũng được, thì mai đi.

Rồi ông ngồi vào máy Computer, bắt đầu tìm kiếm "Bốn Rẻ", tức là xem giá vé máy bay, chỗ ở khách sạn, mướn xe và nhà hàng rẻ... để in ra trên giấy, rồi theo đó mà đi chơi cho đỡ tốn. Đỡ được phần nào hay phần nấy.

Trong lúc ông đang làm việc với cái máy, thì bà Mai thích thú vì trong lòng, vì bà muốn đến tận nơi, chứng kiến tận mắt cảnh người nghèo sống chui rúc, khốn khổ ở thành phố ăn chơi bậc nhất thế giới này. Bà chạy đến bên ông, nhắc nhở:

- Anh nên mướn phòng ở Caesar, nghe nói anh chị Tình hay đi chơi trên đó, nhờ họ là tốt nhất, có khi còn được phòng free.

Ông Khung nghe vợ nhắc, mới hay mình có người bạn thường lui tới đánh bạc ở thành phố này. Thế là ông lại cặm cụi bên cái phôn, nói chuyện to nhỏ. Kết quả là ông bà Tình cũng tham gia chuyến đi này, họ "book" hai phòng ở Caesar hoàn toàn free.

Ông Khung cảm thấy vui, vì đi chơi xa mà có bạn dẫn dắt là may quá rồi. Ngoài thời gian đánh bài cũng còn có bạn mà đi chơi, ăn uống với nhau. Họ đồng ý chung tiền mướn một chiếc xe van, bốn tay lái thì lo gì với khoảng đường dài năm tiếng ngắn ngủi đó! Mua vé máy bay gấp rất mắc mỏ!

Bà Mai lo soạn mấy tấm mền cũ trong nhà để sẵn một góc. Bây giờ là mùa đông, Cali thì chỉ có đêm về là hơi lạnh, còn ban ngày nắng ấm, nhưng ở Las Vegas, sáng tối gì cũng lạnh hết. Ông Khung thấy bà Mai soạn ra một đống mền, rầy rà:

- Em đi chơi sòng bài mà làm như đi cắm trại không bằng! Đưa mền cũ để cứu trợ nạn lụt à? Mình có đi Việt Nam đâu!

Bà Mai đáp, không cho chồng biết ý định của mình:

- Thì cứ để mền trên xe Van, ai cần ngủ có chỗ nằm êm ấm, chứ mất mát gì đâu!

- Nhưng mang ba cái thứ nầy đi chiếm chỗ lắm, nội đồ của em thì cũng một cái valy lớn rồi, chưa kể anh chị Tình cũng hai cái valy, còn đồ của anh, thùng đựng nước đá, ba thứ hằm bà lằng nữa.

- Được mà, nếu anh nói vậy thì em nhét mấy cái mền vào dưới ghế ngồi, Ok!

Ông Khung đành phải chịu thôi. Không biết bà vợ ông làm gì mà mang nhiều mền quá! Bả hay có tính hay lo xa, chắc bả sợ xe kẹt giữa đường hết xăng, thì lấy ra đắp cho khỏi chết cóng!

Ngày đi, ông bà lái xe qua nhà bạn để đón ông bà Tình. Cuối cùng thì mớ đồ đạc mang theo cũng yên vị đâu vào đó. Hai ông chồng ngồi phía trước, hai bà vợ ngồi ghế sau, họ tha hồ chuyện trò.

- Las Vegas là một thành phố phồn thịnh, đông vui tấp nập với cả triệu ánh đèn không bao giờ tắt. Là một thành phố mà trên thế giới ai cũng ao ước được thăm viếng một lần cho biết!

- Có nhiều tay nhờ nơi nầy mà phát nên giàu to.

Bà Tình thực tế:

- Nhưng cũng không ít người vì thành phố nầy mà bị phá sản, gia đình tan nát, thân bại danh liệt!

Bà Mai gật đầu:

- Đúng vậy, người ta tưu về đậy có người thì ăn chơi trác táng, vung tiền như nước, ở những nơi sang trọng như ông hoàng bà chúa, còn có người thì đói khát, không nơi nương tựa, tìm miếng ăn ngày hai bữa.

Bà nhìn bạn dò hỏi:

- Chắc chị chơi bài rành lắm?

Câu trả lời của bà Tình làm bà Mai ngạc nhiên:

- Không, ai cũng nghĩ thế... nhưng thật sự thì tôi có biết chơi gì đâu, chỉ có ảnh là đam mê mấy con bài, còn tôi đi theo để chơi kéo máy!

- Thật vậy sao?

- Chứ sao, nhiều khi theo ổng tới đây, ổng phát cho tôi vài trăm bạc tự ý tiêu, là tôi đi coi "show" nếu có show hay, hoặc đi shopping, hay đi coi những cái hay cái đẹp mà chỉ có ở Las Vegas để thưởng thức... vì tôi đâu có thích đánh bài mấy! nhiều khi tôi còn để dành được tiền đó chị, còn ổng thì dính cứng nơi bàn chơi bài cả mấy ngày, lấy xà beng cạy cũng không ra!

Thấy bà Mai lặng thinh có vẻ không tin, bà Tình tiếp:

- Tôi đã nói điều nầy mà chẳng ai tin cả. Nhưng bây giờ chị đi với tôi, cho hai ổng đi với nhau, ông xã chị có biết đánh bài không?

- Ít khi tới sòng bài, nhưng ổng cái gì cũng biết, tôi nghĩ những thói hư tật xấu thì mau biết, dễ học lắm!

Rồi bà Mai tiết lộ:

- Mục đích tôi tới đây là vì nghe nói nơi nầy cũng lắm người có đời sống khốn khổ, ít ai biết đến hàng trăm con người... ngày ngày phải sống dưới những đoạn cống ngầm, chung với nước bẩn và chuột bọ. Tôi muốn coi coi thật không.

Bà Tình ngẩn người:

- Thật vậy sao? Chị cũng theo dõi mấy tin tức đó?

- Tin gì tôi cũng coi cho biết, tôi thấy trên Internet nói về chuyện nầy vài lần.

Rồi bà Mai kể cho bạn nghe:

- Có một phóng viên đã viết về một cặp vợ chồng người Mỹ, họ di chuyển tới Las Vegas mong sẽ có đời sống khá hơn. Ban đầu họ cũng kiếm được những việc làm vớ vẩn, phải sống dưới gầm cầu thang sòng bạc, tiền thu nhập quá ít, không đủ để thuê một căn phòng tử tế. Sau đó, họ gặp một người ăn mày, ông ta đã chỉ cho họ về nơi ông đang ở, trong một ống cống ngầm, và rủ họ về sống ở đấy. "Căn nhà" của họ sau đó có giường, đèn sáng và những cuốn sách cũ. Bà vợ cho nhà báo biết họ là dân California. Vì cuộc sống khó khăn, đã cùng nhau chuyển tới Las Vegas tìm việc, vì nghe nói ở đây dễ kiếm việc làm... "dù có phải chịu đựng cảnh u tối, nước bẩn và côn trùng, nhưng nghĩ lại vẫn còn ấm áp và yên tĩnh hơn trên phố, hơn nữa mọi người chung quanh đối tốt với nhau. Còn nơi đâu hơn đây trong lúc chúng tôi muốn ở lại Las Vegas, thành phố trong mơ ước của nhiều người".

Bà còn kể người ở bên cạnh bà là một cặp vợ chồng trẻ, cũng đã là cư dân tại ống cống trước bà. Anh chồng từng là nhân viên trong một khách sạn, nhưng đã bị mất việc vì dính dáng đến buôn bán đồ bất hợp pháp! Nhà của họ ở ngay dưới sòng bài Caesar, một khách sạn lớn với 5.000 phòng sang trọng. Họ có khá đầy đủ tiện nghi: giường đôi, ghế, giá để giày dép, kệ thức ăn, và còn có cả bếp nấu cũng như vòi tắm hoa sen. Tất cả những thứ nầy, đều được anh chồng khuân về từ đống rác, thứ mọi người bỏ đi trên phố để về chế ra, chỉ khác là mọi thứ đều phải kê lên cao, cho nước dơ trôi qua phía dưới, vì nơi họ sống lúc nào cũng ẩm ướt!

Có nhiều người vô gia cư sống dưới cống ngầm Las Vegas. Thường vào ban ngày, những người đơn lẻ hay cặp vợ chồng tại đây rất ít khi ra khỏi cống để tránh nắng nóng, để ánh mặt trời không soi rõ mặt mày của họ, có khi gặp người quen nhận diện! Khi nào mặt trời đi ngủ, màn đêm buông xuống, thì họ mới chui lên phố, để tìm trong các thùng rác bên cạnh quán ăn, hay trong những khu shopping những thứ gì có thể dùng được.

Cũng có những người ngửa tay xin tiền du khách, họ được khách cho đa số là những tờ bạc một đồng, hay vài đồng "quater". Hay trên đường đi, họ được vài người khách ăn bạc cho hậu hĩnh... mắt họ thường nhìn xuống đường, hy vọng tìm được những đồng tiền đánh rơi. Nếu có được ít nhiều, thì hôm đó sẽ mua được một bữa ăn tươm tất.

Một số người còn hay ăn bận đàng hoàng, để tìm đến các Casino đứng nhìn khách chơi bài, sau đó xin bố thí từ những người may mắn được thắng bạc, rồi đi tìm kiếm tiền lẻ còn sót lại trong các máy kéo, hay sắp hàng để nhận những dĩa thức ăn miễn phí... mà các sòng bạc cung cấp để chiêu dụ khách cao niên.

Những đoạn cống ngầm tối tăm cũng đã trở thành nơi giao lưu, trốn tránh rất tốt cho những kẻ buôn bán, nghiện hút ma túy, và dĩ nhiên các tay tội phạm bị truy nã cũng không bỏ qua bóng tối tuyệt vời ở nơi này.

Hệ thống cống ngầm là dùng để thoát nước trong các thành phố, ai cũng biết điều đó, nhưng những người vô gia cư, không đủ khả năng để chi trả tiện ích cho cuộc đời mình... họ đã không ngần ngại chọn đường cống dài gần 600km của Las Vegas, được xây dựng từ năm 1977, để trở thành nơi định cư của mình!

Tại tiểu bang Nevada, ngày mưa hàng năm không nhiều, nhưng mỗi lần có mưa thì mực nước cuồn cuộn tuôn chảy vào cống, rất dễ dàng ngập. Và những lần đó, trong nhiều năm qua, đã xảy ra các trận mưa lũ giết chết nhiều người, trong đó có vô số là người lương thiện, bần hàn đáng thương sống dưới gầm cống!

Bà Tình chép miệng:

- Không ngờ đàng sau mặt trái của Las vegas cũng khốn khổ quá nhỉ! Nếu bà không nhắc lại thì tôi đâu có để ý!

- Bởi vậy khi tôi đọc các tin tức nầy, thấy thương cho những người có số phận nghèo khổ, dù mang danh là sống trên nước Mỹ giàu có!

Bà Tình ôm đầu:

- Nơi đâu cũng có người nghèo. Nghe số phận họ thấy mình may mắn.

- Thì đó, bởi vậy hôm nay tôi mới đưa theo mấy cái mền cũ, với lại một ít tiền lẻ để cho người ta.

- Bà biết họ ở đâu mà cho?

- Biết chứ, thì theo tài liệu, rồi hỏi mấy người "homeless" ngoài đường là biết ngay.

- Bà hay. Rồi làm sao mà ôm cho nổi hết mấy cái mền nầy?

Bà Mai thành thạo:

- Thì tui lấy cái valy lớn đổ đồ ra, nhét vào đó được hai cái mền, cuộn 1 cái cột gọn gàng phía trên kéo đi.

Bà Tình hăng hái:

- Thì tui cũng làm như bà, lấy valy của tui, bỏ vào đó hai cái mền của bà, rồi tụi mình kéo đi cho họ. Tui cũng đổi tiền năm đồng để cho người ta một bữa ăn.

Hai người đàn ông ngồi phía trước nghe mấy bà bàn bạc, ông chồng bà Tình quay xuống, giọng có vẻ mai mỉa:

- Ừ, bà lấy hết tiền nhà cho làm phước đi, biết đâu nhờ phước của bà tui được thắng lớn!

- Ông chơi thua biết bao nhiêu tiền tui không nói bao giờ, thì tui có cho người nghèo chút xíu cũng đáng là bao mà ông nói móc tui!

Ông Khung thì căn dặn:

- Bà coi chừng đi lớ ngớ phát tiền, gặp tụi xấu nó giết mất xác đó!

Nghe chồng bà Mai dọa, bà Tình cũng sợ... nhưng bà im không nói gì, còn bà Mai thì đã biết tính ông chồng, hay bàn ngang, bàn xa. Bà nghĩ mấy ông thích chơi bài bạc như ông Tình, tính nết lúc nào cũng ích kỷ, chỉ biết cho bản thân mình! Nhưng mà sống chết có số. Bà không ngu để chun đầu vào cống, mà chỉ đứng bên ngoài thôi!

Họ đến khách sạn lấy phòng. Lần nầy, hai bà ở chung với nhau, giao cho hai ông chồng chung căn phòng bên kia. Bà Mai thoải mái ngồi vào cái ghế bành êm ái trong phòng. Căn phòng quá đẹp và sang trọng. Bà nghĩ sau bao năm làm lụng, thì bây giờ mình có quyền hưởng. Bà chưa bao giờ được ở trong căn phòng sang trọng như thế nầy.

Lúc trước đi với mấy người em, bà cũng từng vào khách sạn sang, nhưng chưa có cái "Suite" nào nó rộng và đẹp như ở đây. Nội mấy miếng kẹo Chocolate đang tan dần trong miệng, cũng đã thấy thơm ngon hơn ngoài tiệm nhiều. "Dầu sao cũng cám ơn ông Tình đã đánh bài nhiều... cho vợ chồng bà hưởng ké lây!"

Chưa bao giờ bà Tình có cơ hội ở chung với bà Mai lâu như lần nầy. Trên xe, hai bà nói chuyện rất hợp rơ nhau. Quen biết cả bao nhiêu năm, mà bây giờ mới khám phá ra điều nầy! Trước đây bà Mai cứ tưởng bà Tình là dân chơi thứ thiệt, đè đầu đè cổ chồng! Té ra nay nói chuyện mới biết ngược lại, bà Tình chỉ là rong rêu bám lấy ông chồng ham mê bài bạc! Kể ra cũng tội cho bà! Cái câu "trông người mà bắt hình dong" chắc không đúng rồi. Nhìn vậy mà không phải vậy!

- Mai tụi mình bắt đầu công chuyện chung nghe bà.

- Ừ, cám ơn bà đã rủ tui làm những chuyện tốt.

- Tui cũng xin lỗi bà.

- Chuyện gì?

- Không có gì cả, tại lúc trước tui nghĩ bà chỉ khoái ăn chơi, đánh bạc!

- Đâu có sao, ai cũng nghĩ vậy hết! Tui còn vui khi họ nghĩ vậy đó bà.

Bà Mai ngạc nhiên:

- Tại sao?

- Thì mọi chuyện đều sai hết chứ sao.

Buổi sáng, đi ăn với chồng xong, hai bà về phòng mang giày bata, quần jean áo thun, áo khoác và cả cái mũ vải trên đầu cho khỏi nắng. Hai bà đều có mang theo ít tiền năm đồng. Họ dự định sẽ cho khi người ta xin tiền, và người nào nghèo cần mền thì cho mền... như là chia xẻ một ít trong nỗi khó khăn với người ta.

- Nhiều người sống ở dưới cống còn gặp những nguy hiểm khác, như là bệnh dịch, muỗi, rắn hay nhện độc cắn, nhưng rồi họ vẫn chấp nhận tất cả, chỉ vì cần có một mái "nhà" che nắng mưa. Họ chấp nhận cống ngầm là tổ ấm.

- Tội nghiệp quá, nhiều khi tui thấy ở Mỹ, có mấy ông bà gốc Việt làm trong văn phòng "An Sinh Xã Hội", một số không nhỏ cứ tưởng mình là vương là tướng, bố thí tiền của họ cho những ai đến xin trợ cấp, nhất là với người cùng xứ sở quê hương... cho nên họ làm người ta sợ hãi, thất vọng, bỏ đi nơi khác làm ăn. Mấy ông bà đó lẽ ra phải cám ơn người đến xin trợ cấp, vì nhờ vào những người nầy, họ và gia đình mới có cơm ăn cho đến ngày nay!

- Ở tui cũng nghe ta than đến tình trạng nầy lâu rồi... những người thật thà, lâm vào cảnh khổ thì bị bắt bẻ, còn những người lươn lẹo, đi bán vàng, giàu có... thì vẫn ăn trợ cấp ngon ơ, được lãnh check dài dài, bất công xã hội là chỗ đó!

- Chẳng biết hôm nay mình có gặp ai người Việt ở dưới cống ngầm không?

- Dám lắm đó, ngày nay người Việt có mặt khắp năm châu bốn bể, hang cùng ngõ hẹp mà bà!

Không khó khăn lắm, họ đã bước chân đến trước con đường người ở dưới cống ngầm chui ra. Bà Tình nhớ lâu rồi, hình như bà cũng có đọc của Matthew, một biên tập viên tờ Las Vegas Life, là người đầu tiên phát giác ra cuộc sống dưới cống ngầm của Las Vegas, đã xuất bản một cuốn sách nhan đề "Vùng đất bí mật của Las Vegas", cũng như nhà văn nầy viết trong cuốn "Dưới Đèn Neon: Sự Sống Chết Dưới Cống Ngầm Las Vegas" thu hút được sự quan tâm của đông đảo độc giả. Ký giả Matthew cho biết "Ngay cả khi đã từng nghiên cứu về sự việc nầy trong 7 năm, tôi vẫn lo ngại khi bước chân xuống đó. Không thể biết được có gì nguy hiểm đang chờ đợi mình trong bóng tối".

Bà Tình cảm thấy lo ngại, giật áo bà Mai:

- Tôi nghĩ mình nên ngồi đây chờ họ đi ra, tốt hơn là mình vào đó.

Bà nhắc cho bà Mai về chuyện đó. Bà Mai cũng nghe nói ông ký giả nầy còn kêu gọi các tổ chức từ thiện giúp đỡ cho người sống dưới cống ngầm có được nhà để ở. Ngoài ra, Matthew còn hướng dẫn cho các nhân viên xã hội của thành phố, tới cống ngầm để nghiên cứu tình trạng hiện thực, và sau đó cung cấp các dịch vụ y tế cho những người quanh năm suốt tháng... phải chui rúc với cơ man môi trường ô nhiễm trong đó.

- Hình như tôi nhớ mang máng là cũng có một số người, khi nghe đề nghị giúp đỡ, họ đã trả lời là không muốn thay đổi cuộc sống hiện tại. Sống cuộc dưới cống ngầm dù tối tăm, thiếu thốn... nhưng họ không phải lo lắng đến tiền, có thể sống theo sở thích của mình, muốn ngồi đến trưa, hay ngủ đến tối, nằm ườn ra đó không làm gì cả... vẫn không sợ ảnh hưởng, làm phiền đến ai, điều đó khiến họ sợ khi nghe phải đối diện với cuộc sống bình thường bên trên.

Bà Mai chấp nhận ngay:

- OK, bà nói cũng phải. Mình ngồi đây ai ra vô, cần tiền hay cần gì là biết ngay. Cho dù họ nói cuộc sống dưới cống ngầm không làm phiền đến ai... nhưng họ cũng phải ăn và ở. Tui nghĩ có một số người sống bất cần đời, nhưng trong đó cũng còn nhiều người muốn thoát ra tối tăm, nhưng chưa biết cách nào, phải không bà...

Bà Mai vừa dứt câu, thì thấy một thanh niên tay ôm cây đàn thùng tiến tới. Anh ta đặt cái nón xuống trước mặt, rồi bắt đầu đàn những bản nhạc hay nổi tiếng một thời.

Tiếng đàn của anh nghe điêu luyện, rung cảm. Đợi anh ta đàn xong, hai bà thăm hỏi, mới biết rằng anh ta từ Canada đến Mỹ tìm việc trong ban nhạc. Nhưng đã bị mất việc đã gần một năm nay. Anh ta không được ăn tiền gì hết vì không phải là công dân của nước Mỹ. Túng quá, theo lời chỉ dẫn anh ta xuống đây trú ngụ khoảng nửa năm nay, cũng đủ sống... Đôi khi bị bắt chẹt lấy hết tiền từ những "quân ăn cướp"!

- Tôi không biết đi đâu đành phải ở lại đây, để lâu lâu bị chúng cướp một lần.

Bà Mai cảm thấy tội nghiệp anh chàng nầy, tứ cố vô thân mà có tài. Bà bỏ vào cái nón cho anh hai chục bạc. Còn bà Tình thì cho năm đồng, nhưng bà nghĩ đến quán Nhạc Sống Đêm Xanh của bà bạn, họ đang cần nhạc sĩ chơi đàn thùng cho quán hàng đêm, số lương cũng không tệ. Bà hỏi:

- Anh có muốn có chỗ làm việc đàng hoàng không?

Anh ta hỏi:

- Muốn chứ ạ? Ở đâu?

- Không phải ở đây, mà cách đây năm tiếng lái xe.

Ngay lập tức, anh ta cười, lắc đầu một cách chân thật:

- Ummm... No, Cám ơn bà.

Chia tay với anh nhạc sĩ, ngồi thêm ba tiếng đồng hồ, hai bà đã cho tất cả các thứ mang theo. Bà Mai và bà Tình tay không ra về, họ đã cho luôn hai cái valy vì người ta xin, cảm thấy vui vì làm được việc tốt, nhưng trong lòng vẫn thấy xốn sang sao đó. Hiểu được những người nghèo, đưa ra 1 vấn đề giúp đỡ... không phải là đơn giản như các bà tưởng! ∎

Cát Đơn Sa (Diễm Châu)

NHỮNG CHUYỆN NGẮN & RẤT NGẮN

Steven N.

HUYỀN DIỆU TRANG NGHIÊM

Sư người Lạc Châu - Hà Nam, xuất thân từ một gia đình có truyền thống Nho học làm quan. Thuở nhỏ thông minh đĩnh ngộ và có chí xuất trần, vì thế năm mười ba tuổi đã xuất gia. Sư thọ học với nhiều danh tăng và nhận thấy Phật giáo Trung Nguyên quá nhiều dị biệt, thiếu chuẩn xác, các tông môn và trường phái tranh cãi bất tận. Vì vậy sư quyết chí đi Tây Trúc để tu học và sưu khảo những văn bản chánh. Trải qua muôn vàn gian nan để đến được đất Phật. Sư đã tu học với nhiều vị sư uyên bác, tiêu biểu như Giới Hiền. Sư nổi tiếng là người biện luận xuất sắc. Ngày về Sư mang theo một lượng kinh sách khổng lồ và từ đó dành toàn bộ thời gian còn lại để dịch thuật và biên soạn. Pháp tướng tông nhờ Sư mà hưng thạnh, khái niệm Tịnh Độ cũng bắt đầu từ Sư mà phổ biến khắp Trung Nguyên và sau đó lan tỏa ra Đại Việt, Triều Tiên, Nhật Bản… Sư đã viết tập Đại Đường Tây Vực ký, đây có thể xem như một công trình địa dư chí của vùng Trung Á và Ấn Độ của thế kỷ thứ bảy. Những tư liệu về địa lý, dân cư, văn hóa, tín ngưỡng trong sách ấy đến ngày nay vẫn còn nguyên giá trị. Có thể nói Sư là một bậc kỳ tài hy hữu, năng lực, trí lực, pháp học, pháp hành đều vượt hơn người đời mà ngàn năm trước lẫn ngàn năm sau chưa có trường hợp thứ hai. Tôn túc trong đạo lẫn người đời kính ngưỡng tôn xưng Sư là Tam Tạng Pháp Sư.

HUYỀN DIỆU CƠ DUYÊN THIỀN VIỆN DU TĂNG XUẤT VẠN LÝ TÂY THIÊN TẦM SƯ THỈNH PHÁP SƯU KHẢO VĂN BẢN CHÁNH

TRANG NGHIÊM THÙ THẮNG PHẬT MÔN ĐẠI SƯ LÂM TỨ PHƯƠNG ĐÔNG ĐỘ GIÁO CHÚNG DỊCH KINH TRUYỀN BÁ THÁNH ĐIỂN NGÔN.

GIẢI

Cứ mỗi tháng Tư về, người Giao Châu lại xôn xao với bao nhiêu sắc thái tâm ý trái ngược nhau. Kẻ thì tí tởn đại ngôn mừng chiến thắng này nọ. Người thì ôm hận khóc thầm, đừng nói chi chúng tại gia, ngay cả hàng Thích tử xuất trần tâm hình dị tục rồi vẫn còn hệ lụy theo. Ngày cuối tháng, một ông tướng đi viếng chùa vừa lễ Phật vừa dụng ý dò la. Y nói:

- Nhờ chiến thắng này mà giải phóng được quốc gia, giải trừ chính quyền thân Tây phương, giải nạn phồn hoa giả tạo, giải quyết tư tưởng công nông, giải lao cho dân bớt khổ lụy…

Ông tăng nghe xong cười mỉm:

- Ông nói nghe cũng hay nhưng chưa đủ, để tôi bổ sung thêm nhé: chính phủ giải cứu đồng bào bị covid, ra ngoài giải độc nạn độc tài, giải mã sự những nhiễu lạm quyền, giải vây tham nhũng bị lộ, giải hạn bị tố tham ô, giải đãi trong phận sự công việc, giải rút trong việc an dân, giải vong cúng tế đồng bóng… duy có giải oan cho quân dân thì chẳng chịu làm.

Ông tướng biến sắc mặt, y không ngờ ông tăng lại can đảm đến như vậy. Y cười đểu, đe nẹt:

- Ông thầy không lo tu hành lại lo giải thích chuyện chính trị, giang hồ xã hội đen dư sức thừa lực thích động thủ để giải trí lắm!

Ông tăng không nao núng tí nào, cười ý nhị:

- Chúng tôi tu hành nên không tham gia chính sự, chỉ vì ông tướng giải bày chuyện giải nghĩa nên chúng tôi mạn phép có đôi lời giải bớt tam ác giải nghiệp đó mà.

TÀ SƯ

Năm xưa Thế Tôn huyền ký: "Đời mạt pháp, tà sư nhiều như cát sông Hằng". Lời đã ứng nghiệm ở các xứ Hoa Châu, Giao Châu, Hàn Châu… Xứ Giao Châu có ông sư vừa kiêm ông Nghị và nhiều chức danh khác. Ông ấy lên nghị trường tuyên bố:

- Triều đình cần xây dựng quân đội ta như quân đội cha con nhà Bắc Cao.

Kế có một hồng sư khác, vốn trước đó tự nhận là cháu của ông trùm, ông ta cũng đăng đàn cạnh tranh với ông kia:

- Ta đánh Hoa Châu là hỗn, Hoa Châu là anh, Hoa Châu có đánh ta thì cũng như anh dạy em. Dân chúng lẫn bậc thức giả bất bình lắm nhưng không làm gì được, họ chỉ có thể mỉa mai hoặc lên mạng phê phán chứ không thể nào đụng đến mấy hồng sư. Mấy ổng có bảo kê của triều đình. Mấy ổng còn bày vẽ chuyện trục vong, giải hạn, hầu đồng, mở ngải, trừ tà, phong thủy... để hốt bạc đám con nhang mê muội vừa đánh lạc hướng người sơ cơ. Dân mạng cười chê dữ lắm, thậm chí có người còn rủa sả không tiếc lời, không sợ khẩu nghiệp vì tức nước nên vỡ bờ. Trong vô số lời bình luận, người ta thấy có một câu rất chí lý mà cũng thú vị:

- Tà sư được điều khiển từ xa.

MỎ

Hai bạn lâu ngày gặp nhau tay bắt mặt mừng, chuyện trò tíu tít, xổ bầu tâm sự từ chuyện gia đình, tình cảm, công việc làm ăn cho đến chuyện dân tình quốc sự... Một người thắc mắc:

- Nước mình giàu tài nguyên lắm: mỏ dầu, mỏ than, mỏ vàng, mỏ khoáng sản, mỏ đất hiếm... có sao vẫn cứ nghèo hoài, ì ạch cuối bảng xếp hạng?

Người kia lấy tay vỗ vào má thằng bạn và cười sằng sặc:

- Sao cậu ngây thơ thế? Mỏ than, mỏ dầu... số lượng ít, trữ lượng không lớn, trong khi đó mỏ tham nhũng vô số và không đáy. Mỏ hút chích khắp mọi nơi. Mỏ ăn chơi phá tán đầy dẫy. Mỏ con ông cháu cha thì khắp thiên hạ. Khá sao nổi? Chưa sụm bà chè là may lắm rồi!

Người kia đớ người ra một lát, sau đó thì lầu bầu:

- Thảo nào giờ xã hội nhiễu nhương, văn hóa xuống cấp. Đạo đức suy đồi. Đời thường hay trên mạng cũng quá trời những mỏ hỗn, mỏ nhiều chuyện, mỏ láo, mỏ ba hoa khoác lác, mỏ nổ, mỏ tào lao, mỏ cạp như hạm...

Những người chung quanh nghe thấy vậy bèn góp ý:

- Giữ mồm giữ miệng cẩn thận chứ không thì phù mỏ bởi bọn xã hội đen và những cái mỏ tuyên truyền.

CHỈ CÓ XỨ TAO

Đậu làm việc chung với nhóm bạn đa sắc tộc, có lần Đậu khoe:

- Một trăm Mỹ kim đổi ra tiền xứ tao gần hai triệu rưỡi bạc.

Đám bạn ngoác mồm ra cười sằng sặc:

- Xạo sự quá mầy ơi! Cứ nổ sảng cho cố!

Đậu bực mình bèn mở Google chuyển đổi tiền cho tụi nó xem, xem xong chúng trố mắt tròn mồm cứ ngỡ như chuyện chương trình "Believe or not" trên ti vi. Đậu thấy thế hả dạ lắm, bồi thêm cú nữa:

- Chuyện đó chưa nhằm nhò gì, chuyện này còn ghê hơn nè: Xứ tao tiến sĩ cả làng, tiến sĩ cầu lông, tiến sĩ bóng bàn, tiến sĩ hành vi nịnh, tiến sĩ cải lương, tiến sĩ tấu hài, tiến sĩ chèo... ngay cả nhân viên văn thư cấp phường cũng tiến sĩ nốt!

Lần này thì tụi bạn đa chủng tộc cười khi dễ:

- Mầy tưởng tụi tao là con nít sao? Tiến sĩ đâu mà lắm thế? Nếu đúng như vậy thì chỉ xứ mầy mới có!

Đậu làm tới:

- Tụi bay sẽ còn ngạc nhiên nữa, lãnh đạo nước tao toàn thông minh đỉnh cao của loài người, nhà thơ thì tầm cỡ vũ trụ... Thật vậy, chỉ có xứ tao thôi!

Đậu mần thơ con cóc rồi xài Google dịch cho tụi nó đọc:

Thổ đu tiến sĩ cả làng
Bán buôn luận án xênh xang sáng ngời
Lãnh đạo trí tuệ đỉnh trời

Thằng tây chú chệt cũng cười chịu thua.

CỨ NHÌN KHẮC BIẾT

Thằng Ivanov bản tánh hung bạo, hiếu sát lại mắc bệnh hoang tưởng. Nó muốn làm thế giới đại đồng nên không từ thủ đoạn độc ác nào. Nó gây ra bao nhiêu thảm cảnh tan cửa nát nhà, giết người cướp của. Nó lại có cách tuyên truyền, tẩy não, nhồi sọ khiến bao nhiêu người mờ mịt, ngay cả những nạn nhân của nó cũng cứ nuôi ảo tưởng:

- Thằng Ivanov tốt lắm, sai chỉ là tiểu tiết còn đại cục là đúng!

Quanh năm suốt tháng, Ivanov và cái đám bị bùa mê thuốc lú ấy ngoác mồm chửi thằng Sam:

- Thằng giãy chết, đồ bóc lột, kẻ hút máu...

Chửi thì chửi vậy chứ thằng nào cũng tìm mọi cách để đưa con cháu gia đình mình sang đất thằng Sam. Nhiều người ngó ra không hiểu, thiên hạ có đứa cứ cười ruồi, nói bâng quơ:

- Chửi thằng Sam cũng là việc kiếm sống nhưng sống với thằng Sam mới là mục đích tối hậu.

Nghe thế dân ở đời lẫn dân trên mạng ngó ra. Ai đó còn nói thêm rằng:

Tốt xấu thế nào cứ nhìn thì khắc biết! Xưa nay thiên hạ chạy qua đất thằng Sam chứ có ma nào muốn đến với thằng Ivanov!

XẤU XA CHE ĐẬY BƯNG BÍT NHƯNG MỒM MÉP KHOÁC LÁC HUÊNH HOANG LẠI HIẾU SÁT TÀN HẠI GHÊ GỚM LẮM

TỐT LÀNH KHOE MẼ KHUẾCH TRƯƠNG VÌ TÂM TRÍ THẬT LỰC THỰC DỤNG NÊN QUÂN BÌNH XÂY DỰNG ĐẸP ĐẼ THAY.

Steven N - Georgia, 0523

Chiếc lá vàng (Ảnh tác giả)

Lương Nguyên Hiền

Tới Nhật Bản để xin chiếc lá vàng

Chiếc Airbus A380 của hãng hàng không Emirates từ từ đáp nhẹ nhàng xuống phi trường quốc tế Tokyo Narita. Airbus A380 là loại máy bay khổng lồ, có thể chứa trên 500 hành khách, chỗ ngồi rộng rãi, thoải mái và bay rất êm. Nhờ vậy mặc dù ngồi suốt trên 9 tiếng đồng hồ, tôi vẫn không cảm thấy mệt mỏi. Tôi đưa mắt hé nhìn qua khung cửa sổ phi cơ, một buổi chiều se lạnh, mưa vẫn bay lất phất trên phi đạo và trời đã bắt đầu dần tối, ánh đèn điện nhạt nhòa lung linh phản chiếu trên những vũng nước. Hôm nay đầu tháng 10, chớm thu, tôi đã chọn mùa thu để tới đây, để mong được nhìn thấy màu vàng của lá, màu đỏ rực của cây ngô đồng, theo tôi được biết mùa thu ở đây rất đẹp.

Tôi thấy mình bắt đầu bồn chồn có lẽ tôi đã chờ giây phút này từ lâu rồi, giây phút được đặt chân lên Nhật Bản, xứ phù tang nơi mặt trời mọc. Năm 2019, tôi đã dự định qua đây, cũng vào thời điểm này, đầu tháng 10, hành trang đã sửa soạn xong, tiền đã trả, chỉ còn chờ ngày xách vali lên đường. Rồi thì cơn đại dịch Covid-19 bỗng dưng kéo tới làm hỏng mọi toan tính và sau đó phải chờ mấy năm sau, cho đến một ngày con Virus Corona tạm thời bị đánh gục.

Anh Simon, người Đức còn trẻ khoảng 30 tuổi, đứng chờ chúng tôi ở phi trường. Anh sẽ hướng dẫn phái đoàn cả thảy gồm 38 người đi Tour trong thời gian 9 ngày. Anh tự giới thiệu anh hiện sống ở Đức, mỗi năm qua Nhật Bản độ 7 đến 8 tháng để hướng dẫn du khách đi tham quan đất nước này. Có một lần anh tâm sự, anh có thú đam mê duy nhất là mê Nhật Bản. Hồi còn ở Đại học anh chuyên về Nhật Bản Học (Japanology), ra trường anh qua sống mấy năm trời ở Tokyo, sau này vì Covid anh phải trở về Đức. Anh nói thông thạo tiếng Nhật, nhưng đọc và viết anh thú nhận còn có vấn đề vì quá khó. Mộng ước của anh là lấy một cô vợ người Nhật và được sống trên đất nước này. Tôi mỉm cười trả lời người Việt chúng tôi cũng cùng quan niệm với anh thích lấy vợ Nhật, còn ăn cơm Tàu, ở nhà Tây thì hình như tôi chưa được nghe anh nhắc tới.

Chúng tôi được chở tới một Hotel ở trung tâm Tokyo để ngủ lại một đêm trước khi bước vào cuộc hành trình đi thăm đất nước xứ mặt trời mọc. Tokyo là một thành phố thuộc loại mắc mỏ nhất thế giới, tuy thế phòng tôi ở mặc dù không rộng lắm theo tiêu chuẩn châu Âu, nhưng sạch sẽ và gọn gàng, có đầy đủ mọi tiện nghi. Sau khi ăn tối, trời đã về khuya, tôi làm một giấc ngủ vùi cho đến sáng.

Phải nói là Nhật Bản không phải đất nước

quá xa lạ gì đối với tôi. Ngay khi còn ở Việt Nam, khoảng vào thập niên 60 tôi rất mê xem phim Nhật mà chỉ thích đi xem loại phim "Hiệp sĩ mù nghe gió kiếm" (Blind Swordman). Phim kể về một nhân vật đặc biệt Zatoichi sống vào thời đại Edo.Vì bị mù, nên anh phải sống độ nhật bằng nghề tẩm quất nhưng lại rất thiện nghệ về kiếm pháp. Zatoichi chỉ cần nghe gió kiếm mà đoán được đường kiếm của địch thủ để phản công lại. Với võ nghệ cao cường, Zatoichi mang kiếm đi làm chuyện "thế thiên hành đạo" để trừ gian diệt ác, một thứ Lệnh Hồ Xung trong truyện kiếm hiệp Tiếu Ngạo Giang Hồ của Kim Dung. Tuy mù, nhưng Zatoichi không bao giờ thua dù phải đấu với các cao thủ Samurai. Kiếm pháp của Zatoichi đạt đến tuyệt đỉnh, không múa may nhiều như Trung Quốc, chỉ một nhát ngọt sớt từ trên xuống dưới như sét đánh, rồi là xong.

Đến khi lớn lên, có một chút hiểu biết về văn chương chữ nghĩa, tôi lại tò mò tìm hiểu về thơ văn của Nhật. Trong đó có Haiku là một thể thơ đặc biệt, thường ngắn gọn, cô đọng nhưng đầy tinh tế và tạo nhiều cảm xúc. Người đọc thơ Haiku phải giữ tâm thật tĩnh lặng để hiểu được từng chữ và nhận diện được từng câu những gì nhà thơ muốn gởi gắm. Tôi nhớ một bài thơ Haiku của thi sĩ Matsuo Basho (1644-1694). Basho là một nhà thơ thành danh mà cũng là một thiền sư đắc đạo. Trong một đêm trăng mùa hạ, thi sĩ Basho nghe được tiếng dội của bàn tay vỗ mà giác ngộ [1]:

Tôi vỗ bàn tay
dưới trăng mùa hạ
tiếng dội về ban mai

Có phải tiếng vỗ tay trong đêm của thiền sư Basho cũng như tiếng hú trên đỉnh Cô Phong của thiền sư Không Lộ đời Lý [2] như từ ngàn xưa dội về làm cho tâm thức ta chợt bừng tỉnh.

Đền Nikko Toshogu (Ảnh tác giả)

Nikko Toshogu ngôi đền tráng lệ:

Ngày thứ hai ở Nhật Bản, chúng tôi được chở đi thăm ngôi đền cổ tráng lệ Nikko Toshogu thuộc tỉnh Tochigi cách Tokyo khoảng 150 km. *Nikko là quần thể rộng lớn gồm đền và chùa. Người Nhật phân biệt rất rõ giữa chùa và đền, đền là nơi để thờ những vị thần linh thuộc Thần đạo và chùa để thờ Phật thuộc Phật giáo. Ngoài ngôi đền chính* Nikko Toshogu còn có đền Futarasan-jinja và ngôi chùa Rinnoji. Đền Futarasan-jinja và chùa Rinnoji được nhà sư Shodo Shonin xây vào thế kỷ thứ 8. Đền Futarasan-jinja thờ ba vị thần của những ngọn núi chung quanh.

Đền Nikko Toshogu được *UNESCO công nhận là di sản thế giới vào năm 1999*. Với lối kiến trúc thật tráng lệ, đầy mỹ thuật, chạm khắc rất tỉ mỉ, sắc sảo và nhiều nơi được mạ vàng làm cho ngôi đền trở nên rực rỡ nhưng vẫn thể hiện một cảm giác nào đó rất thiêng liêng. *Đền chôn cất và thờ vị Shogun (Tướng quân) Tokugawa Ieyasu (1543-1616).* Tokugawa Ieyasu là một nhân vật đặc biệt và nổi tiếng của lịch sử Nhật Bản, đã có công thống nhất đất nước sau mấy trăm năm chia rẽ. *Đền* Nikko Toshogu khởi công vào năm 1617, sau khi Tokugawa Ieyasu mất 1 năm, kéo dài 20 năm xây dựng và cần đến 127.000 người thợ thủ công.

Sau khi Tokugawa Ieyasu mất, người Nhật đã dựng đền và thờ ông như là một vị thần. Ông là vị Shogun đầu tiên của thời kỳ Mạc Phủ Tokugawa (1600 – 1868), người đã mở đầu cho kỷ nguyên hòa bình thịnh vượng lâu dài nhất của Nhật Bản kéo dài gần đến 300 năm. Chế độ Mạc Phủ (Bakufu) bắt đầu từ năm 1192 chấm dứt năm 1868, các Shogun thay nhau nắm quyền hành, nước Nhật bị chia năm sẻ bảy và Thiên hoàng chỉ làm bù nhìn giống như thời vua Lê chúa Trịnh ở Việt Nam. Từ năm 1600 Tokugawa Ieyasu thống nhất đất nước, lập nên thời kỳ Mạc Phủ Tokugawa đóng đô ở Edo nên còn gọi thời kỳ Edo cho đến năm 1868. Sau đó chế độ Mạc Phủ bị sụp đổ, Minh Trị Thiên hoàng (Meiji-tennō, 1852-1912) lấy lại quyền bính về tay mình. Nếu ai coi phim "Last Samurai" (2003) do hai tài tử gạo cội Mỹ và Nhật là Tom Cruise và Ken Watanabe đóng, sẽ thấy những ngày cuối cùng của những tay kiếm oai hùng Samurai coi cái chết nhẹ tựa lông hồng vào thời kỳ Edo bị cáo chung.

Nằm gần cửa chính của đền còn có một bảo tháp cao 5 tầng. Năm tầng biểu tượng cho triết lý Ngũ Đại của Nhật Bản. Ngũ Đại khác với Tứ Đại của đạo Phật là thêm yếu tố thứ năm Không (Vô). Không là cái gì mà ta không thấy được và biểu tượng cho trí tuệ, tình thương. Người Nhật tin rằng khởi nguồn của vũ trụ và sự hình thành con người là do năm yếu tố: Đất, Nước, Lửa, Gió và Không.

Ở đền Nikko Toshogu có đầy dẫy những tác phẩm điêu khắc rất đẹp do những bực thầy thời đó tạo nên. Một trong những tác phẩm gây ấn tượng nhất là ba chú khỉ, một biểu tượng văn hóa nổi tiếng của Nhật Bản. Hình ảnh ba chú khỉ bịt tai, bịt miệng và bịt mắt, nói lên một triết lý sống cao đẹp được cho là bắt nguồn từ đạo Phật:

- Bịt tai: Không nghe điều ác để ngăn chặn những lời nói xấu xa.
- Bịt miệng: Không nói điều ác để ngăn chặn những ý nghĩ xấu xa.
- Bịt mắt: Không nhìn thấy điều ác để ngăn chặn những hành động xấu xa.

Meiji Jingu ngôi đền rất thiêng:

Đến Tokyo mà không tới chiêm ngưỡng ngôi đền thiêng liêng Meiji Jingu là một điều thiếu sót.

Đền Meiji Jingu (Ảnh tác giả)

Đền được xây năm 1920 để tưởng nhớ và thờ cúng Minh Trị Thiên hoàng và Hoàng hậu Shoken (Chiêu Hiến *Hoàng hậu*). Ngôi đền nằm giữa Tokyo trong một khu rừng xanh tươi, được xây dựng theo phong cách truyền thống của đền thờ Thần đạo với lối kiến trúc mang màu sắc giản dị, trang trí thanh nhã, hài hòa với thiên nhiên, không khí trang nghiêm. Đền Meiji Jingu rất thiêng liêng mỗi năm có khoảng 3 triệu du khách tới lễ bái, xin lộc nhất là vào những ngày đầu năm. Nhiều đám cưới cũng được tổ chức tại đây theo phong cách truyền thống để cầu xin được sống bên nhau đến «răng long đầu bạc» cho «trọn nghĩa phu thê". Trong Đệ Nhị Thế Chiến ngôi đền Thần đạo Meiji Jingu cùng chung số phận của thủ đô Tokyo bị chiến tranh tàn phá. Nhưng ngay sau đó đã được phục dựng lại nguyên như cũ.

Không thể không nhắc một chút về vị Thiên hoàng thứ 122 nổi danh này. Minh Trị Thiên hoàng trị vì từ năm 1868 cho đến lúc mất là năm 1912. Ông đã có công canh tân Nhật Bản, đưa một đất nước từ nông nghiệp lạc hậu thành một quốc gia hiện đại và cường thịnh. Ông thẳng tay dẹp chế độ Mạc Phủ Tokugawa, bỏ bế môn tỏa cảng mở cửa thông thương với ngoại quốc, cử du học sinh sang các nước tân tiến như Anh, Mỹ, Đức,… để học hỏi về kỹ thuật, cử phái bộ qua châu Âu để tham khảo hiến pháp và luật pháp những nước này. Năm 1889 ông ban bố hiến pháp đầu tiên của Nhật Bản dựa theo hiến pháp của Đức. Nhờ sự duy tân và tinh thần tự cường, Nhật Bản xé bỏ được những hiệp ước bất bình đẳng đã từng bị bắt buộc phải ký với Mỹ và châu Âu vào thời Mạc Phủ và thoát khỏi nguy cơ bị nô lệ ở thời điểm mà chủ nghĩa thực dân ở các nước phương Tây đang bành trướng mạnh mẽ. Trong khi đó vì chính sách ngoại giao sai lầm, rất nhiều quốc gia khác chung quanh đã bị ngoại xâm đô hộ. Để đánh dấu một kỷ nguyên duy tân mới, còn được gọi là Minh Trị Duy Tân, Minh Trị Thiên hoàng cho đổi tên Edo thành ra Tokyo (Đông kinh) và dời đô từ Kyoto về Tokyo. Trước năm 1868, Nhật Hoàng đóng đô ở Kyoto và Mạc Phủ trị vì ở Edo.

Để củng cố địa vị Thiên Hoàng của mình, một mặt ông dẹp chế độ Mạc Phủ, bỏ các phiên bang, tập trung quyền hành và một mặt khác đề cao dân tộc bằng cách đưa Thần đạo (Shinto) thành quốc giáo, tách rời Phật giáo ra khỏi Thần đạo. Thần đạo là tôn giáo đa thần có truyền thống hàng ngàn năm của người Nhật và có đến 8 triệu vị thần. Thần đạo tin vào sự hiện diện của các vị thần trong thiên nhiên như mặt trời, mặt trăng, cây cỏ, núi rừng và trong con người, trong cuộc sống. Trên tất cả các vị thần, Thiên hoàng được Thần đạo coi là vị thần cao nhất. Phật giáo du nhập vào Nhật Bản qua ngõ Trung Hoa và Đại Hàn vào khoảng thế kỷ thứ 6. Phật giáo và Thần đạo có những điểm tương đồng, như cả hai cùng đề cao sự hòa hợp với thiên nhiên, tôn trọng con người và nhấn mạnh đến tầm quan trọng về sống đạo đức, hướng tới sự trong sáng và tránh làm điều ác. Chính vì thế hai tôn giáo này đã nhanh chóng hòa nhập vào nhau, tạo nên một bản sắc tôn giáo đặc biệt của đất nước này. Ngày nay phần đông người Nhật đều thực hành hai tôn giáo đó.

Asakusa Kannon ngôi chùa thờ Phật Quan Âm:

Chùa Asakusa Kannon (Ảnh tác giả)

Ngày thứ tư mới 7 giờ sáng, xe bus đến đón chúng tôi chở đến chùa **Asakusa Kannon. Chùa Asakusa Kannon được** xây dựng từ thế kỷ thứ 7, **muốn vào chùa phải qua con đường Nakamise, con đường chính của Asakusa, dài 250 m** với 90 hàng quán nối tiếp nhau hai bên đường, lúc nào cũng nhộn nhịp, tấp nập du khách tới ăn uống và mua bán.

Chùa Asakusa Kannon linh thiêng, nổi tiếng và lâu đời nhất ở Tokyo thờ Phật Quan Âm (Kannon), một vị Bồ Tát "nhìn thấy" được nỗi đau khổ của chúng sinh và sẵn sàng ra tay cứu vớt. Tương truyền rằng vào năm 628 trên sông Sumida có hai anh em đánh cá lưới được một bức tượng. Mặc dù hai anh em đã thả bức tượng trôi sông nhiều lần nhưng bức tượng vẫn cứ quay trở lại và mắc vào lưới. Mọi người thấy vậy cho là bức tượng thiêng liêng nên mang về xây chùa thờ cúng. Bức tượng **Phật Quan Âm cho đến nay vẫn được thờ ở chánh điện để dân chúng tới chiêm bái.**

Ở **Asakusa Kannon cũng như ở phần lớn** các chùa Nhật khác lúc nào cũng đông vui không quá trang nghiêm như ở các đền Thần Đạo. Khách thập phương đổ về tấp nập, nam thanh cũng nhiều mà nữ tú cũng không ít. Phần đông các cô các cậu đều xúng xính trong chiếc áo Kimono, lẹp kẹp đi đôi guốc mộc Hiyori geta, cười cười nói nói vui như tết. Tôi ngỡ ngàng tưởng hôm nay là ngày hội của Nhật, nhưng anh Simon đứng bên cạnh đã sốt sắng rỉ tai cho biết phần đông là du khách, họ muốn áo Kimono ở một tiệm cho thuê gần đó. Đây cũng một trải nghiệm khó quên dành cho du khách khi đến Nhật Bản.

Mây mờ trên Phú Sĩ:

Đi xe bus một đoạn dài hơn 250 km, chúng **tôi tới một Hotel** nằm gần bờ hồ trong khu vực vườn quốc gia Fuji-Hakone-Izu, phía nam của thủ đô Tokyo. Vườn quốc gia này bao gồm núi Phú Sĩ, Ngũ Hồ, Hakon, bán đảo Izu,... và có trên 1000 hòn núi lửa cộng vô số suối nước nóng. Tối đến chúng tôi được thưởng thức tắm Onsen (Ôn tuyền). Một nét đẹp văn hóa từ lâu đời của người Nhật là ngâm mình trong nước khoáng nóng thiên nhiên được đưa thẳng từ suối vào Hotel. Đây là một trải nghiệm hiếm có, bởi vì nếu tắm bằng nước đun nóng không tới từ thiên nhiên thì không gọi là tắm Onsen mà là tắm Sento.

Hôm nay chúng tôi không phải khởi hành sớm như thường lệ, anh Simon muốn cho mọi người có nhiều thì giờ hơn để đi ra hồ ngắm núi Phú Sĩ. Sáng sớm núi Phú Sĩ còn nằm khuất sau làn sương mờ đang bốc lên từ hồ, mặt nước trong xanh lung linh in hình ngọn núi. Núi Phú Sĩ cao nhất nước (cao 3.776 mét) có hình dạng hoàn hảo, trên chóp là hình nón và chung quanh là tuyết trắng xóa quanh năm. Người ta thường ví von "núi Phú Sĩ như một cô gái Nhật e thẹn". Màu sắc của núi cũng thay đổi theo thời gian, màu xanh tươi của xuân đến, màu đỏ rực của thu sang. Núi Phú Sĩ không chỉ đẹp khi đứng một mình mà còn với cảnh trí chung quanh, với hồ, với nước, với bóng núi phản chiếu trên hồ phẳng lặng xanh màu ngọc bích, với đền chùa tô thắm tạo nên một nét tuyệt vời khó tả. Đối với người Nhật núi Phú Sĩ không chỉ là ngọn núi đẹp mà là một nơi rất linh thiêng. Nơi trú ngụ của muôn vàn vị thần thiêng liêng của họ.

Đứng trên bờ hồ, ngắm ngọn núi phủ tuyết trắng sau đám mây mờ. Chưa bao giờ tôi cảm thấy nao nao như thế, một cái gì đó mênh mông dâng lên trong lòng, rồi theo mây trời lang thang không biết về đâu. Tôi nhớ đến câu thơ của thi sĩ Saigyo (1118-1190) nghìn năm trước đã tả Phú Sĩ trong mây mờ, gió cuốn bằng điệu thơ waka [3]:

Gió cuốn lên
Mây mờ trên Phú Sĩ
Bay mất về xa xăm
Ai biết về đâu nhỉ
Cùng cõi lòng tôi lang thang.

Mà hình như mỗi nhà thơ của xứ hoa anh đào không ít thì nhiều đều viết về ngọn núi này. Núi Phú Sĩ là niềm tự hào của họ đã đành nhưng trên hết là cái gì đó đã ăn sâu, gắn liền vào tâm khảm của họ. Thi sĩ Matsuo Basho đã nói lên được cái tâm trạng ấy qua bài thơ viết bằng thể Haiku:

Sương mù bao phủ
Fuji chìm khuất rồi
núi hiện hình trong tôi.
(Đoàn Lê Giang dịch thơ)

Và dù cho ngọn núi có chìm khuất sau sương mù đi nữa, nhà thơ Basho vẫn nhìn thấy ngọn núi linh thiêng đó đang hiện diện trong lòng mình.

Có một loài khỉ thích tắm nước nóng:

Hôm sau chúng tôi tiếp tục lên đường đi thêm 320 km để tới công viên khỉ Jigokudani (*Jigokudani* Monkey Park) nằm ở tỉnh Nagano. Nagano đúng là nơi "khỉ ho cò gáy", nơi được mệnh danh là "nóc nhà của Nhật Bản" với những dãy núi cao ngất, lạnh lẽo, phủ tuyết trắng xóa gần quanh năm và nơi đây vào năm 1998 đã được tổ chức Thế vận hội Olympic mùa đông XVIII.

Công viên khỉ Jigokudani như tên gọi của nó, Jigokudani có nghĩa "thung lũng địa ngục" bởi nó nằm khuất trong một khe núi được bao quanh bằng vách đá dựng đứng, có những dòng suối nước nóng liên tục trào lên từ những núi lửa đã tắt và hơi nóng của nước bay lên mịt mù. Nơi đây địa bàn sinh sống của hơn 150 con khỉ tuyết (Macaca fuscata) hay còn gọi khỉ Nhật Bản. Khỉ tuyết mặt đỏ, có đuôi ngắn và bộ lông màu xám nâu, rất dày để chống lại khí hậu khắc nghiệt ở nơi đây. Loài khỉ vốn trời cho tính hay sợ nước, nhưng với khỉ tuyết lại là khác. Chúng thích nằm ngâm mình trong suối nước nóng. Ngâm mình trong nước nóng không phải chỉ là một hành động để sinh tồn vào những tháng mùa đông giá buốt có khi xuống dưới -20° C mà còn là hình thức để thư giãn. Dù du khách tới đây nườm nượp phá tan đi sự yên tĩnh của núi rừng, khỉ tuyết vẫn điềm nhiên không thèm để ý đến đám người đông đảo ồn ào náo nhiệt bu quanh. Sự bình thản của đám khỉ được cho là nhờ thư giãn trong khi tắm Onsen và thói quen đó là đi từ những nông dân Nhật ở Nagano thích ngâm mình trong nước nóng, đám khỉ nhìn thấy và bắt chước.

Anh Simon cũng kể thêm cách đây một năm trong thời Covid, đã xảy ra một cuộc chiến vô tiền khoáng hậu để giành ngôi "bá chủ" của đám khỉ tuyết ở đây. Con khỉ đầu đàn vì già nên bị thua đành bỏ ra đi không quên mang theo tất cả bầu đoàn thê tử. Công viên trở nên trống vắng, làm nhân viên trông coi mất ăn mất ngủ mấy tháng trời. Nhưng rất may một thời gian sau lũ khỉ dần dần kéo nhau trở về. Có lẽ ở công viên Jigokudani đám khỉ vẫn thấy thoải mái hơn nơi khác vì có chỗ ngâm nước nóng sạch sẽ và được lo ăn uống đầy đủ.

Nara thành phố rất cổ:

Ngày thứ bảy, chúng tôi trực chỉ hướng Kyoto, đây là quãng đường còn lại khá dài, trên 350 km. Trước khi tới Kyoto, chúng tôi ghé qua thành phố cổ Nara, cách Kyoto khoảng 40 km.

Từ năm 710 đến năm 784 Nara là cố đô của Nhật Bản dưới tên Heijo-Kyo. Kinh thành Nara là một Trường An thu nhỏ, được kiến trúc mô phỏng theo kinh đô của Trung Quốc đời Đường. Cung điện Heijo là trung tâm chính trị và cũng là dinh thự của hoàng gia Nhật có tường thành vuông vức bao bọc chung quanh. Mặc dù với thời gian các kiến trúc ở Nara phần đông đã bị đổ nát nhưng vào những năm gần đây đã được tái tạo lại như nguyên bản.

Dưới thời kỳ Nara, được các vua Nhật giúp đỡ và khuyến khích nên đạo Phật đã phát triển rất mạnh, chùa chiền được xây dựng khắp nơi. Những ngôi chùa to lớn được xây vào thời kỳ này và một số chùa vẫn còn tồn tại cho đến ngày hôm nay như chùa **Todaiji**. Todaiji (Đông

Tượng Đại Phật (Daibutsu) bằng đồng đen lớn nhất thế giới
(Ảnh tác giả)

Đại tự) **là một ngôi chùa bằng gỗ lớn nhất thế giới được xây dựng vào thế kỷ thứ 8 và được** UNESCO công nhận là Di sản Thế giới vào năm 1998. Trong chùa có một tượng Đại Phật (Daibutsu), tượng Phật bằng đồng đen cũng lớn nhất thế giới, được đúc vào năm 751, cao 16,2 m, nặng 500 tấn. Đây là tượng Phật Đại Nhật Như Lai, không chỉ mang ý nghĩa về tôn giáo mà còn biểu tượng cho hòa bình và thịnh vượng của Nhật Bản.

Kyoto cố đô ngàn năm:

Kyoto là thành phố lớn thứ 9 ở Nhật Bản với 1,46 triệu dân (2020/Statista) nhưng nếu đứng bên cạnh Tokyo với 9,7 triệu dân (2020/Statista), thì Kyoto vẫn là thành phố "bé con". Tuy "bé" nhưng lại lắm chùa nhiều đền (14 đền và chùa) dư thắng cảnh để du khách tới tham quan. Kyoto thành phố gắn liền với lịch sử ngàn năm của Nhật Bản. Nơi đây các Nhật hoàng đã đóng đô trên 1000 năm cho đến năm 1868 thì mới dời đô về Edo (Tokyo). Thời kỳ này cũng là thời cực thịnh của Phật giáo.

Chùa vàng Kinkakuji (Ảnh tác giả)

Chúng tôi được dẫn đi xem chùa vàng Kinkakuji (Kim Các Tự), ngôi chùa dát vàng lớn nhất ở Nhật Bản. Chùa cao 3 tầng nằm phía bắc của Kyoto. Được xây dựng vào thế kỷ 14, Kinkakuji là một sự kết hợp đặc biệt giữa thiên nhiên, kiến trúc truyền thống và nghệ thuật dát vàng. Tất cả tạo nên vẻ đẹp tĩnh lặng, trang nghiêm của một ngôi thiền tự lâu đời. Nằm ngay bên cạnh hồ, chùa in bóng trên mặt nước trong vắt pha màu xanh của cỏ cây và được tô đậm thêm màu vàng rực rỡ. Một bức tranh thủy mặc tuyệt vời đầy vẻ lãng mạng.

Cửa thành Nijo (Ảnh tác giả)

Không xa chùa vàng là thành Nijo. Thành Nijo được xây dựng vào thế kỷ 17, sau khi Shogun Tokugawa Ieyasu thống nhất đất nước và lập nên triều đại Mạc Phủ Tokugawa. Thành Nijo được xây dựng như một biểu tượng quyền lực của các Shogun đối với các Nhật hoàng đang yếu thế. Với cổng gỗ rộng lớn được chạm trổ tỉ mỉ và năm tòa nhà bề thế uy nghi, được bao bọc chung quanh bởi hào nước với bờ tường cao vút. Trong thành có một khu vườn rất đẹp gồm đủ cả hồ nước, những tảng đá to nhỏ chồng chất với hàng trăm cây xanh tươi.

Vườn thiền với ẩn dụ:

Vườn thiền tại chùa Ryoanji là nơi du khách cần phải ghé qua khi tới Kyoto. Khu vườn nổi tiếng do vị thiền sư Tokuho Zenketsu xây năm 1500 để cho các môn sinh tu tập thiền định. Vườn dài 25 m rộng 10 m trải cát trắng và có 15 tảng đá to nhỏ khác nhau. Đây là biểu tượng sự tinh tế và thanh nhã của nền văn hóa Nhật Bản. Vườn thiền được coi là một vũ trụ thu nhỏ bao gồm đá và cát. Đá tượng trưng sự vững bền, lâu dài, trạng thái của Tĩnh còn cát tượng trưng sự thay đổi, biến chuyển, trạng thái của Động. Thiết kế trong vườn nói nên sự hài hòa, cân bằng giữa vĩnh cửu và phù du, giữa tĩnh lặng và biến động. Một điểm đặc biệt nữa trong vườn thiền không bao giờ trồng hoa, bởi vì hoa có màu sắc rực rỡ dễ mang lại sự phân tâm và đưa đến sự không tập trung trong lúc ngắm vườn cũng như trong lúc thiền định.

Vườn thiền của Nhật Bản không giống vườn của các nước khác là ở đặc tính ẩn dụ. 15 tảng đá trong vườn được sắp đặt một cách tinh vi, khéo léo dù người xem đứng bất cứ ở vị trí nào cũng có một tảng đá bị che khuất khỏi tầm mắt. Theo quan niệm Á đông, 15 là con số hoàn hảo, mà con người thì vốn "nhân vô thập toàn" nên không thể nhìn thấy hết được các tảng đá. Một bài học rất thâm sâu của các thiền sư Nhật Bản để lại cho hậu thế.

Tùy theo trình độ nhận thức, tùy theo góc độ nhìn, người xem sẽ "nhận ra" một cách riêng tư về khu vườn này. Có người "nhận ra" đây là hình ảnh một con cọp mẹ đang dẫn đàn cọp con vượt qua một dòng sông hay hình ảnh thu nhỏ của một dẫy núi giữa đám mây chập chùng, của những hòn đảo vương lên từ biển rộng. Một công án cho người xem suy ngẫm. Nhưng dù sao khi du khách tới đây sẽ cảm nhận được sự thư thái, nhẹ nhàng làm lắng dịu đi những ồn ào, náo nhiệt của đời sống bên ngoài.

Fushimi Inari ngôi đền ngàn cổng:

Đền Fushimi Inari là ngôi đền Thần đạo, thờ thần Inari (Inari Kami). Thần Inari là một trong những vị thần quan trọng nhất của Thần đạo. Thần Inari lo về vấn đề sinh sản, bảo vệ mùa màng cho nông dân, ngoài ra còn là thần của thương mại và công nghiệp. Đây cũng là lý do tại sao từ nông dân cho đến doanh nhân, chủ nhân của các công ty, xí nghiệp đều tới đền thờ thần Inari để cầu nguyện làm ăn được may mắn, thuận buồm xuôi gió, mau chóng phát đạt. Ở cổng đền có tượng một con cáo. Nhiều du khách ngạc nhiên khi nhìn thấy bức tượng con cáo xuất hiện ở một số đền thờ ở Nhật Bản. Cáo được coi là loài vật lanh lẹ, thông minh và theo Thần đạo cáo là sứ giả của thần Inari. Những lời cầu nguyện của loài người sẽ được cáo mang đến thần Inari.

Đền Fushimi Inari được xây vào năm 711 trước khi Kyoto trở thành thủ đô của Nhật Bản. Nổi bật nhất ở đền là cổng Torii. Trên 10.000 cổng Torii nối đuôi san sát uốn mình lượn lên đỉnh núi. Cổng Torri thường làm bằng gỗ màu đỏ, có hình chữ "T" hay chữ "L" lật ngược. Theo sự tin tưởng của người Nhật thì cổng Torri là nơi biểu tượng ranh giới giữa trần tục và thế giới tâm linh. Thế giới trần tục là nơi con người ở và thế giới tâm linh là nơi các thần ngự trị. Đền rất linh thiêng, khách thập phương khắp nơi đổ về cầu nguyện cho sự may mắn. Để thể hiện sự tôn kính, tỏ lòng biết ơn đối với thần Inari, cổng Torii đã được xây dựng lên từ sự quyên góp của một cá nhân, đoàn thể hay cơ sở kinh doanh. Cổng Torii đầu tiên được dựng vào thế kỷ thứ 8 và cổng cuối cùng là mới đây. Tất cả đều do tư nhân tự nguyện đóng góp.

Cuối cùng:

Chín ngày là một thời gian tuy dài nhưng lại quá ngắn để đi thăm hết xứ sở của hoa anh đào, mà chỉ vừa đủ để đi loanh quanh các tỉnh miền nam Nhật Bản như Tokio, Nagano, Kyoto hay Osaka, thành phố cuối cùng trước khi bước lên máy bay. Tôi đã được đi thăm và được nhìn tận mắt những lâu đài, những chùa chiền, những đền thờ từ ngàn xưa để lại vừa đẹp đẽ lại vừa cổ kính được lồng trong một đất nước văn minh, có nền kỹ thuật tân tiến đứng hàng đầu thế giới. Sự hài hòa giữa truyền thống và tiến bộ không phải ở nước nào cũng có, cũng làm được. Truyền thống ấy được nuôi dưỡng bằng Phật giáo, bằng Thần đạo (Shinto) từ cách ứng xử trong cuộc sống hàng ngày, cho đến ăn uống và chào hỏi. Từ những hành động thường ngày như uống trà, viết thư pháp, cắm hoa người Nhật đã biến nó thành trà đạo (Sado), thư đạo (Shodo), hoa đạo (Ikebana), một nghệ thuật mang đậm tính cách thẩm mỹ và sự tập trung của Thiền Phật giáo. Ngay khi tắm Onsen, người Nhật cũng tạo nó thành một nghi lễ có tính cách tâm linh, sự kết nối giữa bản thân và thiên nhiên. Bởi trong thiên nhiên người Nhật vẫn tin rằng có các vị thần của họ đang trú ngụ.

Mấy ngày ở Nhật Bản, tôi khám phá ra ba điều làm tôi hết sức ngạc nhiên. Điều thứ nhất là không có thùng rác ngoài đường. Ở các nước khác, chính phủ phải để thùng rác để giữ đường sá sạch sẽ, nhưng ở Nhật Bản thì ngược lại, không có thùng rác mà đường sá vẫn sạch. Sau vụ tấn công bằng chất độc sarin ở trên tàu điện ngầm *Tokyo năm 1995*, chính phủ Nhật lấy lý do an ninh, cho gỡ bỏ tất cả các thùng rác ngoài đường. Người Nhật đi ra ngoài đường thường mang theo một túi nhỏ để đựng rác. Họ sẽ mang túi rác về nhà hay bỏ vào nơi tập trung rác. Du khách mới tới Nhật Bản sẽ bị lúng túng vì không biết phải bỏ rác ở đâu. Điều thứ hai là không có tên đường. Chỉ một số đường phố chính ở Nhật Bản thì có tên đường còn ngoài ra các con đường nhỏ được đặt tên theo Block (Khu) và số nhà được đánh theo thời gian xây dựng. Đây là một truyền thống lâu đời của người Nhật mà họ vẫn khư khư giữ cho đến ngày hôm nay. Truyền thống này không chỉ làm "nhức đầu" cho du khách khi đi tìm đường, mà ngay chính người bản xứ cũng không khá gì hơn. Điều thứ ba là rất nhiều người lớn tuổi đi làm. Phần đông họ làm thêm những nghề lặt vặt chân tay như quét rác, giữ trật tự, gác thang máy,... mà tôi đã gặp trong những ngày ở Nhật Bản. Người Nhật nhờ sống sạch sẽ, năng hoạt động, ăn uống theo dưỡng sinh (gạo lức muối mè,...) đâm ra sống lâu. Theo thống kê có 29,6% (vào năm 2020) người Nhật sống trên 65 tuổi, nghĩa là cứ 3 người có 1 người trên 65 tuổi. Trong khi chỉ số sinh sản trong gia đình Nhật Bản là 1,3 (2020), ở Việt Nam là 2,05 (2020). Chỉ số sinh sản thì thấp nhất mà chỉ số già nua thì lại cao nhất trong tất cả các nước phát triển. Một xã hội già nua thiếu người trẻ tuổi lao động đã làm lệch cán cân về tài chính, đưa đến tình trạng thâm hụt quỹ hưu trí và đẩy người già ở Nhật Bản phải đi làm thêm để đủ sống.

Ngày cuối cùng trước khi rời Nhật Bản, tôi đi giữa Osaka có gió lạnh, có mưa giăng nhưng không có

lá vàng nhẹ rơi. Tôi nhớ một câu thơ cổ Trung Hoa:
Một lá ngô đồng rụng
Ai cũng biết thu sang
(Ngô đồng nhất diệp lạc
Thiên hạ cộng tri thu
Lý Bạch)

Cây chưa đổi màu, lá ngô đồng chưa rụng, làm sao ai biết mùa thu sang. Tôi đã cố tình chọn tháng 10 để nhìn thấy mùa thu lá đỏ ở Nhật Bản mà theo tôi biết thường thường bắt đầu vào tháng 9 và kéo dài đến tháng 11. Mùa thu lá đỏ từ những cây ngô đồng, càng về cuối mùa càng rực rỡ. Nhưng có lẽ đẹp nhất vào lúc lập thu, đầu mùa, cây cỏ bắt đầu chuyển màu từ xanh, sang vàng rồi đỏ chen lẫn những lá còn xanh tạo nên một khung cảnh thiên nhiên với nhiều sắc màu tuyệt vời. Và tôi cũng muốn bắt chước nhạc sĩ đa tình Vũ Thành An "Xin chiếc lá vàng làm bằng chứng yêu em"[4]. Nhưng xuyên suốt cả chuyến đi kỳ này, tôi chưa thấy được lá vàng rơi, chưa nhìn được lá ngô đồng đỏ, mùa thu năm nay tới trễ cũng có thể tại khí hậu biến đổi. Thôi thì đành một lần thất hẹn, hứa khi về đến nhà sẽ "nói với người phu quét đường xin chiếc lá vàng" sau vậy.

Cũng như tất cả chuyến đi, cuối cùng thì cũng phải lên máy bay trở về, lòng tôi chợt trùng xuống, biết bao giờ mới trở lại nơi đây với bao nhiêu kỷ niệm, bao nhiêu hình ảnh như đang đổ dồn lại trong tôi. Tôi cúi đầu, xin từ giã xứ sở của loài hoa anh đào, của những cây Phù tang, của loài hoa cúc 16 cánh và đất nước của mặt trời mọc. *Tôi thầm nói trong miệng "sayōnara".*

Lương Nguyên Hiền
Mùa thu 2023

Tài liệu tham khảo:

[1] "Mùa hạ trong thơ Haiku Nhật Bản", Hoàng Xuân Vinh

[2] "Hữu thì trực thướng cô phong đỉnh. Trường khiếu nhất thanh hàn thái hư" - (Muốn leo lên tận đỉnh cao, và hét lên một tiếng cho lạnh cả hư không). Đây là câu trong bài thơ chữ Hán "Ngôn hoài" của thiền sư Không Lộ (1016-1094) thời Lý.

[3] "Phú Sĩ muôn vẻ", Lê Xuân Sơn

[4] Bản nhạc "Em Đến Thăm Anh Đêm 30", Nhạc: Vũ Thành An, Thơ: Nguyễn Đình Toàn. "Anh nói với người phu quét đường. Xin chiếc lá vàng làm bằng chứng yêu em". Thi sĩ, nhạc sĩ và nhà văn Nguyễn Đình Toàn mới mất vào ngày 28 tháng 11 năm 2023.

THƠ
Thu Lý

Mẹ ơi, Mẹ đẹp tuyệt vời

--
Mẹ ơi !
Mẹ đẹp tuyệt vời ,
Đảm đang , hiền hậu , suốt đời thanh cao .
Mẹ đẹp như những vì sao ,
Sáng ngời muôn thủa , ngọt ngào thiên thu .

Con còn nhớ mãi lời ru ,
Thân thương tiếng hát , vi vu gió lùa .
Bên mẹ thỏa chí vui đùa ,
Giá còn có mẹ như vua trên đời .

Kể sao cho hết những lời ,
Tuổi thơ bên mẹ tuyệt vời của con .
Đời mẹ chỉ một lòng son ,
Công , dung , ngôn , hạnh mãi còn sáng soi .

Giờ đây nhớ mẹ mỏi mòn ,
Có khi trong mộng mẹ con chuyện trò .
Âm dương cách trở bến đò ,
Giật mình tỉnh giấc , mẹ con đâu rồi ?

Lòng con thổn thức bồi hồi ,
Lùa tay ôm mẹ như hồi còn thơ .
Mất mẹ đời con bơ vơ,
Tìm đâu cho được bến bờ bình an ?

Nhớ mẹ , nước mắt chứa chan,
Nguyện cầu Phật độ mẹ sang cõi Ngài .
Chắp tay quì dưới Phật đài ,
Ơn cha , nghĩa mẹ hàng ngày nhớ ghi !

(Thu Lý - Tâm Nhuận Hương)

WHO - Tổ chức Y tế Thế giới định nghĩa tình trạng sức khỏe tốt là: "Sức khỏe không chỉ đơn thuần là không mắc bệnh hay tật nguyền, mà là trạng thái toàn diện về thể chất, tinh thần và giao tiếp xã hội" – "Health is a state of complete physical, mental and social well-being and not merely the absence of disease or infirmity". ẤY CHÍNH LÀ TRẠNG THÁI THÂN TÂM AN LẠC

BS. Nguyễn Ý Đức

ĂN CHUỐI

Chuối là loại cây thân nhiều nước, lá to và dài.

Chuối mọc hoang đầu tiên ở vùng Đông Dương, Mã Lai, Miến Điện với những trái chuối đầy hạt. Ngày nay chuối không hạt, vô tính được trồng khắp những vùng có khí hậu nhiệt đới. Chuối nhập cảng vào Hoa Kỳ hầu hết từ các trại ở Nam Mỹ Châu và Phi Luật Tân.

Cây chuối cũng rất quen thuộc với người Việt nam, với chuối hương, chuối ngự, chuối sứ, chuối mường... Chuối thường được thu hoạch nguyên buồng khi còn xanh, nhưng khi để nơi có nhiệt độ trung bình, hoặc trong túi nhựa kín với quả táo, chuối chín rất mau.

Chuối xanh có vị chát, thịt cứng nhưng khi chín, tinh bột chuyển hóa thành chất ngọt, thịt mềm và thơm. Chuối xanh cũng có một chất đạm làm mất tác dụng của diếu tố amylase, một loại men tiêu hóa trong nước miếng, khiến cơ thể không hấp thụ được carbohydrat.

Nhìn vỏ chuối đoán được chuối chín hay chưa chín. Khi vỏ còn xanh vàng là chuối chưa chín; khi vỏ vàng đều là chuối đã chín, sẵn sàng để ăn. Chuối chín thì hầu hết tinh bột được chuyển hóa thành các loại đường Dinh dưỡng. Chuối là loại trái cây nhiệt đới được ăn nhiều nhất.

Chuối có đủ 8 loại amino acid cần thiết mà cơ thể không tổng hợp được;. Ngoài ra, chuối có nhiều đường glucose, fructose, sucrose và là nguồn năng lượng đáng kể. Chuối chỉ đứng sau trái bơ (avocado) về lượng kali, một khoáng chất rất cần thiết cho sự vận hành của bắp thịt. Chuối còn có sinh tố B, C, Folate, chất xơ. Đặc biệt chuối không có cholesterol và rất ít chất béo. Trong 100g chuối tươi có khoảng 70 g nước, 1 g đạm, 25g carbohydrat.

Ngoài ra, còn có loại chuối lá (plaintain), vỏ xám vàng, nhiều tinh bột, không đường, không ăn như chuối thường mà phải chiên. Bên Ấn Độ, bột chuối này được dùng để chữa viêm loét bao tử, đầy bụng, khó tiêu. Một quả chuối cung cấp khoảng 100 calori.

Công dụng y học.

Kết quả nghiên cứu tại Đại học Harvard năm 1998 cho hay khi ăn thực phẩm có nhiều kali như chuối, thì nguy cơ tai biến mạch máu não có thể giảm tới 36 % so với người ít ăn chuối. Kali cũng có thể giúp hạ thấp huyết áp.

Chuối có khá nhiều pectin nên rất tốt để làm giảm cholesterol trong máu, do đó giảm nguy cơ bệnh tim mạch.

Chuối làm tăng khả năng chịu đựng của cơ thể với các căng thẳng về thể xác và tâm thần nhờ nhiều chất đường thiên nhiên.

Trên 70 năm về trước, y giới đã quan sát thấy rằng chuối có khả năng chữa loét bao tử ở loài chuột. Gần đây, các khoa học gia Anh quốc và Ấn Độ chứng minh là chuối có hóa chất chống acid trong bao tử giống như thuốc Cimetedine. Hóa chất này cũng giúp tăng sức chịu đựng của niêm mạc bao tử mạnh hơn để ngăn chặn sức phá hoại do độ acid của dịch vị.

Nhiều người còn tin rằng ăn chuối sẽ ngủ ngon hơn, tâm thần thư giãn, yêu đời hơn.

Lựa và cất giữ chuối

Trừ phi mua chuối chín cây trong vườn, còn đa

số chuối bán ở siêu thị, chợ đều được hái khi còn xanh để dễ vận chuyển đến nơi tiêu thụ. Chuối có vỏ mầu nâu thì có thể để lâu hơn.

Muốn ăn ngay thì lựa chuối có vỏ mầu vàng nhạt là sẵn sàng để ăn; mầu vàng xanh ở hai đầu thì phải đợi hai ba ngày. Tránh mua chuối có chỗ mềm nhũn trên vỏ, hoặc vỏ đã bị rách nứt, bầm hoặc xám. Nhiều người thích chuối chín trứng cuốc, vỏ vàng có lấm tấm chấm đen đều nhau giống như mầu trứng con chim quốc.

Thường thường ai cũng thích ăn chuối chín trên cây, nhưng nhiều người lại cho là chuối chín cây không ngon bằng chuối hái xanh rồi để cho chín. Âu đó cũng là sở thích cá nhân. Chuối chín cần được cất ở ngăn ít lạnh nhất trong tủ lạnh để tránh thâm da, nhũn ruột. Ở ngoài phòng, nhiệt độ cao làm chuối mau mềm hư.

Chuối đã cắt hay bóc vỏ đều bị oxy hóa, chuyển sang mầu nâu đậm. Muốn tránh bị oxy hóa, ngâm chuối đã bóc vỏ trong nước pha giấm hoặc chanh.

Chuối có thể ăn nguyên trạng khi chín, hoặc chiên, nấu chè.

Chuối xanh thái mỏng, ăn với thịt lợn ba chỉ, mắm tôm nguyên con, rau xà lách, hoặc nấu um với lươn, cá, ốc, trạch hoặc đậu rán...

Hoa chuối thái chỉ là món ăn sống rất giòn và bùi nhất là khi ăn với bún ốc riêu cua. Hoa chuối luộc lên rồi trộn với lạc rang hoặc vừng, chanh, đường làm món nộm cũng rất ngon.

Thân chuối non thái mỏng ăn ghém, hoặc người Mường có món thân chuối hầm với lòng dồi động vật cũng rất hấp dẫn.

Củ chuối cũng được dùng để nấu lươn, ốc ăn rất bùi.

Chuối còn được phơi hoặc sấy khô để dành. Chuối chín ăn với pho mát các loại là món tráng miệng tuyệt hảo của người sành ăn

Vài điểm cần lưu ý.

Chuối có chất serotonin, một hóa chất làm co bóp hay giãn nở mạch máu.

U bướu tuyến nội tiết, ruột, phổi cũng tiết ra nhiều serotonin và thường được đo trong nước tiểu để xác định bệnh. Vài ngày trước khi thử nước tiểu định bệnh ung thư mà ăn nhiều chuối có thể làm thử nghiệm không chính xác.

Chuối chín ủng có chất tyramine, có thể gây tương tác với thuốc chữa bệnh trầm cảm MAO inhibitor. (Monoamine oxidase inhibitor).

BS. Nguyễn Ý Đức

***

Không chỉ được nhiều người yêu thích nhờ hương vị thơm ngon mà chuối còn là loại quả rất tốt cho sức khỏe. Lợi ích mà chuối mang lại còn nhiều hơn nếu ăn hai quả chuối mỗi ngày.

Các loại thực phẩm lành mạnh không phải lúc nào cũng hợp khẩu vị. Nhưng đối với chuối, đây là loại quả không chỉ mang lại sự hài lòng về vị giác mà còn mang lại nhiều lợi ích cho sức khỏe.

Theo Bright Side, ăn chuối đã tốt nhưng nếu tiêu thụ hai quả chuối mỗi ngày có thể cải thiện đáng kể sức khỏe của bạn. Sau đây là 7 tác dụng bạn nên biết để không quên ăn chuối mỗi ngày.

1. Giảm huyết áp

Chuối có chứa 420mg kali, do đó loại quả này có thể làm giảm huyết áp, từ đó áp lực lên động mạch cũng ổn định.

2. Giảm cân

Chuối rất giàu chất xơ khiến bạn không muốn ăn thêm gì sau khi ăn nó. Ngoài ra, chuối cũng chứa tinh bột, làm giảm sự thèm ăn và ngăn cơ thể tăng cân.

Chuối cũng làm giảm lượng đường trong máu và tăng sự nhạy cảm của cơ thể với insulin. Nếu các tế bào trong cơ thể không nhạy cảm với insulin, cơ thể sẽ không thể hấp thụ glucose và tuyến tụy bắt đầu sản sinh ra insulin với số lượng lớn hơn. Việc cơ thể có tích tụ chất béo hay không là phụ thuộc vào lượng insulin hiện có trong cơ thể.

3. Giảm nguy cơ thiếu máu

Thiếu máu khiến da xanh xao, mệt mỏi và khó thở. Đây là hậu quả của việc giảm tế bào hồng cầu và lượng hemoglobin thấp trong máu.

Trong khi đó, chuối rất giàu chất sắt, một loại khoáng chất giúp kích thích sự sản sinh ra các tế bào hồng cầu. Ngoài ra, chuối cũng chứa vitamin B6, giúp điều chỉnh lượng đường trong máu, rất tốt cho người thiếu máu.

4. Cải thiện hệ tiêu hóa

Chuối rất dễ tiêu hóa và không gây kích ứng đường ruột. Kháng tinh bột (loại tinh bột không được tiêu hóa khi đi qua ruột non) có trong chuối không bị tiêu hóa và được giữ lại trong ruột già, nơi nó trở thành nguồn dinh dưỡng cho các loại vi khuẩn lành mạnh.

Chuối cũng rất tốt cho người bị viêm dạ dày, ợ nóng và giúp khôi phục các khoáng chất bị mất đi đối với người mắc bị tiêu chảy.

5. Giảm căng thẳng

Ăn chuối giúp cải thiện tâm trạng của bạn. Loại quả này có chứa tryptophan, một loại axit amin được cơ thể chuyển đổi thành hormone serotonin, hay còn gọi là hormone hạnh phúc.

Trung bình trong mỗi quả chuối chứa 27mg magie. Khoáng chất này có nhiệm vụ tạo ra tâm trạng thoải mái và ngủ ngon.

6. Bổ sung vitamin

Chuối rất giàu vitamin B6 và trung bình một quả chuối đáp ứng 20% vitamin B6 về nhu cầu hàng ngày của bạn. Vitamin B6 giúp cơ thể sản sinh ra insulin, hemoglobin và các amino axit cần thiết để tạo ra các tế bào khỏe mạnh.

Mặc dù chúng ta thường nghĩ cam và dâu tây là loại quả có hàm lượng vitamin C lớn nhất nhưng chuối thực sự mới là loại quả chiếm 15% nhu cầu vitamin C hằng ngày của cơ thể.

Vitamin C là một chất chống oxy hóa quan trọng, giúp trung hòa các gốc tự do (các phân tử hoạt tính có một điện tử duy nhất có thể phá hủy các tế bào của cơ thể). Ngoài ra, vitamin C còn giúp các mạch máu khỏe mạnh và sản xuất ra collagen.

7. Bổ sung năng lượng

Hàm lượng kali trong chuối giúp bảo vệ cơ bắp khỏi nguy cơ bị chuột rút. Trong khi đó carbohydrate cung cấp năng lượng cho cơ thể đủ để bạn thực hiện một bài tập nặng. ■

*Theo Brightside - theo Trí Thức Trẻ

Các Infografik về Y khoa thường thức của nhóm Bác sĩ CN St (Đức)

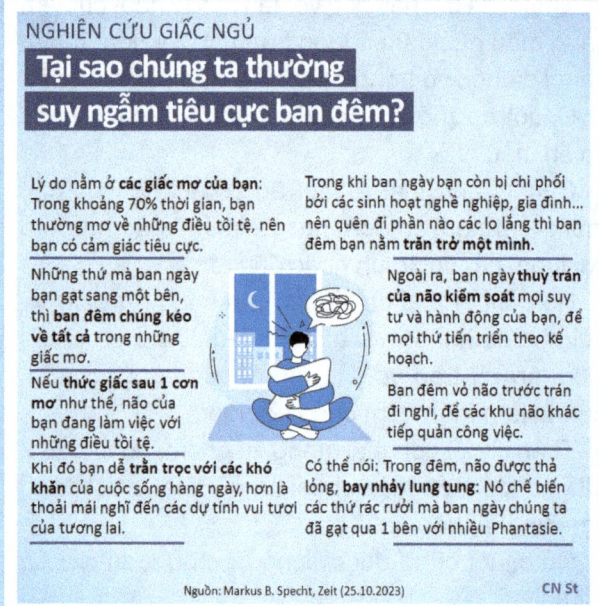

ĐẠI HỘI TĂNG GIÀ PHẬT GIÁO TẠI ĐỨC

-

Deutsche Buddhistische Ordensgemeinschaft 2024

30.04 – 02.05.2024 tại Tổ Đình Viên Giác Hannover

Chiều thứ ba (30.04.2024), lúc 15:00 giờ chư Tăng Ni thuộc DBO đã vân tập về Tổ Đình Viên Giác. Thầy Hạnh Định (đương kim Đệ tứ Trụ trì Chùa) và Thầy Hạnh Bổn (cựu Đệ tam Trụ trì) thân mật đón tiếp, mời dùng trà và sau đó mỗi vị tự giới thiệu để làm quen. Đó là phần khởi đầu chương trình của ba ngày đại hội.

Lúc 18 giờ Hòa Thượng Phương Trượng Tổ Đình Viên Giác ban đạo từ đến chư Tăng Ni tham dự. Hòa Thượng hiện là đương kim cố vấn DBO, đã sách tấn chư Tăng Ni và hứa tiếp tục ủng hộ mục đích và hoạt động của DBO.

Chư Tăng tham dự đại hội có sáu vị gồm nhiều Tông phái khác nhau. Hòa Thượng Phương Trượng Tổ Đình Viên Giác không từ lao nhọc đã hỗ trợ tinh thần Tăng lữ tham gia hầu hết các buổi hội thảo; trừ một ngày Ngài đã có hẹn với các anh chị em thế hệ trẻ nên đã đi du ngoạn với GĐPT Tâm Minh theo truyền thống mỗi năm vào ngày 01.05.

Ngày đầu gặp mặt Ngài đã có hồng bao lì xì để hỗ trợ chư Tăng Ni làm phương tiện sinh hoạt.

Có nhiều vị phát biểu họ rất cảm động trước tấm lòng từ bi và thương tưởng của Hòa Thượng. Ngoài Hòa Thượng còn có Thầy Hạnh Định và Thầy Hạnh Bổn là chư Tăng Việt Nam theo truyền thống Bắc Tông tham dự. Chư Tăng Nam Tông gồm có Thầy Sukkacitto, Thầy Santuttho (người đã dịch Vinaya- Luật tạng Pali sang tiếng Đức trong ròng rã 20 năm, link tham khảo: palicanon.com), Thầy Kheminda và chú Pannasana - đã là Sa Di từ năm 1989 nhưng không thọ giới Tỳ Kheo vì Thầy nói cuộc sống ở Tây Âu này quá khó để giữ các giới luật Tỳ Kheo trọn vẹn theo Nam Tông, ví dụ như không được ngồi xe nếu không bệnh.

Chư Ni tham dự có ba Sư Cô và hai Sa Di Ni theo Bắc Tông Tây Tạng, một Sư Cô theo Bắc Tông Đài Loan (Hội Trưởng), Sư Cô Doko theo Bắc Tông Nhật Bản, một Sư Cô Bắc Tông Việt Nam và một Sư Cô theo Nam Tông. Chư Tăng Ni trừ quý Thầy Cô Việt Nam đều là người Đức và một người Áo đi xuất gia theo các tông phái khác nhau và nay về lại Đức để tu tập và hành đạo tại bổn xứ.

Mỗi buổi sáng chư khách Tăng Ni tham dự buổi công phu khuya rất trang nghiêm, đầy năng lực của Chùa. Sau đó, mọi người có một tiếng đồng hồ để tu tập riêng theo trường phái của mình hoặc trao đổi giao lưu với nhau trước khi ăn sáng lúc 8h.

Từ 9h đến 11:30h chư Tăng Ni được nghe Sư Cô Simplicity thuyết trình đề tài "Tinh thần và thể chất của người xuất gia" rồi sau đó thảo luận trong tinh thần lục hòa Tăng lữ.

Trước khi ngọ trai lúc 12h theo dạng Buffet. Chư Tăng Nam Tông tác pháp thọ lãnh thức ăn bằng cách một vị (nam) cư sĩ đến vịn vào bàn nơi để các thức ăn, một vị Thầy Nam Tông cũng vịn vào đó rồi người cư sĩ nói lên: "Con xin cúng dường các thức ăn này lên quý Ngài." bằng tiếng Đức để quý Thầy ấy hiểu được và thọ lãnh, tự bới cơm, lấy canh v.v…

Chư Tăng Ni lấy thức ăn xong đồng cúng dường lên chư Phật cùng niệm Phật và thọ lãnh các bữa cơm chay thanh tịnh.

Từ 13g đến 15g Sư Cô Thupten Jampa thuyết trình đề tài "Lục Hòa", sau đó chư Tăng Ni được chia ra thành ba nhóm để lập luận và thảo luận riêng, cuối cùng tụ tập lại để đưa ra ý tưởng và kết quả của nhóm.

Sau một buổi chia sẻ kinh nghiệm và thảo luận sôi nổi chư Tăng Ni được Thầy Hạnh Bổn hướng dẫn đi tham quan Chùa và dạo một vòng ra "biệt thất" (Schrebergarten) của Chùa, 18h30 về lại đến Chùa dùng tối.

Mỗi tối lúc 19g30 quý Thầy Cô luân phiên làm chủ lễ tụng kinh một lần theo truyền thống của mình và ngồi thiền trong vòng một tiếng. Ngày đầu quý Thầy Nam Tông làm chủ lễ tụng kinh và ngày thứ hai quý Sư Cô Bắc Tông Tây Tạng. Tụng kinh xong là giờ toạ thiền, tất cả gom trong một tiếng đồng hồ. Sau đó là giờ chỉ tịnh.

Thời khóa của mỗi ngày đều giống nhau. Sáng hôm thứ hai của Đại Hội DBO là đề tài hội thảo thứ ba do Thầy Sukkacitto trình bày về kinh nghiệm, cảm xúc và khó khăn của chính Thầy làm tu sĩ. Thêm một lần nữa thảo luận sôi nổi dấy lên vì mỗi vị đều có kinh nghiệm riêng, nếp sống và cách tu tập riêng của mình.

Trưa hôm đó chư Tăng Tổ Đình Viên Giác và Phật Tử tại Hannover đã làm lễ tác bạch cúng dường, dâng tứ vật dụng lên chư tôn đức Tăng Ni đang tham dự Đại Hội.

Chiều ngày thứ hai của Đại Hội DBO, chư Tăng Ni được Thầy Hạnh Bổn và Thầy Hạnh Định chở đến viếng thăm Nhà Tôn Giáo (Haus der Religion) của Thành Phố Hannover mới được trang trí lại sặc sỡ màu sắc với các thiết bị kỹ thuật số rất hiện đại nhằm đưa các thông tin về các tôn giáo đến mọi người tham quan.

Sau khi tham quan Nhà Tôn Giáo chư Tăng Ni được Thầy Hạnh Bổn mời đi ăn kem Ý vì trời quá nóng. Sau đó quý Thầy được chở về dùng cơm và buổi tối tụng kinh theo truyền thống Đài Loan và tọa thiền.

Ngày thứ ba cũng là ngày cuối của Đại Hội DBO do một Sư Cô thuyết trình đề tài nhưng vì bị bệnh không đến được nên Thầy Santtutho được đề nghị thay thế. Dù thời gian rất ngắn nhưng Thầy đã tham khảo rất rõ ràng về tinh thần của đức Phật lúc kết giới trong Luật tạng Pali để chia sẻ với chư Tăng Ni qua đề tài "Sự tu tập của một người xuất gia -"Schulung des spirituellen Asketen".

Sau buổi hội thảo cuối cùng chư Tăng Ni thọ trai thân mật và về lại bổn xứ.

Qua Đại Hội DBO chúng con thấy được dù có sự khác biệt trên hình tướng của chư Tăng nhưng Giới Luật của đức Phật, nền tảng của Phật giáo chỉ có một. Chư Tăng Ni dù khác truyền thống và cách thức tu tập nhưng Giới, Định, Huệ và Từ Bi Hỷ Xả vẫn đồng là pháp môn để hành trì.

Dù là người bản xứ (người Đức, Tây Âu) nhưng chư Tăng Ni đều có sự khó khăn của mình trên đất nhà, nơi mà Phật giáo chưa được chính thức công nhận và ủng hộ bởi chính quyền. Nhiều vị sư Nam Tông đi tầm cầu Chùa thích hợp cho mình, nhưng thật khó hòa nhập với tính chất Tây và văn hóa Á, vài vị vì để được thâu nạp nên phải nhẫn nhịn ẩn mình. Có vị lập Chùa với muôn vàn sự thiếu thốn vì thiếu sự ủng hộ của dân chúng bản xứ.

Nhìn lại thì tuy Phật Giáo Việt Nam ở Hải Ngoại cũng có sự khó khăn trong sự hành đạo nơi xứ người, nhưng do lòng tin kiên cố và tâm ủng hộ sâu dày của Cư sĩ Phật tử Việt Nam nhất là các thế hệ trước nên đến nay sự lưu truyền giáo pháp không gián đoạn dù ở đất khách phương xa.

Tkn. Thích Chân Đàn
Thụy Sĩ, 10.05.2024

Ein Bericht über das DBO-Treffen 2024 (3 Tage vom 30.04 – 02.05.2024)

Das diesjährige DBO-Treffen (Deutsche Buddhistische Ordensgemeinschaft) fand dieses Jahr in der Pagode Vien Giac Hannover statt.

Dienstag, den 30.04.2024 trafen die Ehrwürdigen Mönche und Nonnen gegen 15 Uhr in der Pagode Vien Giac ein und wurden vom aktuellen Abt Thay Hanh Dinh und vom ehemaligen Abt Thay Hanh Bon empfangen und zum Tee eingeladen. Eine Kennenlernen-Runde startete, wobei alle anwesenden Mönche und Nonnen sich vorstellen sollten, so begann das Programm des DBO-Treffens.

Um 18 Uhr begrüßte der Gründer-Abt alle Mönche und Nonnen und hielt die erste Ansprache mit weisen Worten. Er motivierte die Mönche und Nonnen in ihrer Praxis und versprach der DBO sie weiterhin zu unterstützen.

Es nahmen sechs Ehrwürdige Mönche teil: Aus Barmherzigkeit und Unterstützung scheute der Hochehrwürdiger Gründer-Abt der Pagode Vien Giac keine Müdigkeit und nahm an allen Vorträgen und Diskussionsrunden teil, außer am 01.05, wo er traditionell mit der Jugendgruppe Tam Minh einen Ausflug machte.

Schon am ersten Tag der Begegnung überreichte er den Mönchen und Nonnen eine Spende um als Mittel für den Alltag zu dienen. Viele von den Mönchen und Nonnen waren sehr gerührt und brachten ihre Emotionen und Dankbarkeit zum Ausdruck. Außer dem Gründer-Abt waren Thay Hanh Dinh und Thay Hanh Bon Vietnamesische Mönche nach der Mahayana

Tradition. Anwesende Theravada Mönche waren Bhante Sukkacitto, Bhante Santuttho (Übersetzer des Palicanons in die Deutsche Sprache über 20 Jahre, link: palicanon.com), Bhante Kheminda und Samanera Pannasana (seit 1989, nahm aber die Bhikshu Regeln nicht an, da es für ihn sehr schwierig ist hier im Westen die Regeln nach dem Theravada vollständig zu halten wie z. B. man darf kein Auto benutzen, wenn man nicht krank ist.)

Von den teilnehmenden Nonnen waren drei Bhikshunis und zwei Samanerikas ordiniert nach dem tibetischen Mahayana, eine Bhikshuni ordiniert nach dem Tawainesischen Mahayana, eine Bhikshuni ordiniert nach dem Japanischen Mahayana, eine Vietnamesische Mahayana-Bhikshuni und eine Bhikshuni ordiniert nach Theravada Tradition anwesend. Alle Mönche und Nonnen waren – außer den Vietnamesischen Mönche und Nonnen – Deutsche sowie ein Österreicher, die in verschiedenen Traditionen ordiniert worden waren, jetzt aber zurück nach Deutschland gekommen sind um hier zu praktizieren und den Buddhismus zu erhalten.

An jedem Morgen nahmen alle Mönche und Nonnen an der sehr kraftvollen Morgenrezitation - das Surangama-Mantra - der Pagode Teil. Danach hatten alle eine Stunde Zeit für die eigene Praxis oder für einen Austausch vor dem Frühstück um 8 Uhr.

Von 9 Uhr bis 11:30 Uhr hielt die Ehrwürdige Nonne Simplicity einen Vortrag über den Monastischen Geist und Körper mit anschließender Diskussion im Einklang.

Vor dem Mittagessen um 12 Uhr in Buffetform machten die Ehrwürdigen Theravada-Mönche ein Ritual für der Erhalt der Speisen nach ihrer Tradition. Ein Laien-Buddhist hielt den Tisch fest, auf den Speisen dargebracht sind und der Theravada Mönch berührte auch diesen. Daraufhin sprach der Laie: "Ich möchte Ihnen diese Speisen darbringen." Der Mönch verstand es und das Ritual ist vollbracht. Danach konnten sich alle das Essen selber holen. Wie in jeder Tradition wird vor dem Verzehr die Speisen dem Buddha dargebracht, so wurde in der Pagode auch durch gleichzeitiges Rezitieren des Buddhanamen Nam Mo Shakya Muni Buddha vegetarisches Essen dargebracht und danach im Schweigen gegessen.

Von 13 Uhr bis 15 Uhr hielt die Ehrwürdige Thupten Jampa einen Vortrag zu dem Thema "Die Sechs Harmonien". Sie teilte danach alle Mönche und Nonnen in drei Gruppen auf, die sich erstmal separat austauschten und Thesen entwickelten dann in der Großrunde die Ergebnisse sowie weitere Ideen vortrugen.

Nach dem Austausch der Erfahrungen und einer lebhaften Diskussion schöpften alle wieder Kraft durch einen Spaziergang. Thay Hanh Bon führten alle durch den Garten des Tempels und weiter zu dem Schrebergarten. Pünktlich zum Abendessen um 18:30 Uhr waren alle zurück.

An jedem Abend um 19:30 Uhr wurde eine Stunde Meditation angesetzt. Vor der Meditation gab es noch eine kurze Andacht in Form von Rezitation nach der jeweiligen Tradition. Am ersten Abend übernahmen die Theravada-Mönche die Leitung, am zweiten die Tibetischen Mahayana-Nonnen und am dritten die Taiwanesische Mahayana-Nonne. Nach der Meditation war Bettruhe.

Der Tagesablauf war immer der selbe nur die Vorträge und Referenten haben sich abgewechselt. Am Morgen des zweiten Tages des DBO-Treffens stellte Bhante Sukkacitto in einem Vortrag über seine Erfahrungen, Emotionen und Schwierigkeiten als Mönch dar. Wieder wurde eine heftige Debatte ausgelöst, da jeder seine Eigene Erfahrung und Praxis sowie Einstellung hatte.

Am Nachmittag fuhren Thay Hanh Bon und Thay Hanh Dinh alle zum Haus der Religionen der Stadt Hannover, um dort die neue farbenfrohe und digitalisierte Ausstellung mit vielen Informationen zu den Religionen zu bewundern.

Nach dem Besuch des Hauses der Religionen lud Thay Hanh Bon alle zum Eisessen ein, da es ein ziemlich warmer Tag war. Danach fuhren alle zurück zur Pagode fürs Abendessen. An diesem letzten Abend wurde auf Chinesisch von der Ehrwürdigen Nonne Simplicity rezitiert und das letzte Mal meditiert.

Der Vortrag des vierten und auch letzten Tages des DBO-Treffens sollte eigentlich von einer

Ehrwürdigen Nonne vorgetragen werden, die jedoch erkrankt war und absagen musste. Bhante Santtutho wurde daher gebeten an ihrer Stelle etwas vorzutragen. Trotz der kurzen Vorbereitungszeit hatte Bhante sehr sorgfältig über den spirituellen Geist Buddhas während der Erstellung der Ordensregeln im Palicanon recherchiert, um mit allen Mönchen und Nonnen durch das Thema "Schulung des spirituellen Asketen" zu teilen.

Nach dem letzten Vortrag aßen die Mönche und Nonnen noch ein letztes Mal gemeinsam bevor sie zurückfuhren.

Durch das DBO-Treffen durfte ich erfahren, dass trotz des Unterschieds im Äußeren die Ordensregeln des Buddhas, das Fundament des Buddhismus immer nur eins ist. Trotz der unterschiedlichen Traditionen und Praxen ist Disziplin, Konzentration, Weisheit und Liebende Güte, Mitgefühl, Mitfreude und Gleichmut die Dharmarüstung.

Obwohl die einheimischen Mönche und Nonnen Deutsche, Europäer sind, haben sie große Schwierigkeiten in der eigenen Heimat, wo der Buddhismus noch nicht anerkannt und von der Regierung unterstützt wird. Viele Theravada-Mönche suchen für sich nach einem geeigneten asiatischen Tempel aber auch dort ist der Unterschied zwischen Ost und West groß und sie müssen vieles erdulden. Andere errichten Tempeln mit großen Hürden wegen mangelnder Unterstützung von den Einheimischen.

Rückblickend, trotz der vielen Schwierigkeiten in der Entfaltung des Vietnamesischen Buddhismus im Ausland, ist der Glaube und die Unterstützung der Vietnamesischen Laien-Buddhisten - vor allem bei der älteren Generation - fest und tief, daher ist die Erhaltung des Buddhismus bisher ununterbrochen obwohl wir in einem fremden Land sind. ∎

Thich Chan Dan
Berlin, 18.05.2024

Thích Chúc Hiếu

HỒN Việt XỨ MỸ

Trong chuyến tháp tùng cùng phái đoàn hoằng pháp Âu Mỹ vừa qua từ ngày 29 tháng 2 năm 2024 đến ngày 22 tháng 4 năm 2024, bản thân chúng tôi có cơ hội cùng với quý Tôn đức trong phái đoàn được viếng thăm các chùa, đạo tràng của người Việt trên nước Mỹ. Xuyên suốt gần 10 tiểu bang và hàng chục ngôi chùa của người Việt – những nơi mà đoàn đi qua đã để lại trong tất cả thành viên nhiều cảm xúc khác nhau. Lần này, cũng dưới sự dẫn dắt của Hòa thượng thượng Như hạ Điển – Phương trượng Tổ đình Viên Giác, Đức quốc cùng 10 thành viên đến từ nhiều quốc gia khác nhau:

1/ Hòa thượng Thích Thông Triết – Viện chủ Thiền viện Chánh Pháp, Oklahoma và các Thiền viện khác như Trúc Lâm Bảo Chí,…

2/ Thượng toạ Thích Hạnh Bảo – Trụ trì Tu viện Liên Tâm, Phần Lan và Tu viện Viên Ý, Ý Đại Lợi.

3/ Thượng toạ Thích Hạnh Tuệ - Trụ trì Tu viện Pháp Vương, California.

4/ Thượng toạ Thích Thánh Trí – Trụ trì Tu viện Quán Thế Âm, Washington State.

5/ Thượng toạ Thích Hạnh Giới – Trụ trì Tu viện Viên Lạc, Đức quốc.

6/ Thượng toạ Thích Hạnh Định – Trụ trì Tổ đình Viên Giác, Đức quốc.

7/ Thượng toạ Thích Viên Giác – Trụ trì chùa Đôn Hậu, Na-uy.

8/ Thượng Tọa Thích Thiện Trí, Nghiên cứu sinh Đại Học Tây Lai, Hoa Kỳ.

9/ Đại Đức Thích Chúc Hiếu, Tri sự Tổ Đình Chúc Thánh Hội An, Việt Nam.

10/ Đại Đức Thích Trung Thành – Du học Tăng tại Đài Loan.

Cảm xúc khi thăm các ngôi chùa Việt Nam tại Hoa Kỳ, chúng ta có thể nhận thấy một sự kết nối sâu sắc với văn hóa và truyền thống của mình. Đó có thể là một trải nghiệm đầy thú vị, khi chính mình tìm thấy một phần của quê hương ngay trong lòng một đất nước khác. Các ngôi chùa không chỉ là nơi thờ cúng mà còn là nơi giữ gìn và truyền bá văn hóa Việt Nam, từ kiến trúc đến các nghi lễ và lễ hội. Điều này khiến cho tôi cảm thấy tự hào và gần gũi với nguồn gốc của mình.

Trong bóng râm của những ngôi chùa Việt Nam

tại Hoa Kỳ, tôi tìm thấy sự yên bình giữa lòng đô thị ồn ào. Tại đây, những nghi lễ truyền thống được tái hiện, những khóa tu học, sự sinh hoạt của bà con nơi đây được gìn giữ tương đối tốt. Các hoạt động cộng đồng tại chùa không chỉ giới hạn ở việc thờ cúng. Chùa còn là nơi tổ chức các lớp học tiếng Việt cho thế hệ trẻ, giúp họ hiểu và gắn bó hơn với ngôn ngữ và văn hóa của Tổ tiên. Những buổi thiền định hàng tuần mang lại cho họ sự tĩnh tâm, giúp họ tìm lại được sự cân bằng trong cuộc sống đầy biến động.

Sự giao lưu văn hóa cũng là một phần không thể thiếu. Chùa mở cửa đón nhận mọi người, không phân biệt nguồn gốc hay tôn giáo, để cùng nhau học hỏi và trải nghiệm văn hóa Việt Nam. Điều này không chỉ giúp cộng đồng Phật giáo mở rộng và phát triển mà còn góp phần vào việc xây dựng sự hiểu biết và tôn trọng lẫn nhau giữa các nền văn hóa. Hàng ngàn người với các sắc dân khác nhau đã quy tụ về một ngôi chùa chỉ để nghe lời giảng dạy của vị Sư với thân hình nhỏ bé nhưng thông thạo nhiều ngôn ngữ và thành thạo kỹ năng truyền đạt đến đại chúng. Người mà tôi nhắc đến chính là Thầy Hạnh Hòa, hiện đang Trụ trì chùa Trúc Lâm, Houston.

Kiến trúc của các ngôi chùa là sự kết hợp hài hòa giữa truyền thống và hiện đại. Mái ngói cong vút, trụ đá điêu khắc tinh xảo, và những bức tượng Phật được chăm chút tỉ mỉ, tất cả đều phản ánh tâm huyết và niềm tự hào của cộng đồng.

Một lần ghé thăm, tôi được nghe những câu chuyện cảm động về sự an ủi và hỗ trợ mà chùa mang lại cho những người đang gặp khó khăn trong cuộc sống. Đó là những câu chuyện về tình thân, về sự kiên nhẫn, và về niềm tin vào sức mạnh của tâm linh.

Trong không gian tĩnh lặng của chùa, tôi thấy mình như đang lắng nghe được tiếng vọng của quê hương. Mỗi bức tranh, mỗi tác phẩm điêu khắc, đều kể lên một phần của lịch sử Việt Nam. Tôi dừng chân trước bức tượng Quan Âm Bồ Tát ở chùa Việt Nam, Houston, bên cạnh đó là bàn thờ với những bát hương và đèn cầy le lói. Tôi cảm nhận được sự an lành và bình yên nơi đây, nơi mà mọi lo toan của cuộc sống dường như tan biến.

Các buổi lễ tại chùa không chỉ là nơi để thực hành nghi lễ tôn giáo, mà còn là dịp để cộng đồng gặp gỡ và chia sẻ. Chúng tôi tham gia vào các buổi tụng kinh, cảm nhận từng lời kinh cầu nguyện vang vọng, như một bản hòa ca của tâm hồn. Những bữa cơm chay cùng cộng đồng sau mỗi buổi lễ là dịp để mọi người kết nối, chia sẻ câu chuyện của mình và cùng nhau cảm nhận sự ấm áp của tình thân.

Hòa thượng Trưởng đoàn cùng chư Tôn đức trong phái đoàn đã có những bài pháp thoại thật sâu sắc và ý nghĩa gửi đến đại chúng trong những khóa tu hay những lần ghé thăm các tư gia của quý đồng hương Phật tử, mặc dù thời gian ngắn ngủi. Hòa thượng cũng chính là người truyền cảm hứng đến tất cả thành viên trong phái đoàn với nhiều câu chuyện gần gũi và sự trải nghiệm trong suốt thời gian tu học của mình để chia xẻ đến mọi người. Pháp hành của Ngài cũng là điều để chúng tôi đáng học hỏi và noi theo.

Chùa cũng là nơi giáo dục, nơi các em nhỏ được học về những giá trị đạo đức, về lòng từ bi và sự hiểu biết lẫn nhau. Các lớp học vẽ, học múa, và học kể chuyện giúp các em tiếp cận với văn hóa dân tộc một cách sinh động và gần gũi. Tôi thấy mình không chỉ là người học hỏi mà còn phải là người biết truyền đạt, giúp duy trì và phát triển những giá trị này cho thế hệ tương lai.

Tôi cũng không thể không nhắc đến những ngày lễ lớn như lễ Phật Đản tại Tu viện Tây Phương, Minesota, khi chùa trở thành điểm tập trung của cả cộng đồng. Từ những người già đến trẻ em, mọi người cùng nhau trang hoàng chùa, chuẩn bị lễ vật, và thực hiện những nghi thức truyền thống. Sự hòa quyện giữa nét cổ kính và hiện đại trong từng lễ hội là minh chứng cho sự thích nghi và phát triển của Phật giáo Việt Nam tại đất nước này.

Ấn tượng trong tôi vào những ngày cuối của chuyến hành trình chính là sự hội ngộ của hai Trưởng lão Hòa thượng thượng Như hạ Điển và Minh Đức Triều Tâm Ảnh (Bút hiệu của Hòa thượng Giới Đức – người sáng lập Tu viện Huyền Không). Hai nhà văn hóa Phật Giáo Việt Nam kỳ tài đã gặp nhau ở một phương trời xa xôi nhưng đong đầy ý đạo tình đời mặc dù không hẹn trước.

Nhìn chung, những sinh hoạt của cộng đồng Phật giáo Việt Nam ở Hoa Kỳ, nơi mà đoàn chúng tôi đã đi qua là một bức tranh đa sắc. Trong nhịp sống hối hả của xã hội hiện đại, các ngôi chùa Việt Nam tại Hoa Kỳ vẫn giữ được một không gian yên bình, nơi mỗi người có thể tìm về với chính mình, với cội nguồn văn hóa và tâm linh của dân tộc. Sinh hoạt của cộng đồng Phật giáo Việt Nam ở Hoa Kỳ không chỉ là sự tái hiện của những nghi lễ và phong tục truyền thống mà còn là sự hòa nhập và phát triển của văn hóa Việt trong bối cảnh đa văn hóa của Hoa Kỳ. Mỗi ngôi chùa, với những hoạt động đa dạng của mình, đều góp phần vào việc xây dựng một cộng đồng đoàn kết, mở rộng và giàu lòng nhân ái. ∎

TIN SINH HOẠT CỘNG ĐỒNG

Đại Nguyên phụ trách

BIỂU TÌNH TƯỞNG NIỆM 49 NĂM NGÀY QUỐC HẬN.

Thứ bảy 27.04.2024 lúc 11 giờ trước Tổng lãnh sự CSVN tại đường Kennedyalle 49, 60596 Frankfurt am Main. Các Đoàn Thể, Đồng Hương Người Việt Tỵ Nạn CS (NVTNCS) khắp nơi đã đến địa điểm biểu tình trên.

Cuộc Biểu Tình này có sự hiện diện của quý vị đại diện Hội NVTN tại Köln, Hội NVTN tại Wiesbaden, Cộng Đồng NVTD tại München, Hội VHPNVNTD tại Đức, Hội NVTNCS tại Odenwald, Tập thể Cựu Chiến Sĩ VNCH tại Đức, Nhóm Vinh Danh Cờ Vàng tại Hòa Lan, Đại diện Vovinam-Việt Võ Đạo tại Đức, Đại diện Đảng Dân Tộc tại Đức, Anh & Chị Em thuộc cơ sở Đảng Việt Tân tại Frankfurt, Đại diện hội Chuyên gia Việt Nam, Hội NVTN tại Frankfurt và quý Đồng Hương NVTN đến từ Pháp, Hanau, Mannheim, Giessen, Koblenz, Bonn, Rheinland Pfalz, Stuttgart và Frankfurt.

Đúng 12:30 giờ bắt đầu khai mạc chương trình biểu tình tưởng niệm 49 năm Quốc Hận với nghi thức chào cờ mặc niệm truyền thống dưới cột cờ vàng thiêng liêng của Tổ Quốc. Sau phần nghi thức chào cờ mặc niệm và lời chào mừng khai mạc của Đại diện Hội đoàn địa phương tại Frankfurt, kế tiếp là phần phát biểu của Đại diện tất cả các Tổ chức, Đoàn thể tham gia. Tưởng Niệm Ngày Quốc Hận năm nay 27.04.2024 Ban tổ chức dành một phút mặc niệm tưởng nhớ đến Tiền Nhân đã có công dựng nước và giữ nước, cũng như mặc niệm để tưởng nhớ đến vong linh của những vị đồng hương đã đồng hành với chúng ta trong công cuộc đấu tranh cho Tự Do Dân Chủ cho quê hương.

Cuộc biểu tình kéo dài đến 15:30 giờ thì bế mạc, sau đó mọi người cùng tập trung đến hội trường để dùng buổi cơm chiều và trao đổi tâm tình đến 19:00 giờ. *(Tin tóm lược từ bài tường thuật của anh Võ Hùng Sơn)*

Berlin 27/4/2023 Liên Hội NVTN Tổ chức 49 năm ngày Quốc hận. Biểu tình trước Sứ Quán Cộng Sản Việt Nam tại Berlin & Biểu tình tại Quảng Trường Brandenburger Tor. Sau đó về Hội trường, Do Liên Tôn cầu nguyện cho hòa bình Việt Nam và sinh hoạt văn nghệ đấu tranh, được nhiều Hội Đoàn Đồng hương người Việt tỵ nạn về tham dự. *Tin ngắn Ô. Nguyễn Văn Rị gởi Photo Ngọc Nguyễn 28.04.2024.*

Tin Hoa Kỳ

WESTMINSTER, California – Hội Cựu Quân Nhân Việt-Mỹ và Đồng Minh, Hội Biệt Kích Biên Phòng, Hội Quân Xa Việt-Mỹ cùng Hội Hậu Duệ Bảo Toàn Việt Nam Cộng Hòa đồng tổ chức buổi tưởng niệm 30 Tháng Tư vào sáng Thứ Bảy, 27 Tháng Tư, tại Tượng Đài Chiến Sĩ Việt-Mỹ, Westminster. Nhiều hội đoàn có mặt trong buổi tưởng niệm 30 Tháng Tư tại Tượng Đài Chiến Sĩ Việt-Mỹ.

Trong số thành viên các hội đoàn có mặt tại buổi tưởng niệm có Hội Sinh Viên Sĩ Quan Trừ Bị, Hội Thiếu Sinh Quân, Hội Quân Cảnh Nam California, Ủy Ban Bảo Vệ Tượng Đài… tất cả cùng bày tỏ tinh thần tương thân tương ái. Cùng thắp nén nhang trước Đài Tưởng Niệm Tháng Tư Đen tỏ lòng tri ân những "chiến sĩ Việt Nam Cộng Hòa đã anh dũng chiến đấu đến phút cuối cùng.

Cứu Trợ Thương Phế Binh, Quả Phụ VNCH họp báo công bố kết quả thu, chi Đại Nhạc Hội Cám Ơn Anh kỳ thứ 17 tại San Jose

Garden Grove - Tại phòng hội Thư Viện Việt Nam, Thành Phố Garden Grove vào lúc 10 giờ sáng thứ Năm, ngày 18 tháng 4, 2024, Hội H.O.

Cứu Trợ Thương Phế Binh, Quả Phụ VNCH đã tổ chức cuộc họp báo công bố kết quả thu, chi trong Đại Nhạc Hội Cám Ơn Anh Người Thương Binh VNCH kỳ thứ 17 đã được tổ chức vào tháng 9 năm 2023 năm qua tại San Jose.

Sau phần nghi thức chào quốc kỳ VNCH, Hoa Kỳ và phút mặc niệm. Ban tổ chức cũng đã dành một phút để tưởng niệm và cầu nguyện cho cố Trung Tá KQ Nguyễn Thị Hạnh Nhơn, người sáng lập và điều hành Hội H.O. Cứu Trợ Thương Phế Binh, Quả Phụ VNCH đã qua đời.

Tiếp theo ông Đinh Quang Truật mời: ông Nguyễn Dinh (Phó Nội Vụ), ông Nguyễn Văn Tiến (Phó Ngoại Vụ), ông Bùi Đẹp (Thư Ký), Cô Thanh Hà, (Thủ Quỹ) và ông Võ Ý (Cố Vấn), lên bàn chủ tọa buổi họp báo. (Bà Nguyễn Thanh Thủy vì đang điều trị tại bệnh viện nên vắng mặt chỉ nói qua điện thoại trong lời chào và cảm ơn tất cả mọi người tham dự).

Mở đầu Ông Nguyễn Dinh thay mặt Ban Tổ Chức Đại Nhạc Hội trình bày rất chi tiết và rõ ràng về các khoản Thu gồm: Tiền bán vé $6,410.00; Tiền Ân Nhân đóng góp trong ngày Đại Nhạc Hội là: $12,565.00; Tiền Ân nhân gởi đến hội 41.016$ Tiền ân nhân cho qua Zelle, Credit Card và Pay Pal. Tổng cộng tiền thu được: 61.066$

Tổng số tiền chi là: 40.278$

Số tiền còn lại để gởi TPB/QP là: 20.787$

Ông Bùi Đẹp (Thư Ký) cám ơn tất cả quý ân nhân, đồng hương, ca nghệ sĩ, giới truyền thông đã hết lòng ủng hộ cho hội qua những lần Đại Nhạc Hội Cảm Ơn Anh. Đại Nhạc Hội Cám Ơn Anh kỳ thứ 17 diễn ra trong hoàn cảnh mưa bão, thời tiết ập đến bất ngờ vì vậy số đồng hương không đến tham dự được, Kết quả khiêm tốn trên cho thấy dù bất cứ hoàn cảnh nào Hội HO Cứu Trợ TPB và Quả Phụ VNCH cũng không quên nhiệm vụ đã làm trải qua 17 kỳ Đại Nhạc Hội Cám Ơn Anh. *Tin tóm lược của Bình Sa*

Tin Úc châu

Sáng thứ Ba ngày 30.4.2024. Với sự tham gia đông đảo của 18 Hội đoàn, và nhiều nhóm từ Melbourne, Brisbane và Wollongong… đã đến địa điểm biểu tình tại Canberra. Trước cổng tòa đại sứ CSVN, đoàn biểu tình đã tổ chức lễ tri ân tưởng niệm chiến sĩ Việt - Úc, Đồng Minh và đồng bào đã hy sinh để bảo vệ cho Miền Nam Tự Do…

Cộng đồng Công Giáo Việt Nam tại Sydney đã tổ chức Thánh Lễ Tưởng Niệm và Cầu Nguyện vào ngày 30/4/2023 để kỷ niệm 49 năm tang thương cho dân tộc Việt Nam. Trong dịp này, tất cả các Giáo Đoàn trong Cộng Đồng Công Giáo Việt Nam Tổng Giáo Phận Sydney đã tham gia Thánh Lễ được chủ tế bởi Quý Cha Tuyên Úy trong Ban Tuyên Úy Cộng Đồng Công Giáo Việt Nam Tổng Giáo Phận Sydney.

Tin tóm lược của Ủy ban người Úc gốc Việt tynạn cộng sản và của CĐCGVN Sydney

HAMBURG. Con đường mang tên "Châu-und-Lân-Straße"

Ngày 11.05.2024, lúc 11:00 giờ, tại khu Billbrook thành phố Hamburg, Halskestraße 72 (tên cũ) đã có khoảng 170 người Việt, Đức và các cộng đồng sắc dân khác vân tập trước Khu Trại Tỵ Nạn người Việt từng sinh sống (sau này là nơi di trú tạm cho người vô gia cư), để cùng tụng kinh cầu nguyện và làm Lễ Kỷ Niệm thay tên đường tưởng niệm hai thanh niên Việt Nam Tỵ Nạn đã chết tại đây. Ông Ralf Neubauer Quận trưởng đặc khu Trung Tâm Hamburg (Bezirksamtleiter Hamburg Mitte) và nhiều chính trị gia khác đã đến đến tham dự.

Được biết, trước đây vào ngày 22.08.1980 một số người thuộc nhóm kỳ thị chủng tộc cực hữu đã đột nhập Khu Tỵ Nạn người Việt và đốt cháy phòng ngủ của hai thanh niên Việt Nam tên Nguyễn Ngọc Châu và Đỗ Anh Lân. Trong suốt nhiều năm qua, một số đồng bào người Việt Nam tại Hamburg và các thân hữu Đức đã thành lập một tổ chức nhỏ vận động chính quyền thành phố Hamburg để thay tên đường nhằm tưởng nhớ hai nạn nhân người Việt, cũng là nạn nhân của các hành vi thù nghịch phân biệt chủng tộc tại Đức.

(Tin của Trọng & Thoa)

TIN THẾ GIỚI

Quảng Trực phụ trách

Mỹ, Úc, Nhật, Phi Luật Tân cam kết gia tăng hợp tác quốc phòng

Bộ trưởng Quốc phòng các nước Mỹ, Úc, Nhật Bản và Phi Luật Tân cam kết sẽ tăng cường hợp tác khi gặp nhau hôm 2/5 tại Hawaii để dự cuộc họp chung lần thứ nhì trong bối cảnh lo ngại về các hoạt động của Trung Cộng ở Biển Đông. Cuộc gặp diễn ra sau khi bốn nước vào tháng trước tổ chức cuộc tập trận hải quân chung đầu tiên ở Biển Đông, một tuyến đường vận chuyển quan trọng nơi Bắc Kinh có tranh chấp lãnh thổ âm ỉ lâu nay với một số quốc gia Đông Nam Á và đã gây báo động với các hành vi hung hăng gần đây trong vùng biển tranh chấp. Bộ trưởng Quốc phòng Hoa Kỳ Lloyd Austin nói với các phóng viên tại một cuộc họp báo sau cuộc thảo luận rằng cuộc tập trận đã tăng cường khả năng các nước làm việc cùng nhau, xây dựng mối liên kết giữa các lực lượng của họ và nhấn mạnh cam kết chung đối với luật pháp quốc tế trên biển. Bộ trưởng Quốc phòng Úc Richard Marles cho biết các Bộ trưởng Quốc phòng đã bàn về việc tăng nhịp độ các cuộc tập trận phòng thủ của họ. Ông Austin đã tiếp đón các Bộ trưởng Quốc phòng tại trụ sở khu vực của quân đội Hoa Kỳ, Bộ Tư lệnh Ấn Độ Dương-Thái Bình Dương Hoa Kỳ, tại Trại H.M. Smith trên những ngọn đồi phía trên Trân Châu Cảng. Trước đó cùng ngày, ông Austin đã có các cuộc gặp song phương riêng biệt với Úc và Nhật Bản, sau đó là cuộc gặp ba bên với Úc và Nhật Bản. Bộ trưởng Quốc phòng của bốn quốc gia đã tổ chức cuộc họp đầu tiên tại Tân Gia Ba vào năm ngoái. Hoa Kỳ có các Hiệp ước Quốc phòng kéo dài hàng thập niên với cả ba quốc gia này. Hoa Kỳ không có tuyên bố chủ quyền tại Biển Đông, nhưng đã triển khai các tàu Hải quân và máy bay chiến đấu trong cái mà họ gọi là các hoạt động tự do hàng hải nhằm thách thức các yêu sách của Trung Cộng đối với hầu như toàn bộ tuyến đường thủy này. Hoa Kỳ cho biết quyền tự do hàng hải và hàng không trong vùng biển là lợi ích quốc gia của Mỹ. Bắc Kinh cho rằng việc tăng cường liên minh của Mỹ ở châu Á là nhằm mục đích kiềm chế Trung Cộng và đe dọa sự ổn định trong khu vực.

Trung Cộng lần đầu công khai 'thỏa thuận' năm 2016 với Phi Luật Tân về Biển Đông

Lần đầu tiên, Trung Cộng công bố cái mà họ gọi là một thỏa thuận bất thành văn năm 2016 với Phi Luật Tân về quyền tiếp cận các đảo ở Biển Đông. Động thái này có nguy cơ làm gia tăng căng thẳng hơn nữa trên tuyến đường thủy đang tranh chấp, nơi phần lớn thương mại của thế giới đi qua mà Trung Cộng tuyên bố chủ quyền gần như toàn bộ. Một tuyên bố từ Tòa đại sứ Trung Cộng tại Manila nói "thỏa thuận đặc biệt tạm thời" đã được đồng ý trong chuyến thăm Bắc Kinh của cựu TT Rodrigo Duterte cho phép đánh bắt cá quy mô nhỏ quanh các đảo nhưng hạn chế quyền tiếp cận của quân đội, lực lượng tuần duyên và các máy bay, các tàu chính thức khác tới giới hạn lãnh hải 12 hải lý (22 km) lãnh hải. Tuyên bố nói Phi Luật Tân tôn trọng thỏa thuận trong 7 năm qua nhưng kể từ đó đã từ bỏ nó để "hoàn thành chương trình nghị sự chính trị của riêng mình", buộc Trung Cộng phải hành động. Tuyên bố đăng trên trang Web của Tòa đại sứ hôm 2/5 nói: "Đây là lý do cơ bản dẫn đến những tranh chấp không ngừng nghỉ trên biển giữa Trung Cộng và Phi Luật Tân trong năm qua và hơn thế nữa". Tổng thống Ferdinand Marcos Jr. và ông Duterte đã phủ nhận việc đạt được bất kỳ thỏa thuận nào được cho là sẽ từ bỏ chủ quyền hoặc các quyền chủ quyền của Phi Luật Tân cho Trung Cộng. Bất kỳ hành động nào như vậy, nếu được chứng minh, sẽ là một hành vi phạm tội có thể bị luận tội theo Hiến pháp năm 1987 của Phi Luật Tân. Tuy nhiên, sau chuyến thăm Bắc Kinh, ông Duterte đã bóng gió về một thỏa thuận như vậy mà không đưa ra thông tin chi tiết, ông Collin Koh, thành viên cấp cao tại Trường Nghiên cứu Quốc tế S. Rajaratnam có trụ sở tại Đại học Công nghệ Nanyang, Tân Gia Ba, và là chuyên gia về các vấn đề hải quân ở khu vực Ấn Độ Dương, Thái Bình Dương, đặc biệt là Đông Nam Á, cho biết. "Ông ấy (Duterte) khoe rằng ông ấy không chỉ nhận được các cam kết đầu tư và thương mại của Trung Cộng mà còn đảm bảo cho ngư dân Phi Luật Tân tiếp cận bãi cạn Scarborough", ông Koh nói, đề cập đến một trong những thực thể biển đang tranh chấp. Ông Koh cho biết, cách dùng từ có chủ ý của Bắc Kinh trong tuyên bố "đáng chú ý khi cho thấy rằng Bắc Kinh không có tài liệu chính thức nào để chứng minh trường hợp của mình và do đó chỉ có thể chủ yếu dựa vào tuyên bố bằng lời nói của ông Duterte". Ông Marcos, người nhậm chức vào tháng 6/2022, cho báo giới biết hồi tháng trước rằng Trung Cộng khẳng định có một thỏa thuận bí mật như vậy nhưng nói rằng ông không biết việc đó. "Người Trung Cộng khăng khăng rằng có một thỏa thuận bí mật và có lẽ là có, và tôi đã nói là tôi không biết, tôi không biết gì về thỏa thuận bí mật đó," ông Marcos, người đã kéo Phi Luật Tân lại gần hơn với đối tác Hiệp ước Hoa Kỳ. "Nếu có một thỏa thuận bí mật như vậy, bây giờ tôi sẽ hủy bỏ nó". Ông Duterte, người đã nuôi dưỡng mối quan hệ nồng ấm với Chủ tịch Trung Cộng Tập Cận Bình trong suốt 6 năm làm Tổng thống của mình, đồng thời công khai tỏ ra thù địch với Hoa Kỳ vì nước này chỉ trích mạnh mẽ chiến dịch đẫm máu của ông bài trừ ma túy. Mặc dù có lập trường chống Mỹ gần như kịch liệt trong chuyến thăm đối thủ chính của Washington năm 2016, nhưng ông nói rằng ông cũng không ký kết bất kỳ thỏa thuận nào với Bắc Kinh mà có thể xâm phạm lãnh thổ Phi Luật Tân. Tuy nhiên, ông thừa nhận rằng ông và ông Tập đã đồng ý duy trì "nguyên trạng" ở vùng biển tranh chấp để tránh chiến tranh. Chủ tịch Hạ viện Ferdinand Martin Romualdez, anh họ và đồng minh chính trị của ông Marcos, đã ra lệnh điều tra cái mà một số người gọi là "thỏa thuận bất thành văn giữa hai chính phủ". Trung Cộng cũng tuyên bố rằng các quan chức Phi Luật Tân đã hứa sẽ kéo tàu hải quân cố tình neo đậu ở vùng nông của Bãi Cỏ Mây (Bãi cạn Second Thomas) vào năm 1999 để làm tiền đồn lãnh thổ của Manila. Các quan chức Phi Luật Tân dưới thời ông Marcos nói rằng họ không biết về bất kỳ thỏa thuận nào như vậy và sẽ không di dời chiếc tàu chiến hiện đã đổ nát và rỉ sét do một nhóm nhỏ thủy thủ và Thủy quân lục chiến Phi Luật Tân điều khiển. Trung Cộng từ lâu đã cáo buộc Manila "vi phạm các cam kết" và "hành động bất hợp pháp" ở Biển Đông mà không nói rõ ràng.

Cambodia cho biết sẽ cắt giảm 70% vận chuyển qua VN với kênh Mekong mới

Phó Thủ tướng Cambodia nói với Reuters hôm 6/5/24 rằng Cambodia có kế hoạch cắt giảm 70% vận tải hàng hóa qua các cảng Việt Nam nhờ dự án nâng cấp kênh đào nối lưu vực sông Mê Kông với bờ biển Cambodia trị giá 1,7 tỷ Mỹ Kim do Trung Cộng tài trợ. Dự án dự kiến hoàn thành vào năm 2028 có thể gây ra căng thẳng giữa Cambodia và Việt Nam, vốn là những đối tác thân thiết nhưng thường xuyên xung đột. Ông Sun Chanthol cho biết, hiện tại, khoảng 33% hàng hóa đến và đi từ Cambodia sử dụng các cảng của Việt Nam cho thương mại toàn cầu bằng cách vận chuyển qua sông Mê Kông, đồng thời lưu ý rằng với kênh đào được mở rộng, mục tiêu là Giảm 70% so với khối lượng vận chuyển hiện tại. Các nhà bảo tồn và nhà cầm quyền cộng sản Việt Nam đã lên tiếng cảnh báo về thiệt hại tiềm tàng đối với Đồng bằng sông Cửu Long, vùng sản xuất lúa gạo lớn hỗ trợ hàng triệu người ở hạ lưu Việt Nam. Ông Sun Chanthol cho biết, Tập đoàn Cầu đường Trung Cộng, một công ty xây dựng lớn thuộc sở hữu nhà nước của Trung Cộng, sẽ phát triển kênh đào này để trang trải toàn bộ chi phí theo thỏa thuận với chính phủ Cambodia, đồng thời lưu ý rằng đổi lại công ty sẽ nhận được nhượng quyền trong nhiều thập niên, với thời hạn chính xác đang được đàm phán. Ông nói: "30 năm, 40 năm, 50 năm – điều đó sẽ được thảo luận trong quá trình đàm phán của chúng tôi". Sun Chanthol cũng cho biết suy đoán rằng kênh đào có thể được Trung Cộng sử dụng để cho phép các tàu chiến Trung Cộng tiếp cận thượng nguồn là "hoàn toàn sai sự thật" và "vô căn cứ".

'Sa hoàng' Putin nói với Phương Tây: Nga sẽ chỉ đàm phán trên căn bản bình đẳng

Vladimir Putin, người được vinh danh như một Sa hoàng Nga trong lễ tuyên thệ nhậm chức Tổng thống thêm một nhiệm kỳ kéo dài 6 năm, đã đưa ra một thông điệp cho phương Tây: Điện Kremlin sẵn sàng đàm phán nhưng Nga đang chuẩn bị cho chiến thắng ở Ukraine. Putin, người đứng đầu Điện Kremlin chỉ 8 năm sau khi Liên Xô sụp đổ, sẽ vượt qua Josef Stalin và trở thành nhà cai trị tại vị lâu nhất ở Nga kể từ Hoàng hậu Catherine Đại đế nếu ông hoàn thành nhiệm kỳ. Khi giới thượng lưu Nga chờ đợi tại Sảnh Thánh Andrew trong Cung điện Grand Kremlin, nơi từng ngự trị ngai vàng, Putin nghiên cứu các tài liệu trong văn phòng của mình trước khi bước xuống các hành lang của Điện Kremlin để chào các lính gác, thậm chí còn dừng lại để thong thả nghiên cứu một bức ảnh trên bức tường. Ông Putin nói sau khi tuyên thệ nhậm chức rằng: "Nga không từ chối đối thoại với các nước phương Tây". Đồng thời cho biết thêm rằng ông sẵn sàng đàm phán về an ninh và ổn định chiến lược nhưng chỉ khi không có "sự kiêu ngạo" từ Mỹ và các đồng minh. Nhà lãnh đạo tối cao của Nga trong hơn 24 năm đã hứa mang về chiến thắng và cho biết tất cả người dân Nga giờ đây "phải chịu trách nhiệm trước lịch sử nghìn năm và tổ tiên của Nga".

Putin ra lệnh tập trận vũ khí nguyên tử chiến thuật để răn đe Phương Tây

Nga vào hôm 6/5/24, cho biết họ sẽ thực hành bố trí vũ khí nguyên tử chiến thuật như một phần của cuộc tập trận quân sự sau những mối đe dọa từ Pháp, Anh Quốc và Hoa Kỳ. Reuters cho hay kể từ khi Nga xâm lăng Ukraine vào năm 2022, Nga đã nhiều lần khuyến cáo về những rủi ro nguyên tử ngày càng gia tăng. Hoa Kỳ cho rằng họ phải xem xét những khuyến cáo này một cách nghiêm chỉnh, mặc dù giới chức Hoa Kỳ nói họ không nhận thấy bất kỳ sự thay đổi nào trong lập trường nguyên tử của Nga. Nga tuyên bố Hoa Kỳ và các đồng minh châu Âu đang đẩy thế giới đến bờ vực đối đầu giữa các cường quốc nguyên tử bằng cách hỗ trợ Ukraine hàng chục tỷ mỹ kim vũ khí, một số trong số đó đang được sử dụng để chống lại lãnh thổ Nga. Bộ Quốc phòng Nga nêu rõ nước này sẽ tổ chức các cuộc tập trận quân sự bao gồm diễn tập chuẩn bị và bố trí sử dụng vũ khí nguyên tử phi chiến lược. Thông báo này cho biết Tổng thống Vladimir Putin đã ra lệnh tiến hành cuộc tập trận. Bộ Quốc phòng nói các lực lượng hỏa tiễn ở Quân khu miền Nam, hàng không và hải quân sẽ tham gia. Tuyên bố này nêu rõ mục đích của cuộc tập trận là bảo đảm chủ quyền và sự toàn vẹn lãnh thổ của Nga "để đáp trả những tuyên bố khiêu khích và đe dọa của một số viên chức phương Tây chống lại Liên bang Nga".

Hamas chấp nhận lệnh ngừng bắn ở Gaza; Israel tuyên bố sẽ tiếp tục đàm phán nhưng lại tấn công Rafah

Hamas hôm 6/5/24 tuyên bố chấp nhận đề nghị ngừng bắn của Ai Cập-Qatar, tuy nhiên Israel cho biết các nhà lãnh đạo của họ đã chấp thuận một chiến dịch quân sự ở thị trấn Rafah phía nam Gaza và bắt đầu tấn công các mục tiêu trong khu vực. Tuy nhiên, Thủ tướng Benjamin Netanyahu cho biết ông sẽ cử các nhà đàm phán tiếp tục đàm phán về thỏa thuận này. Việc Hamas đột ngột chấp nhận thỏa thuận ngừng bắn diễn ra vài giờ sau khi Israel ra lệnh di tản người Palestine khỏi các khu vực phía đông Rafah, báo hiệu một cuộc tấn công sắp xảy ra. Văn phòng của Thủ tướng Netanyahu cho biết đề nghị mà Hamas chấp nhận "không phù hợp với những yêu cầu thiết yếu của Israel", nhưng dù sao họ cũng sẽ cử các nhà đàm phán tiếp tục đàm phán về một thỏa thuận. Đồng thời, quân đội Israel cho biết họ đang tiến hành "các cuộc tấn công có mục tiêu" nhằm vào Hamas ở phía đông Rafah. Tổng thống Joe Biden đã nói chuyện với Thủ tướng Benjamin Netanyahu và nhắc lại những lo ngại của Hoa Kỳ về cuộc tấn công vào Rafah, nói với ông rằng lệnh ngừng bắn là cách tốt nhất để bảo vệ mạng sống của các con tin Israel. Phát ngôn viên Bộ Ngoại giao Hoa Kỳ Matthew Miller cho biết các viên chức Mỹ đang xem xét phản ứng của Hamas "và thảo luận về vấn đề này với các đối tác của Hoa Kỳ trong khu vực".

Mơ Hoa

Áo em gió quyện làn hơi ấm
Ngoảnh đôi mi e thẹn, ngất ngây đời
Cho hồn ta bỗng chơi vơi
Nương theo giấc mộng đi tìm dáng em

Kìa em thấp thoáng bên thềm
Như phơi dáng liễu, như mời thiên thu
Cho ta như kẻ mộng du
Thu đôi cánh dại sa vào tay em

Nhưng sao em chẳng buông rèm
Cho anh ở lại, để tình anh xa

Nguyễn Minh Hoàng

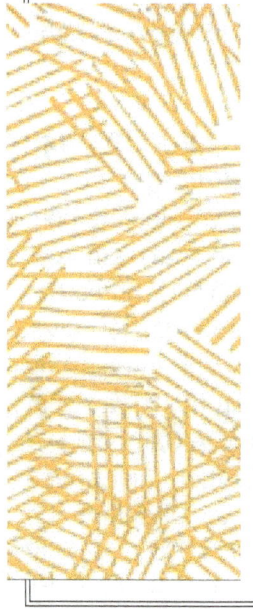

TIN VIỆT NAM

Quảng Trực phụ trách

Người dân Tiền Giang xếp hàng suốt đêm để nhận nước từ thiện

Báo Vnexpress ngày 5/4/24 loan tin, gần một tuần nay, hàng ngàn người dân ở xã Tân Phước, huyện Gò Công Đông, tỉnh Tiền Giang đã phải xếp hàng suốt đêm để nhận từng can nước ngọt miễn phí từ những xe chở nước sạch từ thiện ở Thành Hồ, Long An mang xuống. Đây là địa phương đang bị hạn mặn nặng. Nhiều người dân cho biết, do ban ngày họ phải đi làm nên tối mới có thời gian đi hứng nước sinh hoạt. Do trên địa bàn không có nước máy, người dân phải uống nước mưa, và sinh hoạt bằng nước kênh, nhưng do suốt nhiều tháng qua không có mưa, lu bồn chứa nước đã hết, kênh thì cạn trơ đáy nên cuộc sống của nhiều gia đình bị đảo lộn. Có khoảng 30.000 gia đình bị thiếu nước sinh hoạt. Tại Tiền Giang, có hai huyện ven biển là Gò Công Đông, và Tân Phú Đông bị thiếu nước do nguồn nước bị nhiễm mặn.

CSVN giải cứu ngân hàng SCB với gói viện trợ 24 tỷ Mỹ kim

CSVN đã tiến hành một cuộc giải cứu "chưa từng có" đối với Ngân hàng Thương mại Cổ phần Thành Hồ (SCB), ngân hàng đang chìm trong vụ lừa đảo tài chính lớn nhất cả nước. Theo Reuters, tình huống này là "chưa từng có trong lịch sử" do khối lượng tiền mặt khổng lồ được nhà cầm quyền bơm vào ngân hàng, sự phức tạp của hoạt động này, cũng như quy mô thiệt hại hiện tại và tiềm ẩn đối với hệ thống tài chính Việt Nam. Nợ công của Việt Nam năm ngoái ổn định ở mức 37% tổng sản phẩm quốc nội, trong khi thâm hụt ngân sách tăng nhẹ lên 4,4% GDP. Theo ngân hàng trung ương, dự trữ ngoại hối đạt khoảng 100 tỷ Mỹ kim vào cuối năm nay. Con số này tăng từ khoảng 90 tỷ Mỹ kim vào cuối tháng 10. Tính đến đầu tháng 4/2024, Ngân hàng Trung ương của VN này đã bơm 24 tỷ Mỹ kim "khoản vay đặc biệt" vào SCB. Theo tài liệu đó, các khoản cho vay đã chậm lại một chút nhưng đạt trung bình hơn 900 triệu Mỹ kim một tháng trong 5 tháng qua. Khoản bơm tiền mặt của Ngân hàng Nhà nước cs Việt Nam vào SCB lên tới 5.6% sản lượng kinh tế hàng năm của quốc gia, hay khoảng 1/4 dự trữ ngoại hối của Việt Nam. Ngân hàng Trung ương đặt SCB dưới sự giám sát của họ để ngăn chặn tình trạng tháo chạy khỏi ngân hàng gây ra bởi vụ bắt giữ bà trùm bất động sản Trương Mỹ Lan vào tháng 10/22. Kể từ đó, SCB đã sử dụng số tiền này để chi trả cho việc rút tiền mặt, của khách hàng. Qua sự việc này, Việt Nam ngày càng có vẻ bất ổn mặc dù tầm quan trọng của nước này trong chuỗi cung ứng ngày càng tăng. Cho đến nay, chưa có sự gián đoạn nào đối với hoạt động đầu tư toàn cầu tại Việt Nam, nhưng cuộc giải cứu ngân hàng khổng lồ cho thấy nỗ lực chống tham nhũng của Việt Nam có thể gây ra nhiều hậu quả và các công ty quyết tâm khai thác lao động giá rẻ sẽ cần đối mặt với những rủi ro.

Nghệ An đặt tượng Lê Nin bằng đồng tại thành phố Vinh

Ngày 4/4/24, Phó trưởng ban Tuyên giáo Tỉnh ủy Nghệ An cho biết, bức tượng Lê Nin bằng đồng cao 3,6 mét, nặng 4,5 tấn đã được chuyển về thành phố Vinh, và sắp được đặt tại bùng binh giao giữa đại lộ Lê Nin với đường Nguyễn Phong Sắc, thành phố Vinh. Bức tượng sẽ được đặt trên bệ cao 3 mét với chất liệu bằng thép, mặt trước bệ tượng được khắc dòng chữ "V.I.LÊ-NIN, 1870-1924", còn mặt sau khắc dòng chữ 'Biểu tượng của tình hữu nghị Việt- Nga". Sự việc trên khiến mạng xã hội Facebook cảm thấy đầy mỉa mai, khi một số nước thuộc Liên Xô cũ đã từng phá bỏ tượng Lê Nin thì nhà cầm quyền Cs vẫn u mê tôn thờ.

Mùa vụ cà phê VN đối mặt với tình trạng thiếu nước do nguy cơ hạn hán

Giá cà phê VN tăng nhẹ trong tuần giữa tháng 4/2024 giữa những lo ngại về nguồn cung ứng sẽ giảm do tình trạng thiếu nước tưới ở những vùng trồng cà phê, trong khi thị trường Nam Dương đang đóng cửa dài ngày để nghỉ lễ. Theo tờ Business Recorder, nông dân ở Tây Nguyên, vùng trồng cà phê lớn nhất Việt Nam, hiện đang bán hạt cà phê với giá 105.000 - 105.900 đồng (tương đương $4,20 - $4,24 Mỹ kim) mỗi kg, tăng so với mức 101.200 - 103.000 đồng một tuần trước. Một thương gia cho biết "các nông dân hiện giờ không có áp lực phải bán cà phê, đặc biệt là trong bối cảnh nguy cơ hạn hán có thể khiến tình trạng thiếu hụt càng thêm trầm trọng". Với mặt hàng cà phê Robusta loại 2, với tỷ lệ hạt vỡ, bị đen 5%, các thương nhân chào giá ở mức 600 Mỹ kim/tấn cho hợp đồng tháng 7.

Anh quốc thỏa thuận mới với VN nhằm giải quyết vấn đề di dân bất hợp pháp

Bộ Nội vụ nước Anh xác nhận thỏa thuận mới với csVN nhằm giải quyết vấn đề di dân bất hợp pháp và lạm dụng Visa. Kế hoạch này bao gồm các chiến dịch truyền thông nhằm ngăn cản người dân vượt eo biển bằng thuyền nhỏ và xây dựng "kế hoạch hành động chung" để chống lại nạn buôn người. Giới chức cho biết thỏa thuận này sẽ tăng cường chia sẻ thông tin tình báo để giải quyết vấn đề lạm dụng Visa và tiếp tục tạo điều kiện thuận lợi cho quá trình trục xuất những người không có quyền ở lại Vương quốc Anh. Ông Michael Tomlinson, Bộ trưởng Quản lý vấn đề nhập cư bất hợp pháp và Đại tá Vũ Văn Hùng, thuộc Bộ Công an csVN, đã ký tuyên bố hợp tác chung tại London hôm 17/4/24. Dữ liệu của Bộ Nội Vụ cho thấy công dân VN chiếm 5% số lượng thuyền nhỏ đến Vương quốc Anh vào năm 2023, tăng từ 1% vào năm 2022. Nhưng năm nay, số người di dân từ đất nước này đã thực hiện hành trình nguy hiểm qua eo biển Manche (giữa Pháp và Anh) nhiều hơn bất kỳ nơi nào khác. Chỉ trong một ngày cuối tuần, đã có 534 người đến Vương quốc Anh, mức cao nhất trong một ngày trong năm nay. Con số này đã nâng tổng số người di dân trong năm nay lên 6.265, tăng gần 30% vào năm 2022. Từ năm 2018 đến hết năm 2023 có 3.356 lượt thuyền nhỏ đưa người Việt đến, khiến VN lọt vào top 10 nước có người di dân bất hợp pháp đến nước Anh.

Cựu Chủ tịch tỉnh Bình Thuận cùng 10 đồng chí "vào lò"

Ngày 26/4/24, Cơ quan Cảnh sát điều tra Bộ Công an đã khởi tố bị can, bắt tạm giam Lê Tiến Phương, 67 tuổi, cựu Chủ tịch UBND tỉnh Bình Thuận với tội danh, vi phạm quy định về quản lý, sử dụng tài sản Nhà nước gây thất thoát, lãng phí trong dự án sân golf Phan Thiết. Ngoài Phương, thì còn có 4 đồng chí khác của ông cũng bị khởi tố, bắt tạm giam. 4 người này bị bắt về tội, vi phạm quy định về cai quản, sử dụng tài sản Nhà nước gây thất thoát, lãng phí. Ngoài ra, còn có 6 người khác là cán bộ ở các cơ quan, ban ngành tỉnh Bình Thuận cũng bị bắt. Phương và các đồng phạm bị cáo buộc liên quan đến dự án sân golf Phan Thiết rộng hơn 62 ha. Đây là sân golf của tỷ phú Mỹ Larry Hillblom đầu tư, hoạt động từ năm 1997. Năm 2013, tỉnh Bình Thuận chuyển nhượng vốn của dự án và chủ đầu tư mới là Công ty cổ phần Rạng Đông. Năm 2014, Phương đã đồng ý đề nghị của công ty Rạng Đông cho chuyển đổi đất sân golf sang đất ở đô thị để đầu tư xây dựng và kinh doanh biệt thự, nhà vườn, nhà phố, nhà cao tầng, và các công trình hạ tầng phụ trợ. Năm 2015, ông Phương phê duyệt tổng tiền sử dụng đất phải nộp là 936,8 tỷ đồng, tương ứng là 2,5 triệu đồng một mét vuông. Trong khi giá thị trường lúc này ở địa bàn Phan Thiết nằm quanh dự án thấp nhất cũng 10 triệu đồng một mét vuông, và cao nhất là 24 triệu đồng. Sau khi được phê duyệt, chủ đầu tư xây dựng hạ tầng, phân lô bán nền với giá 20 đến 30 triệu đồng một mét vuông.

Quảng trường hơn 40 tỷ đồng chưa bàn giao đã trở thành bãi chăn bò

Tin ngày 28/4/24, dự án quảng trường và tượng đài vua Mai Hắc Đế, ở huyện Lộc Hà, tỉnh Hà Tĩnh chưa kịp bàn giao đã xuống cấp, và trở thành bãi chăn bò của người dân. Trước đó, vào năm 2016, Ủy ban tỉnh Hà Tĩnh phê duyệt dự án tôn tạo Di tích lịch sử- văn hóa đền thờ và quảng trường Mai Hắc Đế với tổng số vốn hơn 105 tỷ đồng. Trong đó phần tu bổ, tôn tạo di tích đã có sẵn là 52 tỷ đồng, 43 tỷ đồng để xây tượng đài và quảng trường, 9 tỷ đồng còn lại để cho các chi phí khác. Quảng trường được thực hiện trên diện tích 4,5 ha đất, phần tượng đài đúc bằng đồng liền khối cao 10,8 mét. Dự án do UBND huyện Lộc Hà làm chủ đầu tư, và dự trù sẽ hoàn thành sau một năm khởi công. Nhưng đến nay đã trải qua 8 năm, công trình vẫn còn dang dở, chưa được bàn giao, và đã dần hoang hóa, xuống cấp, đường vào quảng trường thì nhếch nhác, cây dại đua nhau mọc. Hệ thống mương nước bị hư hỏng, bê tông nứt gãy, các vật liệu nằm ngổn ngang. Theo người dân, vị trí đặt quảng trường là nằm giữa đồng ruộng, xa khu dân cư, lại chưa hoàn thiện nên bị bỏ hoang, người dân mang bò đến chăn thả. Bà Trần Thị Hồng cho biết, trước đây, khu vực làm quảng trường là đất canh tác của người dân, được họ trồng đậu phộng và năng suất rất cao. Nay bị bỏ hoang nên bà thấy rất tiếc. Đại diện Ban cai quản dự án đầu tư huyện Lộc Hà cho biết, do thiếu vốn đầu tư nên đến nay dự án vẫn chưa hoàn thiện. Việt Nam được biết đến là nước đi xin hỗ trợ của nhiều nước, và tổ chức trên thế giới rất "chuyên nghiệp", và cũng là quốc gia đổ rất nhiều tiền vào các công trình tượng đài.

Hạn hán kéo dài khiến hàng trăm tấn cá ở hồ Sông Mây chết nổi trắng mặt nước

Đến ngày 30/4/24, hạn hán kéo dài khiến diện

tích mặt nước hồ Sông Mây từ 196 ha nay chỉ còn khoảng 2 ha (giảm 98%), độ sâu mực nước thấp chỉ còn khoảng 1 mét nước ở nơi sâu nhất, gây ra hậu quả hàng trăm tấn cá trong hồ chết gần hết. Lê Minh Tấn, Đội trưởng Đội nuôi trồng thủy sản hồ Sông Mây cho biết, đơn vị ông đang nuôi khoảng hơn 100 tấn cá các loại ở trong hồ, nhưng nay cá đã chết gần hết, cá chết nổi trắng xóa cả một vùng rộng lớn, bốc mùi hôi thối nồng nặc ra khu vực xung quanh. Theo ông Tấn, cá bắt đầu chết từ khoảng một tuần trước, và chết hàng loạt vào ngày 28/4, do lượng nước trong hồ còn quá ít.

Hạn hán kéo dài khiến lượng nước bổ sung vào hồ từ các con suối tự nhiên xung quanh hồ, và lượng nước mưa tự nhiên không còn. Được biết, đợt hạn hán kéo dài đang diễn ra tại các tỉnh miền Nam và Tây Nguyên không chỉ làm cho cá chết, mà có rất nhiều diện tích cây trồng đã bị chết khô, hoặc đứng trước nguy cơ mất mùa do thiếu nước tưới, nhiều người dân không còn nước sạch sinh hoạt do giếng, sông suối khô cạn. Nhiệt độ cũng tăng cao có nơi như Thành Hồ đo được lên đến 47 độ C, khiến người dân vật vã mỗi lần phải ra đường. ∎

CẢM TẠ

Nam-mô Lạc Bang Giáo Chủ Tiếp Dẫn Đạo Sư A Di Đà Phật thùy từ phóng quang tiếp độ Hương Linh.

Ngày 08.05.2024, nhằm mùng một tháng tư năm Giáp Thìn, Lễ Tang và Hỏa thiêu Chồng/ Anh trai/ Bác/ Cậu… của chúng con/ chúng tôi tại Nghĩa trang Öjendorf Hamburg là:

Cư sĩ Phật tử Văn Công Trâm
Pháp danh Thị Minh
đã viên mãn.

   * Chúng con xin đảnh lễ tri ân: Hòa thượng Sám chủ đạo hiệu Thích Như Điển và chư Tôn Đức Tăng Ni Tổ đình Viên Giác; Thượng Tọa Thích Hạnh Giới, Tịnh thất Viên Lạc; Sư bà Thích Nữ Diệu Phước, Ni Sư Tuệ Trí và Ni chúng chùa Linh Thứu Berlin; Ni Sư Thích Nữ Minh Hiếu và Ni chúng cùng Phật Tử chùa Bảo Thành Koblenz; Ni sư Thích Nữ Tuệ Đàm Châu và Ni chúng chùa Bảo Đức, Ni sư Thích Nữ Tuệ Đàm Vân và Ni chúng Chùa Bảo Liên, Sư cô Thích Nữ Tuệ Đàm Nghiêm và Ni chúng cùng Phật Tử Chùa Bảo Quang Hamburg; Sư cô Thích Nữ Tuệ Luật và Ni chúng Chùa Lộc Uyển Rostock… đã quang lâm khai thị và hộ niệm cầu siêu cho Hương linh vãng sinh Cực Lạc Quốc.
   * Chúng con xin thành kính tri ân Ni sư Jampa Tsedroen (tức Giáo sư Carola Roloff) thay mặt Cộng đồng Phật Giáo Tây Tạng đã hộ niệm cầu siêu theo nghi thức Tây Tạng; Ông Nils Clausen, Hội trưởng Liên Hội Phật Giáo Đức DBU; Ông Michael den Hoet, Đại diện Buddhistisches Zentrum Hamburg; Giáo sư Olaf Beuchling, Hamburg… đã đến tham dự Lễ.
   * Chúng con cũng xin tri ân Chư Tôn Đức đã cầu siêu độ cho Hương Linh và chia buồn cùng tang quyến: Hòa Thượng Thích Thông Mẫn, TT Thích Nguyên Tạng và Chư Tăng Ni cùng Phật Tử Tu Viện Quảng Đức Úc Châu; TT Thích Hoằng Khai (Na Uy); Sư Bà Thích Nữ Diệu Cảnh và Ni chúng Tổ đình Bảo Quang Đà Nẵng; Sư Bà Thích Nữ Diệu Chỉ và Ni chúng Chùa Bảo Vân Sài Gòn; Ni Sư Thích Nữ Diệu Tín và Ni chúng chùa Phục Đán Đà Nẵng; Chùa Phước Ấm Việt Nam; Và một vài tự viện khác ở khắp nơi chúng con không biết tin chính xác.
   * Chúng tôi cũng xin cám ơn Đại diện quý Hội đoàn, Quyến thuộc, thân hữu gần xa đã đến tham dự hay gởi lời chia buồn: Hội Phật Tử VNTN tại Đức; Ban Hướng Dẫn GĐPT Đức quốc; Đạo hữu Thị Tâm và Ban Biên Tập Báo Viên Giác; Những Cây Bút Nữ Viên Giác; Hội Người Việt và Ban Cao Niên tại Hamburg; Cộng Đoàn Công Giáo Hamburg; Hội Đồng Gia Tộc tộc Văn Công ở Quảng Nam…

Tang quyến
Vợ: Quả phụ nhũ danh Hồ Nguyệt Hà, PD Diệu Liên
Em trai: Nguyên Đạo Văn Công Tuấn, vợ và các con

THÀNH KÍNH PHÂN ƯU

Nhận được cáo phó
Anh ruột của Đạo hữu Nguyên Đạo Văn Công Tuấn, Chủ bút báo Viên Giác là:

Cư sĩ Phật tử VĂN CÔNG TRÂM
Pháp danh THỊ MINH

* Thành viên Ban Đại Diện Liên Hội Các Tổ Chức Phật Giáo tại Hamburg.
* Nguyên Hội Trưởng sáng lập Hội Phật Tử Việt Nam Tỵ Nạn tại CHLB Đức.
* Nguyên Bác sĩ Trưởng khoa tại bệnh viện Bethanien Iserlohn, Đức quốc.

Đã thuận thế vô thường vãng sanh
Vào lúc 10:36 ngày 28.04.2024
(nhằm ngày 20. 03 Giáp Thìn âm lịch)
tại Bệnh viện Đại học Kiel, Đức Quốc
Hưởng thọ 77 tuổi

Tang Lễ cử hành tại Nghĩa trang Öjendorf Hamburg (Halle 2) vào lúc 9:30 ngày 08.05.2024 (mùng một tháng tư Giáp Thìn).

Chúng tôi thành tâm chia buồn với Đạo hữu Nguyên Đạo cùng Đại Gia Đình Tang Quyến, đồng thời nguyện cầu Đức Phật A DI ĐÀ từ bi phóng quang tiếp độ Hương Linh Thị Minh Văn Công Trâm sớm vãng sanh về miền Cực Lạc không còn buồn phiền lo lắng chuyện trần gian.

**NAM MÔ TIẾP DẪN ĐẠO SƯ
A DI ĐÀ PHẬT**

- Hòa Thượng Thích Như Điển Phương Trượng Tổ Đình Viên Giác.
- Thượng Tọa, Đại Đức Tăng Ni Chùa Viên Giác.
- Ban Biên Tập và các Văn Thi Hữu khắp nơi cộng tác với báo Viên Giác.
- Hội Phật Tử VNTN tại CHLB Đức và các Chi Hội.
- Ban Hướng Dẫn GĐPT tại Đức.
- Những Cây Bút Nữ.

hộp thư Viên Giác

Trong thời gian qua VIÊN GIÁC đã nhận được những thư từ, tin tức, tài liệu, bài vở, kinh sách, báo chí của các Tổ Chức, Hội Đoàn, Tôn Giáo và các Văn Thi Hữu khắp các nơi gửi đến.

* THƯ TÍN

- **Đức**: HT Thích Như Điển, Thích Chân Đàn, Thị Tâm Ngô Văn Phát, Đại Nguyên, Hoa Lan, Nguyễn Minh Hoàng, Nguyễn Song Anh, Tịnh Ý, Nguyên Hạnh, Thi Thi Hồng Ngọc, Nguyễn Hữu Huấn, Hoàng Quân, Lương Nguyên Hiền.
- **Pháp**: Hoang Phong, Chúc Thanh.
- **Thụy Sĩ**: Trần Thị Nhật Hưng, Song Thư, Vũ Ngọc Ruẩn.
- **Hoa Kỳ**: Diệu Minh Tuệ Nga, Lâm Minh Anh, Thu Hoài, Thylanthao, Steven N.
- **Canada**: Thái Công Tụng.
- **Úc Châu**: Quảng Trực Trần Viết Dung.
- **Việt Nam**: Bs Đỗ Hồng Ngọc, Tịnh Bình, Nguyễn An Bình, Thích Chúc Hiếu
- **Bỉ**: Hồ Thanh Trước

* THƯ & SÁCH BÁO

- Đức: Buddhismus Aktuell 2/2024.
- Pháp: Bản Tin Khánh Anh số 140.
- Thụy Sĩ: Mục Vụ số 421.

phương danh cúng dường

(Tính đến ngày 30.04.2024)

Trong thời gian gần đây, Chùa Viên Giác có nhận được tiền của quý Đạo Hữu gửi bằng cách chuyển qua Ngân Hàng hay bằng Bưu Phiếu, nhưng không ghi rõ mục đích. Thí dụ như Cúng Dường, Tu Bổ Chùa, Ấn Tống Kinh, Pháp Bảo v.v...

Ngoài ra có Đạo Hữu nhờ người khác đứng tên chuyển tiền nhưng không rõ chuyển tiền giùm cho ai để Cúng Dường hoặc thanh toán vấn đề gì. Do đó khi nhận được tiền, Chùa không thể nào ghi vào sổ sách được.

Để tránh những trở ngại nêu trên, kính xin quý Đạo Hữu khi chuyển tiền hoặc gửi tiền về Chùa nhớ ghi rõ Họ & Tên, địa chỉ đầy đủ và mục đích để Chùa tiện ghi vào sổ sách.

Ngoài ra khi quý vị xem Phương Danh Cúng Dường xin đọc phần trên cùng là tính đến ngày?... tháng?.... để biết rằng tiền đã chuyển đi ngày nào và tại sao chưa có tên trong danh sách.

Chùa có số Konto mới và Tu Viện Viên Đức cũng đã có số Konto (xin xem phía sau). Kính xin quý vị thông cảm cho.

Thành thật cám ơn quý Đạo Hữu.

Danh sách PDCD của quý Đạo Hữu & Phật Tử, chúng tôi xin phép chỉ đánh máy một lần chữ **ĐH** (Đạo Hữu) ở bên trên.

TAM BẢO

ĐH. Ai Linh Zuidema 50€. Ẩn danh 5€. Ẩn danh 20€ (cúng Thanh Minh). Ankhoa, Annam, Anabel Anthi Nguyễn 20€. Berend Meyer (Laksman Dharmakatne-Almut) 50€. Bùi Thị Hòa 100€. Chau Muoi và con Chi Luon Qwan 20€. Chi Thanh Leuchtweis 100€. Đào Thị Hiền 20€. Đào Ngọc Sơn 60€. Delven Zeolo 10€. Diệu Hiền Phạm Thị Thu Liễu 40€. Diệu Hiền Phạm Thúy Hạnh 15€. Diệu Loan Đinh Thị Phương 10€. Đỗ Chiêu Cang 10€. Đỗ Đình Bình (Hạnh Định) 1633,11€. Đồng Bảo Trần Tuấn Anh 30€. Đồng Huệ Lê Thị Hải Yến 50€. Đồng Hướng Nguyễn Thị Thanh Phương 100€. Đồng Thuận Lê Thị Hải Yến 50€. Đồng Tịnh Nguyễn Văn Khang 5€. Dr. Thoai-Dao Trang 108€. Dương Đức Long & Hoàng Diễm My 50€. Dương Ngọc Minh 20€. Fam. Đặng 50€. Fam. Hứa 70€ HHHL Hứa Thị Qui. Fam. Nguyễn (Nguyễn Hoàng Dũng) 20€. Fam. Trương 50€. Fam. Tạ Lai Vi 50€. Francisco Struzynski & Sina Struzynski 30€. Gđ. Đồng Ngọc Đàm Thị Bích Phượng 50€. Gđ. Đồng Ngọc Phạm Văn Vinh 210€. Gđ. Dương 100€. Gđ. Kiều Việt Hưng 50€. Gđ. Ngọc Cẩn Trần Thị Lan 50€. Gđ. Nguyễn Huy Thắng & Ngô Huệ Phương 10€. Gđ. Nguyễn Thị Nga 100€ HHHL Lê Ngọc Thắng. Gđ. Pt Diệu Hồng 30€. Gđ. Pt Diệu Nghiêm 50€. Gđ. Pt Đồng Nhan & Pt Đồng Lạc 50€. Gđ. Sư Cô Hạnh Ân 100€. Gđ. Vạn Phụng Đinh Thị Loan, Vạn Thiện Nguyễn Lâm Sơn Tùng & Vạn Thành Lâm Đức Đạt Max 100€. Gđ.Đh Thiện Học & Thiện Thảo 100€. HHHL Mẹ Huỳnh Thị Sua 50€. HL. Hứa Thị Quý 200€. Hua Thien Thanh 100€. Hugo Cardenas Krenz 100€. Irmgard Grasse (Lakshman Dharmaratne) 30€. Kay Dirk Stamp 50€. Kim Loan Blumenthal 50€. Lê Thị Xuyến 30€ HHHL Mẹ Trần Thị Việt. Lê Vũ Thị Thùy Trang 20€. Loh Koke Mai & Loh Pooi Heng 10€. Lưu Nguyệt Thìn 100€. Lưu Sy Cúc 100€. Lưu Sy Cúc & Trần Thị Hồng Thanh và Hải Đăng Lưu, Việt Hoàng Lưu 160€. Mai Diệu Hằng 30€. Mai Diệu Hồng 30€. Mai Đức Hậu 30€. Manh, Cam-Phát 50€. Mike Mai 100€. Minh Dũng Bùi Thanh Hùng 50€. Nguyễn Anh Dũng 10€. Nguyễn Anh Ngọc 20€. Nguyễn Anh Tùng 15€. Nguyễn Đức Hiệp & Phạm Thị Vân, Nguyễn Hiệp Đức, Nguyễn Thị Hà Anh và Nguyễn Thị Hà Vy 100€. Nguyễn Hiếu Nghĩa 20€. Nguyễn Hoài Phương 100€. Nguyễn Kiên 25€. Nguyễn Minh C. 916€. Nguyễn Minh Tạ 10€. Nguyễn Quốc Việt 20€. Nguyễn Thị Hợp 20€. Nguyễn Thị Liên 20€. Nguyễn Thị Mai Phương 20€. Nguyễn Thị Nhung 10€. Nguyễn Thị Phương Loan 50€. Nguyễn Thị Thanh Huyền 40€. Nguyễn Thị Thanh, Vi Văn Tú & Lê Thanh Hương 30€. Nguyễn Thị Thu Huyền 10€. Nguyễn Thị Thúy 20€. Nguyễn Thị Tuyết Nhung 10€. Nguyễn Trọng Bình Pd Quang Thiện Thủy 20€. Nguyễn Văn Thành 10€. Nhuận An Đặng Thị Kim Loan 30€. Phạm Khánh Hoàng 50€. Phạm Thị Kim Ánh 50€ HHHL cho Mẹ Cao Thị Kim Anh Pd Diệu Quý mất 20.03.2023 Âl. Phùng Minh Khánh 20€. Phước Nhẫn 50€. Pt. Đồng Nhan & Đồng Lạc 50€. Pt. Nguyễn Thu Hương (Hanna Nguyễn) 10€. Quang Thiện Thủy Nguyễn Trọng Bình 20€. Sơn Nguyên 1.088,74€. Than Tien Can & Firat Can 25€. Thanh Vân 20€. Theo 50€. Thị Lộc 30€. Thiện Châu Nguyễn Bảo Ngọc 10€. Thọ Tâm Nguyễn Minh Thanh 100€. Thuy Spitzner 100€. Tô Văn Phong 10€. Tony Đoàn 20€. Trần Mạnh Chung 10€. Trần Mạnh Chung, Trần Ngọc Hoàng Ly, Trần Hoàng Gia Kiệt, Trần Bảo Anh, Trần Ngọc Diễm Ly, Ly Asia, Box By Ly & Ly Group 20€. Trần Ngọc Diễm Ly, Nguyễn Quang Benny Huy, Trần Ngọc Hoàng Ly, Trần Mạnh Chung, Trần Bảo Anh, Trần Hoàng Gia Kiệt và Ly Asia Group 20€. Trần Thanh Tuyết & Thiện An Trần Thanh Quy 20€. Trần Thị Thanh Đức 20€. Trần Tú Anh 100€. Trang Kim Anh 50€. Trang Kim Anh 150€. Trịnh Phương Hạnh 10€. Trung Toàn Giang Tuấn Thanh & Trung Nghĩa Giang Tuấn Đạt và Đồng Diệu Kê Sarah 25€. Từ Ngọc 185€. Tuệ Tâm Trang Dương Thanh Sang 50€. Ute Brinckmann (Lakshman Dharmaratne) 30€. Van Thi Hương (Thích Nữ Hạnh Trang) 482,94€. Vũ Minh Đạt 20€. Nguyễn T. Thanh (Aachen) 20€. Nguyễn Lyli Ngọc Mai (S.nhật 17/04) (Berlin) 150€. Nguyễn Phan Hoàng Hà (S.nhật 20/04) 200€. Trần Thanh Huyền 20€. Đồng Phước Phạm Thị Lanh (Bielefeld) 50€. Huỳnh Thị Chan (Braunschweig) 20€. Kha Bảo Như (Bremen) 20€. Kha Hiếu Hán 20€. Trần Văn Hoàn (Celle) 20€. Horn Manuela (S.nhật 15/04) (Chemnitz) 50€. Stefan Bittner 100€. Xieng Chen (Dortmund) 200€. Đỗ Bá Sự & Nguyễn Thị Kim Thanh (Dresden) 20€. Gđ. Hồ Minh Tiến & Dương Thu Hường 100€. Gđ. Nguyễn Việt Hà & Phạm Thị Thúy Nga 20€. Ngô Thị Yến 50€. Đào Thị Hồng Nguyên (Edewecht) 50€. Nguyễn Việt Đức (Emden) 50€. Gray Phùng Thị Mộng Điệp (England) 100€ HHHL Mẹ Bùi Thị Phụng. Nguyễn Văn Thủy (Essen) 50€. Nguyễn Thị Phước (Nguyễn Năng Cường) (France) 33,50€. Frau Vương Ngô Anh (Vương Oan Nga) (Freiburg) 50€. Ouyang Qiufeng (Gelsenkirchen) 200€. Phan Thị Be (Gifhorn) 10€. Gđ. Bà Nguyễn Thị Nga (Gosla) 400€. Nguyễn Thùy Dương & Nguyễn Hai An Ernin (Großbreitenbach) 20€. Pt. Nguyễn Hải An Erwin 10€. Pt. Nguyễn Thùy Dương (Laura Nguyễn) 10€. Pt. Nguyễn Văn Hữu & Diệu Thúy Nguyễn Thị Ngọc Thúy 10€. Pt. Diệu

Hương Nguyễn Thị Hoa (Hải Phòng/Việt Nam) 10€. Pt. Phùng Thị Khuê 10€. Pt. Quảng Vân Nguyễn Ngọc Hương 10€. Lam Phương Phan (Hamburg) 50€. Trịnh Xuân Phong (Hamel) 20€. Chi Hội Phật Tử Hannover (Trần Mạnh Thắng) (Hannover) 940€. Đồng Nhẫn 10€. Đồng Tâm Nguyễn Hồng Thu 60€. Gđ. Pt Trần Hoàng Việt 20€. Hãng nhà Hanova 5€. HHHL Lâm Thị Huệ Pd Đồng Hoa (*06.12.1936 †02.05.2023 (nhằm ngày 13.03 năm Quý Mão) 200€. Hoàng Thị Tân 1.000€. Nguyễn Khiết An Lê Thu Hương & Hoa Anh Tú 50€. Nguyễn Thị Anh 50€. Nguyễn Thị Tố Uyên 10€. Quý Phật Tử Hannover 80€. Thiện Phú Lê Bích Lan 10€. Trần Thanh Sơn 30€. Ngô Thị Ngọc Oanh (Hildesheim) 20€. Phạm Thị Nhung & Vũ Tuấn Anh và Vũ Khánh Ngọc 50€. Tăng Thị Kim Oanh 10€. La Thị Ngọc Dung (Ibbenbüren) 20€. Thi Bình Nguyễn-Drebelov (Jesteburg) 70€. Nguyễn Sáu (Karlsruhe) 20€. Trương Mỹ Phương (Laatzen) 40€ HHHL Trần Trinh Thiệp. Đặng Xuân Trường (Langen) 20€. Schneider Thị Khánh Vân 50€. Đỗ Trọng Thanh (Lausanne/Schweiz) 100€. Gđ. Phạm Văn Sơn (Hải) & Đồng Hoa Nguyễn Thị Thu Hương (Lehrte) 60€. Nguyễn Vũ Phương Anh 40€. Trần Thị Nhuần (Mainz) 50€. Nguyễn Danh Hội & Nguyễn Phương Dung (Mannheim) 150€. Thanh Phương Heise (Moehrendorf) 1.500€. Pt. Phạm Thị Mười (Nam Định/Việt Nam) 10€. Bùi Thị Kim Tuyến (Neu Senburg) 50€. Gđ. Pt Tô Đình Phương & Nguyễn Thục Anh (Neudietendorf) 250€. Tạ Hồng Sinh (Neu-Isenburg) 20€. Dirk Buhmann (Norderney) 20€. Nguyễn Ha 20€. Trần Thị Hảo 10€. Diệu Thới Phạm Thị Ngọc Loan (Nordhorn) 100€. Gđ. Lưu Hồng Quang & Gđ. Lưu Hoàng Long (Nürnberg) 50€. Minh Dũng Bùi Thanh Hùng 20€. Pt. Huệ Diệu Ngô Thị Mai Hương 50€. Pt. Huệ Hòa Ngô Thị Tâm 50€. Trần Thị Phúc & Trần Văn Danh 30€. Trần Thị Dương (Oldenburg) 50€. Nguyễn Thị Liên (Recklinghausen) 50€. Nguyễn Thị Diệp Thanh (Schorndorf) 20€. Nguyễn Đức Quang & Nguyễn Thị Thanh Thư và con Nguyễn Đức Khôi Nguyên (Sonderborg/Danmark) 50€. Phạm Văn Trường & Trần Thị Nguyên và các con Phạm Thị Tuyết Nhung, Phạm Thị Tuyết Ngân 50€. Lê Quỳnh Thư (St.Gallen/Schweiz) 100€. Phan Kim Anh (Sugenheim) 15€. Lê Thị Ngọc Anh (Sydals/Danmark) 50€. Đặng Hồng Việt (Torgau) 40€. Nguyễn Tố Loan (Gđ. Trân) (USA) 90,83€. Dr. Đặng Ngọc Lưu (Waghausel) 200€ HHHL Ông Nguyễn Văn Diệp. Bành Tâm Sơn (Wiesbaden) 10€. Doan Lai Dinh (Wuppertal) 50€ HHHL Cụ Tham Loni Hen & Cụ Manh Muu. Nguyễn Thị Kim Chi (Laatzen) 100€ cúng dường Tăng Ni người Đức.* Gđ. Diệu Tịnh (Berlin) 100€. GĐPT VN tại Đức 300€. **USA**: Ẩn danh 3.738€. Thiện Hội 467€. Thiện Nhựt 467€. Châu Ngọc 935€. Thiện Vũ & Thiện Niệm 935€. Đồng Phước (Bielefeld) 200€. Đồng Ngọc („) 100€. Trần Trúc Quỳnh (Bremen) 200€. Đồng Thế & Nhuận Thân 50€. Diệu Liên (Hamburg) và Nguyên Đạo (Kiel) 500€ HHHL Bác Sĩ Thị Minh Văn Công Trâm. Tâm Thủy (Ulm) 100€ Minh Hải & Tâm Tịnh Phổ (Ulm) 100€. Thiện Vỹ & Thiện Tuệ (Stuttgart) 280€. Thiện Măn, Thiện Nhã, Thiện Nam, Thiện Hồng & Thiện Châu (Stuttgart & Nürnberg) 500€. Viên Tịnh (Ravensburg) 50€. Quý Phật Tử Ravensburg 100€. **Friedrichshafen**: Minh Phát & Diệu Phú 10€. Thiện Định & Tuệ Thanh Hải 10€. Giác Ngộ & Diệu Liên (Schweiz) 50€. **USA**: Gđ. Cô Đồng Từ 467€. Gđ. Pt Diệu Ngân 187€. Gđ. Đh Văn Thị Tịnh 187€. Diệu Hiếu Trần Phụng (Schweden) 500€. Cô Thông Chân (Hamburg) 100€.

Quý Đạo Hữu & Phật tử cúng dường thực phẩm và bánh phát hành:

Gđ. Chung & Hiền (Hamburg) 5 bao gạo. Sutjipto Eddy 50 Kilo gạo. Gđ. Minh Hải (Delmenhorst) 1.020 bánh xu xuê. Gđ. Minh Đức (Delmenhorst) 630 bánh xu xuê.

* Báo Viên Giác

Hương Thu Vũ & Nguyễn Vũ 50€. Lê Thị Hoa (Stein) 50€. Trần Xuân Hòa 52€. Văn Công Tuấn (Kiel) 40€ Báo VG tặng Herrn Rattanavong & Herrn Lê Văn Hồng. Võ Trung Thư (Bad Pyrmont) 20€. Lê Thị Bích Duyên (Bergkamen) 30€. Trần Ngọc Em (Berlin) 20€. Trần Thị Yến Trang (Bonn) 20€. Đào Sari (Duisburg) 20€. Lương Hiền Sơn 20€. Nguyễn Văn Thinh 25€. Gray Phùng Thị Mộng Điệp (England) 100€. Nguyễn Thị Phước (Nguyễn Năng Cường) (France) 50€. Phạm Thị Ngọc Diệp 100€. Frau Vương Ngô Anh (Vương Oan Nga) (Freiburg) 30€. Trần Hữu Minh (Grefrath) 30€. Nguyễn Ngọc Kham (Haar) 20€. Han Tai Van (Hamburg) 30€. Nguyễn Thị Sáu 20€. Bảo Phương Strauß (Hannover) 30€. Lâm Thừa Trí (Ibbenbüren) 20€. Thi Bình Nguyễn-Drebelov (Jesteburg) 30€. Đỗ Trọng Thanh (Lausanne/Schweiz) 100€. Micheal Trần (Lehrte) 20€. Fam. Nguyễn Phương (Mönchengladbach) 20€. Nguyễn Khắc Tiến Tùng (München) 20€. Phạm Thị Tuyết Hạnh (Münster) 30€. Võ Ngọc Khải (Neuss) 20€. Nguyễn Thị Kim Vinh (Nürnberg) 26€. Nguyễn Thị Liên (Recklinghausen) 50€. Nguyễn Đình Chương (Remscheid) 20€. Hàn Cường (Reutlingen) 20€. Trương Khánh Tuyết (Rheinberg) 20€. Lý Thị Kim Huê (Riedisheim/France) 50€. Huỳnh Minh Tân (Saarlouis) 20€. Nguyễn Thị Diệp Thanh (Schorndorf) 50€. Lương Hiền Nhơn (Schweiz) 30€. Lâm Thị Yến Nga (Seelze) 20€. Lê Quỳnh Thư (St.Gallen/Schweiz) 100€. Hồ Minh Đa (Steinfurt) 20€. Nguyễn Thị Kim Hoa (Stutensee) 30€. Huỳnh Văn Thập (Stuttgart) 100€. Hồ Văn Lực (Vilshofen) 30€. Vương Tai Hưng (Weil am Rhein) 20€. Huỳnh Thanh Long (Wiesbaden) 50€. Trần Thị Thu Thủy (Wilhelmshaven) 60€.

* ẤN TỐNG

Kính Thủy Sám: Lê Thi 200€.

* TƯỢNG PHẬT

- Tượng Quan Âm: Lâm Kim Khánh (Mönchengladbach) 120€. Vũ Thị Vui 500€. Stefan Bittner (Chemnitz) 50€.

- Tượng Dược Sư

An Ho 3.000€. Đào Từ Hiền 100€. Diệu Lan Nguyễn Cúc Mai, Phước Quý Nguyễn Hữu Tình, Phước Bình Nguyễn Đình An, Phước Hải Nguyễn Hoài Nam, Diệp Ngọc Trần Hanel Mike Loan và gia đình 100€. Đồng Bình Bùi Thị Thái 100€. Dương Thu Hoa 1.000€. Dương Tu Cường 100€. Gđ. HL Diệu Thới Phạm Thị Ngọc Loan 220€. Gđ. HL Vi Văn Tư 500€. Gđ. Pt Đồng Ngọc Phạm Thị Thúy Trinh 100€. Gđ. Pt Từ Đường 100€. Gđ.Pt Cao Văn Dũng & Nguyễn Thị Thư 50€. Gđ.Pt Chánh Đức Định 40€. Gđ.Pt Đặng Quốc Chí & Lý Tô 50€. Gđ.Pt Diệu Hòa Trần Thị Hiền & Dennys Strohmann 30€. Gđ.Pt Diệu Mỹ 30€. Gđ.Pt Diệu Sơn Trần (Larws) Ngọc Thủy, Andreas Laws, Tâm Huệ Hứa Ngọc Cúc 300€. Gđ.Pt Đồng Hoa Nguyễn Thị Thu Hương 30€. Gđ.Pt Đồng Kim Ngụy Minh Thúy 50€. Gđ.Pt Đồng Liên Nguyễn Thị Kim Hoa, Liên Hương Trương Thị Lộc 200€. Gđ.Pt Đồng Nhan La Thị Ngọc Dung, Nguyễn Hữu Châu & Đồng Lạc Nguyễn Hùng Anh 20€. Gđ.Pt Đồng Phước Phạm Thị Lanh, Đồng Hiếu Nguyễn Thị Thu Thảo, Đồng Nhã Nguyễn Thị Huyền Trang, Đồng

Trí Phạm Văn Toàn & Đồng Huệ Phạm Ánh Nhi 250€. Gđ.Pt Đồng Quang & Đồng Chiếu 30€. Gđ.Pt Đức Hinh & Thiện Khai 100€. Gđ.Pt Huyền Ngọc Lý Thị Hương, Mỹ Hiền Lư Yến Phương & Chenge Đức Thiện Nhơn 50€. Gđ.Pt Huỳnh Ngọc Phương & Ngô Chánh Đạt 20€. Gđ.Pt Minh Đức Huỳnh Văn Thương, Diệu Trí Huỳnh Thị Ngọc Hà, Diệu Phượng Huỳnh Thị Ngọc Châu, Thiện An Diệp Hoài Xương, Diệu Quang Lục Huệ Linh, Đồng Vân, Đồng Ngân & Đồng Tú 200€. Gđ.Pt Minh Hậu Huỳnh Công Hải 20€. Gđ.Pt Minh Huyền, Thiện Nhã & Thiện Mẫn 300€. Gđ.Pt Ngọc Cẩn Trần Thị Lan 50€. Gđ.Pt Nguyễn Thị Kim Chi & Nguyễn Văn Ánh 100€. Gđ.Pt Nguyễn Thị Uyên 50€. Gđ.Pt Nguyễn Trung Thảo & Viên Hồng Nguyễn Thái Bạch Hồng 50€. Gđ.Pt Nhân Sinh Phạm Huỳnh Ái Nhân, Phạm Mỹ Ngọc & Phạm Mỹ Phương 50€. Gđ.Pt Nhuận Thanh Mai Thị Danh 50€. Gđ.Pt Phạm Hoài Yến Linh 50€. Gđ.Pt Tâm Giới Đức 30€. Gđ.Pt Tâm Mỹ Trần Thị Mỹ Châu, Ngọc Phước Quách Thị Chuông, Đồng Hòa Trần Johnny, Jule Emma Gehrt & Đồng Nhã Trần Tony 500€. Gđ.Pt Tâm-Đồng Nhiên, Đồng Nhã, Đồng Nghĩa & Đồng Huệ 50€. Gđ.Pt Thiện Danh Nguyễn Thị Ánh Hồng, Thiện Phú, Bé Amy & Accettura Nguyễn (4 tuổi) 100€. Gđ.Pt Thiện Đức Huỳnh Lê Diệu Phước, Thiện Hậu, Thiện Huy Lại Ngọc Vinh, Lại Huỳnh Thiện Xuân & Lại Huỳnh Thiện Mỹ 100€. Gđ.Pt Thiện Hỷ Lê Thị Ngọc Hân & Tiên Dân Quyền 150€. Gđ.Pt Thiện Kim & Diệu Liên 50€. Gđ.Pt Thiện Vũ Nguyễn Thị Kim Oanh 100€. Gđ.Pt Trần Thị Ngọc Thúy 20€. Gđ.Pt Viên Đào Nguyễn Thái Bạch Đào 50€. Gđ.Pt Viên Mai Nguyễn Thái Bạch Mai 10€. Gđ.Pt William Thai 200€. Gđ.Pt Wong Thục My 50€. Linh Hai Do 50€. Phi Holste Hoang 30€. Pt Chân An Võ Ngọc Cát Tường và Nhóm bạn 100€. Pt Diệu Đức Hoàng Bích Nga 20€. Pt Diệu Hà 100€. Pt Huệ Phước Đặng Trần Nhật Minh 25€. Pt Liễu Đạt Trần Thị Hiền 20€. Pt Nhật Phúc 20€. Pt Quang Tiết 20€. Pt Viên Hòa 10€. Pt Viên Trung 10€. Pt. An Thoát Dương Thu Minh Hằng 50€. Pt. Diệu Hoa 20€. Pt. Đồng Hạnh Lư Mỹ Phương 25€. Pt. Thiện Bạch (Xuân) 20€. Pt. Viên Bình 50€. Pt. Viên Đồng 30€. Pt. Viên Nghiêm Bành Minh Thành 300€. Sư Cô TN Hạnh Bình, Thiện Đức, Thiện Hậu, Thiện Huy, Thiện Xuân & Thiện Mỹ 250€. Sư Cô TN Tuệ Đàm Giác 50€. Thầy Thích Phước Hội và Gđ. Pt Diệu Thinh 500€. Thích Hạnh Lý 300€. Thích Hạnh Nhẫn 300€. Thiện Đạo Nguyễn Anh Tú 10€. Thiện Nam & Thiện Hồng (Hà & Phương) 50€. Tính Trúc & Tính Nghiêu 200€. Trần Anh Tuấn 40€. Trương An Ly 50€. Võ Đình Trọng 100€. Vương Kim An 80€. Vương Kim Huệ 100€. Vương Kim Hương 100€. Vương Kim Lợi 50€. Vương Kim Mai 50€. Vương Kim Tín 120€. Gđ. Thầy Thích Phước Quang (Soman Wang Chen) (Canada & ViệtNam) 200€. Gđ.Pt Diệu May Trần Thị May (Bính Thân), Minh Tú Nguyễn Văn Trình (1953), Nguyễn Trần Mỹ Phương Kimber Luy Pd Huệ Thảo (1996) & Minh Hiếu Nguyễn Tài Tim (1994) (England) 300€. Staron Jennifer Ngọc Phượng & Staron Peter (Hamburg) 300€. Gđ. Chị Vân Mo (Hannover) 3.000€. Gđ. Đồng Độ Nguyễn Thị Minh Sáu & Đồng Nhã Dương Trần Thanh 3.000€. Gđ. Đồng Lực Vũ Văn Cường & Đồng Ngọc Nguyễn Thị Thái Chinh và Đồng Khang Vũ Chloe 3.000€. Gđ. Phạm Thị Thanh Hằng 30€. Pt. Quảng Ngộ & Diệu Hiền 200€. Lữ Thị Mỹ Hạnh (Laatzen) 500€. Pt. Đồng Kiện Diệu Xuân (Lübeck) 150€. Lý Trung Hà (Osnabrück) 100€.

* **Phật Đản**

Diệu Phi Nguyễn Phương Danh 20€. Huỳnh Thị Mỹ Hạnh 50€. Pt. Nguyên Trí & Diệu Hạnh Nguyễn 50€. Trần Thị Quang 100€. Lương Thị Kim Phụng (Bielefeld) 80€. Lâm Thanh Tùng (Düsseldorf) 20€. Trịnh Văn Thinh & Nguyễn Thị Tám (Essen) 60€. Mme Lê Anh Nguyễn (France) 30€. Diệu Ngọc & Quảng Tâm (Karlsbach) 50€. Nguyễn Thị Tâm (Lehrte) 20€. Diệu Đức Hoàng Bích Nga (Nieder-Olm) 10€. Li, Trần Thúy Phượng (Pforzheim) 50€. Tô Khải Đức (Schweinfurt) 20€. Trương Văn Ký (VS. Villingen) 50€.

* **Vu Lan**

Trịnh Văn Hi 40€. Trương Văn Ký (VS. Villingen) 50€.

* **Sửa Chùa**

Hồ Minh Đa (Steinfurt) 50€.

* **Đèn Dược Sư**

Mme Lê Anh Nguyễn (France) 30€.

* **TỪ THIỆN XÃ HỘI**

-**Cô nhi, Cùi, Mù & Dưỡng lão:** Dr. Hoàng Cương Nguyên & Dr. Nguyễn Thị Minh Ngọc 50€. Lê Thị Hoe 20€. Lưu Hạnh Dung 50€. Pt. Nguyễn Thu Hương (Hanna Nguyễn) 10€. Trương Mỹ Châu 50€. Đào Thị Hồng Nguyên (Edewecht) 100€. Trần Thị Phúc & Trần Văn Danh (Nürnbetrg) 30€. Pt. Nguyễn Hải An Erwin (Großbreitenbach) 10€. Pt. Nguyễn Thùy Dương (Laura Nguyễn) 10€. Pt. Nguyễn Văn Hữu & Diệu Thúy Nguyễn Thị Ngọc Thúy 10€. Phi Nam (Karlsruhe) 30€. Nguyễn Thị Gia Tuyết (München) 30€.

-**Nồi cháo tình thương:** Phạm-Nguyễn Thị Thu Thủy (Belgique) 100€.

-**Mổ mắt tìm lại ánh sáng:** Phi Quang (Karlsruhe) 30€. Trần Thị Phúc & Trần Văn Danh (Nürnberg) 30€. Trương Văn Ký (VS. Villingen) 50€.

-**Phóng sanh:** Đào Thị Hồng Nguyên (Edewecht) 50€. Trương Văn Kỳ (VS. Villingen) 50€.

* **Học Viện Phật Giáo Viên Giác**

Đặng Tiến-Giới Hương 1.000€. Đại Đức Chúc Hiếu 466€. Đồng Huệ Hoàng Thị Phúc 500€. Gđ. Trần Trúc 300€ HH cho anh Trần Tuấn Kiệt. HL Hứa Thị Quý 350€. Nguyễn Ái -Christine 500€. Nhuy H. Le 928,33€. Phạm Thị Kim Hường 3.000€. Sư Cô Chân Đàn 1.500€. Sư Cô Tuệ Thiện 1.000€. Tạ Văn Hợp & Lê-Tạ Thị Bạch Huệ 1.500€. Tịnh Nghiệp Trần Thị Yến Vy 1.500€. Trần Thị Diệu An & Nguyễn Văn Phát 5.000€. Trần Thị Yến Vy 1.500€. TT Thích Hạnh Hòa 1.500€. Tu Viện Bồ Đề 1.839,68€. Tuệ Mạnh - Nguyên Phúc 50€. Võ Thị Mỹ 600€. Võ Thị Tuốt (An Giang/Việt Nam) 100€. Phạm Trung Hà (Augsburg) 100€. Anh Kiệt Quảng Thanh (Dallas/USA) 466€. Phù Thị Lánh Tâm Thành (Đan Mạch) 1.000€. Pt. Diệu Khiết 200€. Tịnh Thất Bảo Liên 1.000€. Mme Lê Ảnh Nguyễn (France) 100€. Chánh Đức Đinh (Hamburg) 100€. Đồng Bạch Nguyễn Thị Liên (Hannover) 1.000€. Sư Phụ (Tổ đình Viên Giác) 7.101€. Trần Minh Ngọc 1.500€. Chị Diệu Hiền (Houston/USA) 187€. Trần Thị Thanh Thúy (Diệu Ngọc & Quảng Tâm) (Karlsbach) 1.500€. Gđ.Pt Trần Văn Khoa (Köln) 120€ HHHL Ấn Đạt Nguyễn Khoa Thành mất ngày 19.03.24 tai nạn giao thông tại Krefeld. Trần Thị Phúc & Trần Văn Danh (Nürnberg) 30€. Bạn cô Đồng Từ (San Jose/USA) 187€. PT Đồng Từ 1.869€. Pt. Từ Bi Nguyện 953€. Sư Cô TN Hạnh Trì (USA) 11.434,31€. Trần Hữu Lễ & Nhật Hưng (Schweiz) 200€. TT Thánh Trí (Chùa Bồ Đề) (Seattle/USA) 953€. Vũ Quang Tú (Seelze) 1.500€. Nguyễn Tuyển (USA) 898,5€. Nhụy H. Lê 953€. Phạm Hoàng Minh 165,7€. Pt. Minh Nguyên 953€. Sư

Minh Bảo (Tịnh xá Quán Âm) 93€. Thanh Hiền 5462,51€. Thầy Phổ Tấn (Chùa Liên Hoa) 466€. Thầy Trung Thành 1402€. Tu Viện Bồ Đề 1.356,5€. Lê Thị Tuyết (Wien/Österreich) 1.500€. Thích Phước Hội (Wilhelmshaven) 2.500€. Bành Tâm Sơn (Wiesbaden) 20€.

*Học bổng Tăng Ni:

-**Ấn Độ:** Ẩn danh 100€.

-**Việt Nam:** Bành Tâm Sơn (Wiesbaden) 20€.

* Quảng cáo

Đông Nam Reisen 530€. Hoa Le Finanztransfer GmbH 530€. Ngô Phú Hải (Berlin) 280€. Mai Lam (Oldenburg) 1400€.

ĐỊNH KỲ (Tháng 3 & 4 / 2024)

Chöling 600€. Christian Leupold 60€. Đặng Quốc Minh 20€. Đào Thị Hiền 20€. Diệu Khai, Diệu Ngọc & Quảng Tâm 100€. Đỗ Thái Bằng 60€. Đỗ Thị Hồng Hạnh 10€. Đoàn Thanh Vũ Phước 20€ HHHL Bà Đồng Phước Võ Thị Hai. Đồng Giới Nguyễn Thị Thu 20€. Đồng Hoa & Thiện Mỹ 10€. Gđ. Nguyên Huệ - Diệu Mẫn 100€. Gđ. Thiện Nam & Thiện Hồng 20€. Hà Đoàn Thục Như 1000€. Hà Ngọc Kim 50€ HHHL Diệu Hạnh Đinh Thị Hợi. Hồ Thị Nguyệt 50€. Hoàng Thị Nhung 20€ HHHL Hoàng Văn Lịch. Hoàng Thị Phúc 20€. Hoàng Thị Tân 120€. Hồng Nghiệp Phan Quỳnh Trâm 10€. Hứa Thiện Cao 10€. Hue Wollenberg 20€. Kim Loan Lâm Thị Maier 20€. Lâm Đức Toàn 10€. Lâm Thị San 20€. Lê Minh Sang 60€. Lê Thị Ngọc Hân 100€. Lê Thị Tiến 50€. Lê Thùy Dương 20€. Lê Văn Đức 20€. Lý Kiến Cường 50€. Manuela Horn 20€. Ngô Thị Thắng 20,46€. Nguyễn Ngọc Đương 10€. Nguyễn Hoàng Vũ & Nguyễn Thị Thanh Phương 20€. Nguyễn Hữu Mừng Chi 20€. Nguyễn Liên Hương 40€. Nguyễn Quang Hùng 30€. Nguyễn Quốc Định 30€. Nguyễn Thị Diệu Hạnh 40€. Nguyễn Thị Hiền 20€. Nguyễn Thị Hồng Anh 500€. Nguyễn Thị Hồng Quyên 20€. Nguyễn Thị Kim Lê 20€. Nguyễn Thị Minh Sáu 40€. Nguyễn Thị Ngọc Lan 20€ HHHL Mẹ Đồng Phước Nguyễn Thị Phụng. Nguyễn Thị Ngọc Thảo 50€. Nguyễn Thị Thắm 20€. Nguyễn Thị Thu Nguyệt 20€. Nguyễn Thiện Đức 60€. Phạm Thị Mai & Minh Trương 40€. Phạm Văn Dũng & Đỗ Thị Cúc 12€. Phan Đình Du 100€. Phan Thị Dương 25,56€. Phan Thị Lan 20€. Phùng Văn Thanh 20€. Quách-Lê Thị Kim Thu 50€. Rafael Adam Spyra 20€. Sabine & Phan Trương Trần Vũ 100€. Spyra Tu Bình 20€. Tạ Thị Ngọc Dung 60€. Thái An Gian 200€ (Định kỳ trọn năm). Thái Kim Sơn 80€. Thái Quang Minh 200€. Thị Bích Lan Nguyễn & Erhart 30€. Thị Thiện Phạm Công Hoàng 50€. Thiện Chơn Ngô Quang Vinh 40€. Thiện Độ Ngô Quang Đức 80€. Thiện Nam & Thiện Hồng 50€. Thiện Thủy Vũ Thị Xuyến 30€. Tôn Thúy 40€. Trần Mạnh Thắng 100€. Trần Ngọc Diễm 10€. Trần Tân Tiếng 22€. Trần Thị Kim Lệ 10€. Trần Thị Ngọc Anh (Trần Lăng Hía) 20€. Trần Thị Thanh 30€. Trần Thị Thu Thủy 10,22€. Trần Văn Dân 15€. Trương Ngọc 10€. Tu Bình Spyra 20€. Uông Minh Trung 20€. Viên Tú Nguyễn Thị Anh 20€. Võ Thị My 20,46€. Võ Thị Mỹ 20€. Võ Văn Hùng 30€. Vũ Đình Đức 30€. Vũ Quang Tú 100€. Vũ Thị Tường Nhân 20,46€. Young Thị Thanh 30€.

TU VIỆN VIÊN ĐỨC
(01.01.2024 - 31.03.2024)

TAM BẢO

ĐH. Quách Thị Phương & Văn Khánh 130€. Quan La 50€. Thanh Hương Bauer 30€. Thầy Đồng Văn 50€. Thiện Kính Liễu Thái Hòa 300€. Thiện Quý Ngô Nguyên Minh Châu 20€. Trần Đức Thanh 20€. Trần Hoàng Minh 90€. Trần Mạnh Thắng 150€. Trần Thị Hồng 30€. Trần Thị Nga 30€. Trần Thị Nở 110€. Trần Thị Tân 50€. Trần Thị Thu Hằng 30€. Tuệ Mạnh Nguyên Phúc 50€. Tuệ Ngưỡng Huỳnh Văn Hoài & Từ Nghi Nguyễn Thị Kiều Hạnh 50€. Ulm Vũ Thanh Hương, Ngọc Thu, David Uhl & Thu An 55€. Vạn Dũng 20€. Võ Ngọc Quỳnh My 20€. Vũ Đình Đức 45€. Vương Kim Mai & Dương Tu Cường 50€. Vương Thúy Nga 50€. Gđ. Phạm Xuân Tuấn (Albstadt Ebingen) 50€. Phan Thị Phương (Arbon-Swiee/ Schweiz) 50€. Nguyễn Thị Định (Bad Waldsee) 60€. Nguyễn Văn Hải 30€. Nguyễn Thị Hà (Biberach) 30€. Hoàng Sang Lưu (Biberach/Riß) 20€. Nguyễn Thị Minh Phương (Erbach) 30€. Phạm Quốc Huy & Lâm Hà Mi Anna (Filderstadt) 50€. Gđ. Mạch Khung (Friedrichshafen) 50€. Ho Le 100€. Lưu Phước Lai 30€. Nguyễn Đức Thinh & Phạm Thu Hương 100€. Phạm Thị Hạnh 50€. Vũ Văn Hùng & Nguyễn Thi Hương Huyền 50€. Fam. Phạm (Günzburg) 100€. Lê Thị Hòa (Heimenkirch) 20€. Nguyễn Hương (Immenstadt) 100€. Scherer Nguyễn Bích Thủy (Kampten) 20€. Nguyễn Thị Ánh (Kempten) 50€. Gđ. Nguyễn Thị Hồng Bích (Konstanz) 100€. Hằng, Hiếu & Jens 100€. Jens Nguyen & Jens Hang Hieu 50€. Mai Thị Ngọc 20€. Nguyễn Xuân Trung & Phạm Thị Hiền và Julia Dang, Alex Nguyen 30€. Phạm Văn Thuần 30€. Vợ chồng Mạnh & Thương 30€. Gđ. Ẩn danh (Lindau) 30€. Gđ. Nhung & Minh 50€. Hà Thị Phương 40€. Nguyễn Mai Xuân & Lan Nguyễn 20€. Nguyễn Văn Tiến 100€. Nguyễn Việt Vương 10€. Trần Thị Lan Anh (Lindau Bodensee) 50€. Gđ. Lâm Nguyễn (Lindenberg) 100€. Gđ. Vũ Văn Hưng 20€ HHHL Vũ Tiến Đạt. Minh Thư 20€. Nguyễn Thị Hải Minh 20€. Trương Bích Thủy 50€. Tạ Xuân Hồng & Nguyễn Thị Huyền và Tạ Hương Quỳnh, Tạ Huyền Mi (Lindenberg im Allgäu) 20€. Dương Thị Thanh Pha (Lustenau) 50€. Hà Quốc Thanh & Hà Thu Lan (Memmingen) 30€. Gđ. Hiêng Thủy (Nonnenhorn) 100€. Gđ. Ngô Văn Chia (Österreich) 20€. Gđ. Sơn & Lệ 50€. Gđ. Tâm Sơn 50€. Đào Xuân Thái (Pfullendorf) 20€. Gđ. Vũ Ngọc Tuấn & Ngô Thị Phương Thảo 50€. Gđ. Hùng & Mừng (Reutlingen) 50€. Dương Vinh (Schramberg-Sulgen) 20€. Đồng Thảo (Schweiz) 20€. Giác Ngộ - Diệu Liên 50€. Trương Thị Cúc Hoa 20€. Vương Kim Anh 50€. Gđ. Tuấn & Thy (Senden) 50€. Gđ. Nguyễn Sơn Tùng (Sigmaringen) 50€. Thái Sơn 20€. Gđ. Crepaz (St.Gallen/Schweiz) 50€. Nguyễn Thị Mỹ Hạnh (Stuttgart) 50€. Lê Thị Duyên (Ukraina) 20€. Bành & Quế 50€. Bành Hên 110€. Bùi Quang Trọng & Vũ Thị Thúy Hường 100€ HHCĐ Trần Việt Thắng Pd Đồng Lợi. Cao Xuân Hải 100€. Chu Thị Thu Hương 50€. Công Thanh Dương 50€. Đặng Thị Em 20€. Đào Thúy Lan & Trần Anh Phúc và Trần Đức Thanh 300€. Diệu Hòa Huỳnh Thị Thanh Hà 120€ (Định kỳ). Diệu Ngọc & Quảng Tâm 60€. Diệu Phương 30€. Diệu Phương Huỳnh Ngọc Châu 130€ HHHL cho Mẹ, Ba chồng và cháu. Đỗ Văn Vinh 30€. Đoàn Thúy Lan 100€. Đồng Dung Nguyễn Thu Trang 30€. Đồng Lợi Trần Việt Thắng 180€. Đồng Ngọc Đào Thúy Uyên 150€ (Định kỳ). Đồng Quý 50€. Đức Trí & Diệu Như 50€. Dương Thị Ngọc Liên 30€. Dương Thị Nhung & Vũ 20€. Fam. Ho & Moll 50€. Fam. Phạm 50€. Fam. Phạm Vốn 30€. Florian Simmendinger 300€. Gđ. Hải Lành 20€. Gđ. Hùng, Mỹ, Vinh & Hảo 50€. Gđ. Huỳnh 50€. Gđ. Huỳnh Cuối Liễu 20€. Gđ. Phạm Thị Cúc 50€. Gđ. Phạm Thị Kim Nhung 100€. Gđ. Phương & Phú 70€. Gđ. Sơn & Tân 50€. Gđ. Trương Văn Tấn 50€. Gđ.Pt Đinh Xuân Hùng & Nguyễn Thùy

Kinh 500€. Giác Ngộ Diệu Liên 40€. Helen Trịnh Ngọc Thảo 150€. Hồ Thị Thanh Bình 60€. Hoàng Thế Lộc & Nguyễn Thị Loan 100€. Hoàng Thị Miên 20€. Hoàng Thị Mỹ 20€. Julia Moleker 20€. Kevin Lam 5€. Kim Loan Lâm Thị Maier 45€. Lai Trung Việt & Lo Thi Phương 60€. Lê Thị Huê 120€. Lê Thị Kim Loan 60€. Lê Thị Thêu 50€. Lê Thị Thúy 100€. Lê Thúy Hà 30€. Liêu Thái Hòa 1.290€. Lương Văn Du 50€. Mỹ & Ngân 50€. My Hao Handels UG Haftungsbechränk 300€. Ngô Mỹ Hoàng 50€. Ngô Thị Mỹ Lâm & Ngô Thị Mỹ Liên 25€. Nguyên Bổn & Chúc Đạo 10€. Nguyễn Huyền Trang 100€. Nguyễn Thị Kim Dung 150€ HHHL Thanh Tran Trần Hữu Phú. Nguyễn Thị Lan Anh 30€. Nguyễn Thị Minh Phương 60€. Nguyễn Thị Nhiều 50€. Nguyễn Thị Thủy 20€. Nguyễn Thị Thúy Hà 20€. Nguyễn Tuyết Xinh 90€. Nguyễn Văn Trải & Hồ Thị Diệu My 40€. Nhã Ngân 10€. Nhã Vân 10€. Nhuận Tâm Lưu Kha Thu Hương 20€. Phạm Thái Hùng 15€. Phạm Thị Anh 10€. Phạm Thị Gia Huy & Phạm Thị Gia Hiếu 40€. Phan Trieu Han 50€. Pt. Đồng Dung Nguyễn Thu Trang 10€. Pt. Trần Thành Trung 100€. Simmendinger Thị Ngọc Hiền (Waiblingen) 50€. Diệu Duyên Nguyễn Thanh Dung (Wangen) 60€. Quyên Trần 50€. Quỳnh Trần 50€. Trần Trang Vy 10€. Nguyễn Thị Kim Trang (Wangen/Allgäu) 10€. Gđ. Lê Xuân Việt & Nguyễn Ngọc Ánh và Lê Ngọc Huyền My (Weingarten) 50€.

*
* *

Khi chuyển tịnh tài cúng Chùa, xin quý vị vui lòng ghi vào mục (Verwendungszweck = mục đích cho việc gì) để văn phòng dễ làm việc. Quý vị ở xa ngoài nước Đức cũng có thể gửi tiền mặt hoặc Check trong thư, có thể gửi thường hoặc bảo đảm về chùa. Xin thành thật cám ơn quý vị.

Tất cả mọi sự Cúng Dường định kỳ hoặc những lễ lạc khác cho Chùa, quý vị đều có thể lấy Giấy Khai Thuế lại (bằng tiếng Đức) để cuối năm quý vị có thể khai khấu trừ thuế với Chính Phủ. Quý vị nào cần, xin liên lạc về Chùa qua Email: pagodevg2020@viengiac.de bằng thư hoặc điện thoại, cho đến cuối tháng 4 mỗi năm; chúng tôi sẽ gửi giấy đến quý vị.

Quý vị chuyển tịnh tài về Chùa Viên Giác, xin chuyển vào Konto mới như sau:
Congr.d.Verein Vietn.Buddh.Kirche Abteilung i.d
Sparkasse Hannover
Konto Nr. 910 403 066
BIC: SPKHDE2HXXX
IBAN: DE40 2505 0180 0910 4030 66

Chùa Viên Giác có số Konto riêng cho
Học Viện Phật Giáo Viên Giác như sau:
Vien Giac Institut
Konto-Nr.: 910 570 655
BIC: (Swift-Code): SPKHDEHXXX
IBAN: DE 90 2505 0180 0910 5706 55
Sparkasse Hannover

Ngoài ra Tu Viện Viên Đức ở Ravensburg có số Konto như sau:
Kloster Vien Duc
BIC: SOLADES1RVB
IBAN: DE53 6505 0110 0111 3020 68
Kreissparkasse Ravensburg

Ngày...... tháng .... năm 20 ....
PHIẾU ỦNG HỘ BÁO VIÊN GIÁC
Số hiệu độc giả (SH) ....
Họ và tên : ....
Địa chỉ : ....
....
Tel./Email : ....
Số tiền : ....
Giấy chứng nhận khai thuế : Có ☐   Không ☐
Độc giả mới ☐   Độc giả cũ ☐

Nếu thay đổi địa chỉ nhận báo, xin ghi rõ địa chỉ cũ dưới đây :
....
....
Congr.d.Verein Vietn.Buddh.Kirche Abteilung i.d
Sparkasse Hannover
Konto Nr. 910 403 066
BIC: SPKHDE2HXXX
IBAN: DE40 2505 0180 0910 4030 66

---

*Thông tin nhờ đăng của Hội VAF Đức Quốc

Danh sách Mạnh Thường Quân Ủng Hộ Tu Sửa Nghĩa Trang Quân Đội Biên Hòa, từ 03.03. đến 10.05.2024.

Ho Dinh Tuan 100€ ; Ô thị Hai (Mepen)100€ ; Đoàn thị Khanh (Iyon-Pháp)100€; Nguyen Xuan Tien 100€ ; Huỳnh thị Mỹ-Huấn (Hamburg) 50€; Trần Ngọc Tiến (Hamburg) 50€; Phạm Công Hoàng (Tostedt) 20€. Đại diện Hội VAF tại Đức Quốc, chúng tôi kính xin Quí Vị Lãnh đạo các Tôn giáo, Quí Tổ chức Hội Đoàn và Quí Đồng Hương xin tiếp tục phổ biến rộng rãi đến Đồng hương; Xin ủng hộ Tiền góp phần chỉnh tu lại Nghĩa Trang Quân Đội Biên Hòa. Nơi đó cũng là Di tích lịch sử của những người đã Hy sinh vì Tổ Quốc và Tự do của Miền Nam Việt Nam. Quí Vị có thể chuyển qua Trương Mục (Konto).
Sparda-Bank Hamburg eG. Tên: Thi Bich Lien Dam.
IBAN : DE47 2069 0500 0001 6300 75
Verwendungszweck: Nghĩa Trang Quân Đội Biên Hòa.
Số tiền này chúng tôi sẽ trực tiếp chuyển về cho Đại diện VAF tại Việt Nam thực hiện và sẽ lập Danh sách của Quí Vị gởi về Hội VAF tại Hoa Kỳ trên trang mạng. www.tinhdongdoi.org ; Facebook VAF Foundation và nhờ đăng tải trên báo Viên Giác Hannover Germany.
Xin chân thành cám ơn Quí Vị. Đại diện VAF ở Đức Quốc.
Nguyễn Tích Phùng. E-mail : phungnguyen34@gmail.com

*Tìm người thân

Anh Nguyễn Ngọc Minh (là anh ruột của anh Nguyễn Ngọc Châu), sinh 26.7.1958 ở Sài Gòn, hiện đang sống ở đâu hoặc có ai biết anh Minh xin liên lạc với: Ngũ Thời Trọng, Tel +49 176 4887 1932.

*Tìm người ở cùng (München)

Tìm người ở cùng, có phòng riêng, tu theo „Niệm Phật vãng sanh Tịnh Độ". Địa điểm München, khu yên tĩnh, phòng trong một Reihenhaus. Liên lạc điện thoại: Nguyễn Đào: 089/ 4613 9642

www.ingramcontent.com/pod-product-compliance
Lightning Source LLC
LaVergne TN
LVHW061943070526
838199LV00060B/3938